मराठ्यांचे स्वातंत्र्ययुद्ध

डॉ. जयसिंगराव भाऊसाहेब पवार

मेहता पब्लिशिंग हाऊस

✆ +91 020-24476924 / 24460313

Email : production@mehtapublishinghouse.com

Website : www.mehtapublishinghouse.com

MARATHYANCHE SWATANTRYAYUDH by DR. JAYSINGRAO PAWAR

मराठ्यांचे स्वातंत्र्ययुद्ध / संशोधनात्मक

Email : author@mehtapublishinghouse.com

प्रकाशक : सुनील अनिल मेहता, मेहता पब्लिशिंग हाऊस,
१९४१, सदाशिव पेठ, माडीवाले कॉलनी, पुणे – ४११०३०.

मुखपृष्ठ : चंद्रमोहन कुलकर्णी

प्रकाशनकाल : १५ जुलै, २००६ /
मेहता पब्लिशिंग हाऊस यांची सुधारित द्वितीयावृत्ती : मार्च, २०१८

P Book ISBN 9789387789210
E Book ISBN 9789387789227
E Books available on : play.google.com/store/books
www.amazon.in

महाराष्ट्राच्या इतिहासाचे संशोधक,
'मराठ्यांच्या स्वातंत्र्ययुद्धा'चे थोर भाष्यकार
गुरुवर्य –
पं. सेतुमाधवराव पगडी
यांच्या पवित्र स्मृतीस...

मनोगत

स्वातंत्र्ययुद्ध दोन प्रकारचे असते. पहिल्या प्रकारात ते स्वातंत्र्य पैदा करण्यासाठी खेळले जाते; तर दुसऱ्या प्रकारात ते पैदा केलेल्या स्वातंत्र्याच्या रक्षणासाठी खेळले जाते. शिवछत्रपतींनी केलेले स्वातंत्र्ययुद्ध हे स्वातंत्र्याच्या निर्मितीसाठीचे होते. आदिलशहा, सिद्दी, इंग्रज, पोर्तुगीज, मोगल अशा अनेक शत्रूंशी लढून त्यांनी हिंदवी स्वराज्याची स्थापना केली. स्वत: राज्याभिषेक करवून घेऊन मराठ्यांच्या सार्वभौम सत्तेची उद्घोषणा केली. मराठ्यांचे राज्य अस्तित्वात आले तेव्हा त्यांचा शत्रूशी, विशेषत: मोगलांशी, लढा चालूच होता. पण त्याच वेळी मराठा राज्याचा विस्तार होत राहिला. शिवछत्रपतींच्या निधनापर्यंत हे राज्य मोगलांना आव्हान देण्याइतके प्रबळ झाले होते.

शिवछत्रपतींच्या नंतर मराठ्यांच्या राज्याची सूत्रे संभाजी महाराजांकडे आली. पण ही गोष्ट सहजासहजी घडली नाही. त्यासाठी त्यांना आपल्याच राज्याच्या प्रधानांशी संघर्ष करावा लागला. अशातच खुद्द दिल्लीपती औरंगजेब बादशहा आपला प्रचंड फौजफाटा घेऊन दक्षिणेत मराठ्यांच्या सत्तेचा समूळ उच्छेद करण्यासाठी धावून आला. शिवछत्रपतींनी मोगल सरदारांशी दक्षिणेत दोन हात केले होते. पण त्यांच्यावर प्रत्यक्ष बादशहाशी लढण्याचा प्रसंग आला नव्हता. या अर्थाने मराठी राज्यावर आलेले हे संकट 'न भूतो न भविष्यति' या प्रकारातील होते. मराठी राज्याच्या अस्तित्वाचाच प्रश्न उभा राहिला होता. आता मराठ्यांना आपल्या स्वातंत्र्याच्या रक्षणासाठी युद्ध करणे अपरिहार्य ठरले होते.

सन १६८१ साली बादशहा दक्षिणेत आला; आणि पुढे सन १७०७ सालापर्यंत म्हणजे २६ वर्षे अखंडपणे मराठ्यांशी लढत राहिला. तो परत दिल्लीस गेलाच नाही. येथेच, या महाराष्ट्रात त्याला त्याच्या दफनभूमीचा शोध घ्यावा लागला. या कालखंडात जो लष्करी संघर्ष घडून आला, ते मराठ्यांच्या बाजूवर 'स्वातंत्र्यवादी युद्ध' होते, तर मोगलांच्या बाजूवर ते 'साम्राज्यवादी युद्ध' होते. अशा प्रकारच्या संघर्षात 'साम्राज्यवादी युद्ध' खेळणाऱ्यांचा पराजय व 'स्वातंत्र्यवादी युद्ध' खेळणाऱ्यांचा विजय होत असतो. स्पॅनिश लोकांनी नेपोलियनशी दिलेला सामना अथवा गेल्या शतकात व्हिएतनामी लोकांनी अमेरिकेशी दिलेला लढा, ही जगाच्या

इतिहासातील नंतरच्या कालखंडातील स्वातंत्र्यवादी युद्धाच्या अंतिम विजयाची ठळक उदाहरणे आहेत!

या प्रदीर्घ युद्धात मराठ्यांच्या बाजूवर तीन राज्यकर्ते होऊन गेले. पण ते औरंगजेब बादशहाच्या तुलनेत फारच तरुण व अननुभवी होते. औरंगजेब हा मोठा कसलेला अनुभवी सेनानी होता. त्याचे २२ सुभ्यांचे साम्राज्य, करोडो रुपयांचा वार्षिक महसूल, सात-आठ लक्ष सेना, प्रचंड तोफखाना इत्यादी मोगली साधन-साहित्यांच्या तुलनेत मराठ्यांचे साधन-सामर्थ्य त्याच्या पासंगालाही पुरणारे नव्हते; आणि तरीही मराठे अंती विजयी झाले आणि मोगल पराभूत होऊन, आपल्या बादशहास इथेच दफन करून, रिकाम्या हाताने दिल्लीस परत गेले! जगाच्या इतिहासात एवढा प्रदीर्घ स्वातंत्र्यलढा क्वचितच झालेला आढळेल!

प्रस्तुत लेखसंग्रहात या स्वातंत्र्यलढ्याचा सलग व समग्र इतिहास सांगितलेला नाही. तो एक मोठ्या ग्रंथाचा विषय आहे. इथे या लढ्यातील राजारामकालीन आणि ताराबाईकालीन महत्त्वाच्या व्यक्ती आणि घटना यावर प्रकाश टाकणारे लेख दिलेले आहेत. त्यांतील बरेच लेख अगदी प्रारंभी 'भारतीय इतिहास आणि संस्कृती', इतिहास संशोधन मंडळ, मुंबई यांचे निबंधसंग्रह, इत्यादी इतिहासविषयक त्रैमासिकांत, वार्षिकांत आणि नंतर माझ्या 'मराठेशाहीचा मागोवा' या ग्रंथात प्रकाशित झाले आहेत. काही लेख 'महाराणी ताराबाई', 'सेनापती संताजी घोरपडे' या माझ्या ग्रंथातील आहेत. आता हे सर्वच ग्रंथ दुर्मिळ झाल्याने त्यांतील लेख महाराष्ट्रातील अनेक इतिहासप्रेमी वाचकांच्या सूचनेनुसार पुन्हा प्रकाशित करीत आहोत.

वास्तविक, सुमारे दोन शतकांच्या मराठ्यांच्या इतिहासात हा 'मराठ्यांच्या स्वातंत्र्ययुद्धा'चा कालखंड हा सर्वांत तेजस्वी कालखंड आहे. आधुनिक महाराष्ट्राचे एक शिल्पकार आणि मराठा इतिहासाचे जाणकार वाचक व प्रेमी यशवंतराव चव्हाणांनी या कालखंडाचे वर्णन 'मराठ्यांच्या इतिहासातील सुवर्णाचा कालखंड' केलेले होते. मराठ्यांच्या इतिहासाचे एक भाष्यकार व सुप्रसिद्ध इतिहासकार पं. सेतुमाधवराव पगडी यांनी या कालखंडाचे वर्णन 'महाराष्ट्राचे महाभारत' असे केलेले आहे. एके ठिकाणी ते म्हणतात, "महाराष्ट्राच्या इतिहासाच्या या कालखंडाकडे जो जो पाहावे तो तो मनामध्ये एक जाणीव ठसत जाते, ती ही की, महाराष्ट्राच्या उपलब्ध अशा दीड-दोन हजार वर्षांच्या इतिहासामध्ये अत्यंत महत्त्वाचा, वैभवाचा आणि निकराचा असा कोणता कालखंड असेल, तर तो नेमका हाच आहे!" पण दुर्दैवाची गोष्ट अशी की गेल्या शंभर-सव्वाशे वर्षांच्या कालात मराठ्यांच्या इतिहासाचे जे संशोधन व लेखन झाले, त्यामध्ये सर्वांत उपेक्षित कोणता कालखंड राहिला असेल, तर हा स्वातंत्र्ययुद्धाचा कालखंड होय!

संभाजी महाराजांची कारकीर्द म्हणजे या स्वातंत्र्ययुद्धाचे पहिले पर्व. नाही

म्हणावयास संभाजीराजांवर वा. सी. बेंद्रे, डॉ. कमल गोखले आणि अलीकडे डॉ. सदाशिव शिवदे अशा काही संशोधकांनी चरित्रग्रंथ लिहिले, हे खरे. पण त्यानंतरच्या कालखंडाकडे, म्हणजे राजाराम महाराजांची आणि महाराणी ताराबाईंची कारकीर्द याकडे पं. सेतुमाधवराव पगडी, डॉ. जी. टी. कुलकर्णी यांसारखे मोजकेच अभ्यासक सोडल्यास इतरांचे फारसे लक्ष गेलेले नाही. पं. सेतुमाधवरावांच्या संदर्भात एक गोष्ट इथे कृतज्ञतापूर्वक नोंद केली पाहिजे. ती म्हणजे या कालखंडाची ऐतिहासिक फारसी साधने, उदाहरणार्थ साकी मुस्तैदखान, खाफीखान, भीमसेन सक्सेना, ईश्वरदास नागर इत्यादींचे साधनग्रंथ आणि औरंगजेबाच्या दरबारातील अखबार त्यांनी मराठीत अनुवादित करून माझ्यासारख्या मराठी अभ्यासकांवर अनंत उपकार केले आहेत. मराठ्यांच्या इतिहासाची ही फारसी साधने मराठीत उपलब्ध झाल्यामुळेच आता 'मराठ्यांच्या स्वातंत्र्ययुद्धा'चा इतिहास सलगपणे व समग्रपणे लिहिणे शक्य झाले आहे.

आणखी एक गोष्ट नमूद करावयास हवी ती म्हणजे प्रस्तुत लेखकाने सन १९७५ साली या कालखंडातील शेवटच्या पर्वावरील 'महाराणी ताराबाई' हा चरित्रग्रंथ प्रकाशित केला होता. तो आता दुर्मिळ झाला असून त्याची सुधारित आवृत्ती लवकरच प्रकाशित होत आहे. तसेच आता 'छत्रपती राजाराम महाराजां'च्या चरित्राचे लेखन चालू असून तोही ग्रंथ ताराबाई–चरित्राच्या पाठोपाठ प्रसिद्ध होईल.

प्रस्तुत लेखसंग्रहाबद्दल सविस्तर लिहायचे झाले, तर 'लेखकाच्या मनोगता'चा मोठा विस्तार होईल. तेव्हा त्या विस्तारभयाच्या पोटी एवढेच या ठिकाणी नमूद करतो की या लेखांमुळे मराठ्यांच्या स्वातंत्र्ययुद्धातील अनेक घटनांवर व व्यक्तींवर नव्याने प्रकाश टाकला जातो आहे. विशेषत: रायगडाचा पाडाव, सूर्याजी पिसाळाचे व्यक्तिमत्त्व, सेनापती संताजी घोरपड्यांची शोकांतिका, राजा कर्णाचे तथाकथित राज्यारोहण, पाटणकर सरदारांचे पराक्रम, महाराणी ताराबाईंचे कर्तृत्व इत्यादी विषयांवरील लेखांतून इतिहासाच्या वाचकांना व अभ्यासकांना अनेक नव्या गोष्टी प्रथमच वाचावयास मिळतील, अशी आशा आहे. या सर्व लेखांतून आम्ही मराठ्यांच्या स्वातंत्र्ययुद्धाचा शोध तर घेतला आहेच, शिवाय या शोधातून काही बोध मिळतो का, याचाही मागोवा घेण्याचा आमच्या अल्पमतीप्रमाणे प्रयत्न केला आहे.

– डॉ. जयसिंगराव पवार

अनुक्रमणिका

रायगडाचा पाडाव : एक दुःखद संकट पर्व

व्यक्तीच्या जीवनाप्रमाणेच राष्ट्राच्या जीवनात हर्षमर्षाचे, सुखदुःखाचे अनेक प्रसंग येत असतात. काही प्रसंग परम विजयाचे आणि गौरवाचे तर काही प्रसंग भयानक पराभवाचे आणि अवमानाचे! विजय पचविणे जसे अवघड, तसे पराभवावर मात करणे त्याहून अवघड असते. कोणत्याही राष्ट्राच्या अथवा समाजाच्या अंगी असणारी जिद्द, चिकाटी, परिश्रमसामर्थ्य, ऐक्य, स्वातंत्र्यलालसा इत्यादी गुणांची खरी कसोटी जर केव्हा लागत असेल, तर त्याच्या आत्यंतिक पराभवाच्या प्रसंगी. या गुणांच्या जोरावर तो समाज पराभवावर मात करून, त्याचा कलंक पुसून टाकून, आत्मविश्वासाच्या बळावर पूर्वीपेक्षाही अधिक गतीने सामर्थ्यशाली व वैभवशाली बनतो.

मराठ्यांच्या इतिहासात असाच एक भयानक प्रसंग सन १६८९ साली घडून आला. हा प्रसंग म्हणजे केवळ पराभव नव्हता, तर राष्ट्राची अस्मिता दुखावणारी अवमानकारक घटनाही होती. जिला राष्ट्रीय आपत्ती म्हणता येईल, असे तिचे स्वरूप होते. अशा अभूतपर्व परिस्थितीत मराठे कसे वागले, त्यांच्या नेत्यांनी कोणत्या असामान्य गुणांचे प्रकटीकरण केले; शिवछत्रपतींचे वारसदार म्हणून त्यांच्या हातून कसे वर्तन घडले, हे पाहणे मोठे उद्‌बोधक आहे!

छत्रपती संभाजी महाराजांची कैद व हत्या

मोगली साम्राज्य सत्तेला दक्षिणेत आव्हान देऊन उभी राहिलेल्या मराठ्यांच्या उदयोन्मुख सत्तेचे कायमचे समूळ उच्चाटन करण्यासाठी आलमगीर औरंगजेब बादशहा सन १६८१ सालीच उत्तरेतून आपल्या प्रचंड फौजफाट्यासह चालून आलेला होता. मराठी सत्तेचा पाया रचणारा शिवाजी निजधामास गेला; त्याच्यामागून त्याचा तरुण पुत्र संभाजी आपल्यासमोर कितीसा तग धरू शकणार; त्याचे राज्य आपण हा हा म्हणता बुडवून टाकू, असा प्रचंड आत्मविश्वास बादशहाच्या ठायी

होता. स्वाभाविकच त्याने हिंदवी स्वराज्याच्या सर्व बाजूंनी आपल्या ताज्या दमाच्या फौजांद्वारे हल्ले चढविले. पण त्याच्या दुर्दैवाने मराठ्यांच्या राजाने अशा शौर्याने त्यांचा प्रतिकार केला, की खुद्द बादशहास दिवसेंदिवस नैराश्य प्राप्त होऊ लागले. इतके की सन १६८५ साली त्याने मराठ्यांना जिंकण्याचा नाद सोडला व तो विजापूरची आदिलशाही जिंकण्यासाठी कर्नाटकात निघून गेला. सन १६८६ साली त्याने विजापूर जिंकून आदिलशाही बरखास्त केली. दुसऱ्याच साली त्याने गोवळकोंडा जिंकून कुतुबशाही नष्ट केली! एकेका वर्षात एकेक शाही काबीज करून, त्या शाह्यांच्या सुलतानांना कैदेत टाकून, मोठ्या विजयोन्मादाने तो पुन्हा महाराष्ट्रात मराठेशाही जिंकण्याच्या इराद्याने चालून आला.

या वेळी, मात्र बादशहाचे दैव अनुकूल होते. त्याने पन्हाळा जिंकण्यासाठी आपला सरदार मुकर्रबखान ऊर्फ शेख निजाम यास कोल्हापूर भागात धाडले होते. हिंदवी स्वराज्यावर पारखे होऊन मोगलांना मिळालेल्या शिर्क्यांनीच या खानास बातमी दिली की, संभाजीराजा विशाळगडाच्या परिसरात आला असून त्याचा मुक्काम संगमेश्वरावर आहे. या शिर्क्यांच्या बंडखोरीचा नाश करून संभाजी महाराज विशाळगडाहून रायगडाकडे निघाले होते. मार्गात काही काल ते संगमेश्वरावर कवी कलश, सरनौबत म्हालोजी घोरपडे, संताजी घोरपडे, खंडो बल्लाळ यांच्यासह अवघ्या २००/३०० भालाइतांनिशी थांबले होते. त्यांची मुख्य फौज पुढे गेली होती. अशा परिस्थितीत मुकर्रबखानाने त्वरा करून संगमेश्वरावर अचानक छापा टाकून संभाजी महाराज व कवी कलश यांना कैद केले – (३ फेब्रुवारी १६८९) आणि मोठ्या वेगाने तो सह्याद्रीच्या त्या बिकट प्रदेशातून राजबंद्यांना घेऊन बाहेर पडला. १५ फेब्रुवारी १६८९ रोजी राजबंद्यांना त्याने बादशहासमोर दरबारात हजर केले.

तत्पूर्वी सर्व छावणीतून त्यांची युद्ध गुन्हेगार म्हणून धिंड काढून जाहीर विटंबना करण्यात आली! दरबारात संभाजीराजाने बादशहासमोर नतमस्तक व्हावे, म्हणून मोगली अधिकाऱ्यांनी त्यास सांगितले तरी या स्वाभिमानी मराठी राजाने "ताजीम देण्यासाठी यत्किंचितही मान लवविली नाही!"[१] त्याच दिवशी रात्री संभाजी महाराजांचे डोळे तप्त सळई फिरवून काढण्यात आले. त्यानंतर सतत २५ दिवस त्यांच्यावर अनन्वित अत्याचार करून शेवटी त्यांना कवी कलशासह त्यांच्या शरीराचे तुकडे तुकडे करून ठार मारण्यात आले! संभाजी राजांचे मस्तक भाल्यावर रोवून औरंगाबादेपासून बुऱ्हाणपूरपर्यंत शत्रूने विजयाच्या उन्मादाने मिरविले! संभाजीराजाने आपल्या कारकिर्दीत अनेक पराक्रम करून दाखविले. त्या तोडीच्या पराक्रमांची उदाहरणे जगाच्या इतिहासात अनेक आहेत. पण जीवनाच्या अंतसमयी त्यांनी जो मराठी तेजस्वी बाण्याचा, आत्मतेजोबलाचा साक्षात्कार शत्रूच्या गोटात घडविला, त्यास जगाच्या

इतिहासात क्वचितच तोड सापडेल!

रायगडावरील हाहाकार : राणी येसूबाईंचा धीरोदात्तपणा

संगमेश्वरावरील चकमकीत बरेच मराठे मारले गेले. सरनौबत म्हालोजी घोरपडे रणांगणी ठार झाला. संताजी घोरपडे व खंडो बल्लाळ जिवानिशी बचावले पण ते संभाजीराजांस वाचवू शकले नाहीत. ते कसेबसे निसटून रायगडावर आले.[२] संभाजी महाराज मोगलांचे कैदी बनल्याची बातमी बहुधा त्यांनीच रायगडावर प्रथम आणली असावी. या बातमीने हाहाकार उडाला! राजकुटुंब व राजधानीवरच नव्हे तर अख्ख्या हिंदवी स्वराज्यावरच तो वज्राघात होता. राजशकट चालविणाराच अचानकपणे नाहीसा झाल्याने सर्वांची स्थिती किंकर्तव्यमूढ झाली.

राणी येसूबाईंवर कोसळलेल्या दुःखाला पारावार नव्हता. हे दुःख बाजूला ठेवून या धीरोदात्त स्त्रीने नियतीने दिलेले आव्हान स्वीकारले आणि रायगडावरील प्रमुख मंडळींना एकत्र बोलावून, आपल्या धाकट्या दिरास-राजाराम महाराजांस मंचकारोहण करून त्यांस मराठी राज्याचा प्रमुख म्हणून घोषित केले! या प्रसंगी गडावर किल्लेदार चांगोजी काटकर, येसाजी कंक[३], संताजी घोरपडे, खंडो बल्लाळ हीच काय ती प्रमुख मंडळी होती. पुढे राज्यातील प्रमुख प्रमुख लोक हळूहळू राजधानीत जमले. त्यांच्यापुढे येसूबाईंनी कोणता प्रस्ताव मांडला याची चर्चा पुढे करणारच आहोत.

रायगड काबीज करण्यासाठी जुल्फिकारखानाची रवानगी

विशाळगडच्या प्रदेशात शिर्क्यांचे बंड मोडण्यासाठी जेव्हा संभाजी महाराज गेले होते, तेव्हाच त्यांच्या राजधानीच्या रोखाने बादशहाने आपल्या पुत्राच्या– शहाजादा आज्जमच्या नेतृत्वाखाली एक लष्करी मोहीम पाठविली होती; त्यानंतर शहाजाद्याच्या मागून बादशहाने गाजिउद्दीनखान फिरोजजंग या आपल्या दुसऱ्या सरदारासही रायगडाच्या रोखाने रवाना केले होते.[४] गाजिउद्दीन फिरोजजंगाच्या पुढच्या हालचालीची माहिती मिळत नाही. पण त्याच्या पूर्वी रवाना झालेल्या शहाजादा आज्जमला तो जाऊन मिळाला असावा. शहाजाद्याने घाटावरच चाकण येथे आपली छावणी केली होती. तेथून त्याने मोगलांचा सेनापती एतिकादखान यास रायगडास वेढा घालण्यास पाठविले.[५]

(एतिकादखान हा बादशहाचा वजीर असदखान याचा पुत्र. असदखान हा बादशहाच्या मावशीचा पती. एतिकादखानाने रायगड जिंकल्यावर बादशहाने त्याचा मोठा गौरव करून त्यास 'जुल्फिकारखान' ही पदवी दिली. याच नावाने तो इतिहासात प्रसिद्ध आहे. प्रस्तुत लेखात हेच रूढ नाव घेतले आहे.)

सह्याद्रीच्या पर्वतरांगा पार करून जुल्फिकारखान आपल्या सैन्यासह कोकणात उतरला आणि त्याने महाडवर आपली छावणी केली (मार्च १६८९)[६]. महाडच्या मुक्कामी खान असता मोगली लष्कराने आजूबाजूची गावे व ठाणी लुटली. रतनगड किल्ल्याच्या पायथ्याशी असलेल्या फळबागांचा विध्वंस केला. पुढे गांगोली मुक्कामावर मोगली फौज पोहोचली असता मराठ्यांनी तिच्यावर हल्ला चढविला. लढाई अधूनमधून सतत होतच राहिली. मोगली लष्कर रायगडच्या पायथ्यापर्यंत येईतो मराठे त्याच्याशी लढतच राहिले.[७]

खान आपले घोडदळ घेऊन रायगडाच्या पायथ्यापर्यंत चाल करून आला तेव्हा मराठ्यांनी किल्ल्यावरून तोफांचा भडिमार सुरू केला. खानाचे बरेच सैनिक ठार झाले. तेव्हा खानाने पायथ्याशी असणारी एक वाडी जाळून माघार घेतली व किल्ल्यापासून काही अंतरावर बुजुर्गवाडीचा दर्गा या ठिकाणी आपली छावणी ठोकली. इतक्यात साताऱ्याहून हंबीरराव मोहिते सरलष्कर (दुसरा)[८] हा मराठ्यांचा सरदार त्याच्यावर चालून आला. दोहो बाजूंनी निकराची लढाई होऊन उभयपक्षी बरीच हानी झाली. शेवटी मराठे निघून गेले.[९]

युद्धशास्त्रीयदृष्ट्या रायगडचा मजबूतपणा

२५ मार्च १६८९ रोजी म्हणजे संभाजी महाराजांची हत्या झाल्यानंतर अवघ्या १५ दिवसांत जुल्फिकारखानाने रायगडास वेढा घातला, असे जेधे शकावली सांगते.[१०] पण रायगड हा फार दुर्गम किल्ला होता. खानाच्या मोहिमेचे वर्णन करताना मोगली इतिहासकार ईश्वरदास नागर याने म्हटले आहे, ''रायगड किल्ला अतिशय मजबूत होता. कोकणात त्याच्या तोडीचा दुसरा किल्ला नव्हता. किल्ल्याकडे जाण्यायेण्यासाठी एकच वाट होती. किल्ल्याच्या भोवती मोठमोठे डोंगर असल्याने किल्ल्याखाली सुरुंग लावणे अशक्य होते.''[११]

रायगडाची नैसर्गिक स्थितीच अशी आहे की, कोणीही शत्रू त्यास पूर्णपणे वेढू शकत नाही. रायगड व उत्तर कोकणातील सह्याद्रीच्या उत्तुंग रांगांमधील किल्ला असून त्याची समुद्र सपाटीपासूनची उंची २८५० फूट आहे. पायथ्यापासून तो २२५० फूट उंच आहे! त्याचा माथा पूर्व-पश्चिम दीड मैल लांबीचा असून त्याची रुंदी सुमारे एक मैल आहे. पश्चिमेकडील मुख्य दरवाजाची बाजू सोडली तर त्याच्या सर्व बाजूंना शेकडो फूट उंचीचे भयाण तुटलेले व तासलेले कडे आहेत. किल्ल्याच्या सभोवताली त्याच्याच उंचीचे पर्वत पसरले आहेत. त्यामुळे तो समुद्रातील एखाद्या बेटाप्रमाणे भासतो. सभोवतालचे पर्वत व किल्ला यांच्यामधील अंतर फार कमी आहे. त्यामुळे विशेषत: उत्तरेच्या बाजूवर एक मैलभर रुंदीची एक चिंचोळी पट्टी पायथ्याशी तयार झाली आहे. या पट्टीत शत्रू छावणी करू शकत

नाही, कारण किल्ल्यावरील तोफांच्या माऱ्यात ही छावणी येते.

अशा परिस्थितीत गडापासून २-३ मैल अंतरानेच पश्चिमेच्या बाजूस पाचाडसारख्या ठिकाणी मुख्य छावणी ठेवूनच गडाची नाकेबंदी करण्याचा प्रयत्न करणे, एवढेच मोगलांच्या हातात होते. ईशान्येस लिंगाणा, पूर्वेस तोरणा, दक्षिणेस कांगोरा, चांभारगड, सोनगड, वायव्येस तळेगड व उत्तरेस घोसाळगड अशी अनेक किल्ल्यांची नैसर्गिक तटबंदी रायगडास लाभली होती. आसमंतातील हे गड व ठाणी घेतल्याशिवाय रायगडचा बाह्य जगाशी असणारा संबंध तुटणारा नव्हता. कुमक बंद होणार नव्हती. सारांश, रायगड हा काही वेढा घालून जेर होणारा सहजसाध्य किल्ला नव्हता.[१२]

शिवछत्रपतींची शिकवण उफाळून वर आली!

या सुमारास मराठी राज्यात कोण कोण प्रमुख अधिकारी व सेनानी होते, याचा विचार करता पुढील मंडळी चट्कन नजरेत येतात : प्रल्हाद निराजी, रामचंद्रपंत, शंकराजी नारायण, निळो मोरेश्वर, जनार्दनपंत हणमंते, राहुजी सोमनाथ, खंडो बल्लाळ, संताजी घोरपडे, धनाजी जाधव, नेमाजी शिंदे, मानसिंग मोरे, रूपाजी भोसले, हंबीरराव मोहिते सरलष्कर (दुसरा), बहिर्जी ऊर्फ हिंदुराव घोरपडे, मालोजी घोरपडे, विठोजी चव्हाण, हरजी महाडिक, केसो त्रिमल, संताजी भोसले इत्यादी. यापैकी हरजी महाडिकासारखे कर्नाटकात वावरणारे काही सरदार सोडल्यास इतर सर्व जण रायगडावर पुढच्या मसलतीसाठी एकत्र आले.

परिस्थिती केवळ गंभीरच नव्हती, तर मोठी अभूतपूर्व होती. संभाजी महाराज शत्रूच्या हाती सापडून कैद झाल्याने सर्व मराठी राज्याचा मुख्य आधारच नष्ट झाला होता. मराठी राज्य मुळापासूनच हादरले होते, इतके की ते समूळ कोलमडून नष्टप्राय होते की काय, अशी भयानक परिस्थिती निर्माण झाली होती. पण मराठ्यांच्या बाजूवर एक चांगली घटना घडून आली होती. ती म्हणजे राणी येसूबाईंनी या संकटास न जुमानता पुढे होऊन राजाराम महाराजांस मंचकारोहण करून कोलमडणाऱ्या राज्यास आधार दिला होता. त्यानंतर मोगली छावणीत संभाजी महाराजांची हालहाल करून हत्या करण्यात आल्याची वार्ता रायगडावर आली होती. ही वार्ता अपेक्षित असली तरी त्यामुळे रायगडावरील वातावरण आत्यंतिक दुःख व चिंता यांनी भरून गेले होते.

शिवछत्रपतींच्या कालातच संभाजी महाराजांना विरोध करणारा एक गट राजधानीत उदयास आला होता. या गटाने संभाजीकालातही अधूनमधून आपल्या कारवाया चालू ठेवल्या होत्या. आता खुद्द संभाजी महाराजच कालाधीन झाल्याने या गटास राजाराम महाराजांची बाजू घेऊन उठाव करण्याची संधी चालून आली होती. पण खुद्द राणी येसूबाईंनीच राजाराम महाराजांचे मंचकारोहण घडवून आणल्याने अशा

प्रकारच्या दुहीस अवसरच मिळाला नाही. येसूबाईंनी या वेळी आपला पुत्र शाहूराजा यास गादीवर बसवून राज्यकारभार हाती घेतला असता, तर जगरूढीप्रमाणे त्यामध्ये वावगे काहीच नव्हते. उलट त्यांना समस्त मराठी लोकांच्या सहानुभूतीचा आधार मिळाला असता. पण येसूबाईंनी आपल्या पुत्राचे हित न पाहता हिंदवी स्वराज्याचे हित पाहिले! निस्सीम स्वराज्यप्रेम आणि पराकोटीचा स्वार्थत्याग या गुणांचा आदर्श येसूबाईंनी सर्व मराठ्यांसमोर ठेवला होता.

या प्रसंगी स्वराज्यातील प्रधानादी मुलकी अधिकारी व सेनानी यांनी स्वीकारलेली भूमिकाही तेवढीच स्तुत्य होती. अशा आत्यंतिक संकटकालातही त्यांनी स्वराज्याची साथ सोडली नाही. प्रसंगच असा होता की भल्याभल्यांचे नीतिधैर्य खचून त्यांनी शत्रूपुढे शरणागती स्वीकारावी! पण या मंडळींनी आपले नीतिधैर्य शाबूत ठेवून शिवछत्रपतींनी स्थापन केलेल्या स्वराज्याचे प्राणपणाने रक्षण करण्याचा संकल्प सोडला; आणि येसूबाईंना राजकुटुंबप्रमुख मानून त्यांच्या सल्ल्याने पुढील मसलत योजावी, असे ठरविले. अशी जिद्दीची भूमिका न घेता ते शत्रूला जाऊन मिळाले असते, तर त्यांना कोण अडविणार होते? त्यात त्यांचा व्यक्तिगत फायदाच झाला असता. पण हिंदवी स्वराज्य म्हणजे केवळ भोसल्यांचे राज्य नव्हते, ते समस्त मराठ्यांचे राज्य होते – अनेक शतकांनंतर स्वातंत्र्याचे दर्शन घडविणारे ते राज्य होते. त्यासाठी मरण पत्करणे यातही जीवनाची कृतार्थता मानावी, अशी शिवछत्रपतींची शिकवण होती; ती या वेळी उफाळून वर आली; या शिकवणुकीनेच या मंडळींना भारावून टाकले आणि पुढे त्यांच्या हातून स्वराज्यरक्षणाचे महत्कार्य घडविले!

रायगडावर येसूबाईंचे राजनैतिक डावपेच

रायगडावर जमलेल्या या मराठा मंडळींनी राणी येसूबाई जी सल्लामसलत सांगतील त्याप्रमाणे वागावे, असे एकमुखाने ठरविले! या प्रसंगाची हकिकत मल्हार रामराव चिटणीस या बखरकाराने मोठ्या मार्मिक शैलीत कथन केली आहे.

तो लिहितो, 'येसूबाईसाहेब यांस सर्वांनी पुढे विचार कसा करावा (म्हणून) विचारिले. ते समयी त्यांनी सल्ला सांगितली जे मुलाचे (शाहूचे) वय लहान, राज्य तरि गेलेच, त्या अर्थी तुम्ही सर्वही पराक्रमी मनसबदार शूर यांणि एक विचारे होऊन राजारामसाहेब यांस घेऊन बाहेर पडावे. मुलास बाहेर जाऊन राहाणे यास जवळ जागा रायगडाहून बाकी ऐशी दुसरी नाहीच. त्या अर्थी मुलास व आम्हांस तेथील बंदोबस्त करून येथे ठेवावे. तुम्ही सर्वांनी राजारामसाहेबांसह वर्तमान बाहेर पडून फौजा जमा करून प्रांताचा बंदोबस्त राखला असता सर्व मसलत वोढ तिकडे आधी पडेल. येथे गिल्ला पडणार नाही. तथापि थोडीबहूत मसलत पडली असतानाही हा किल्ला बेलाग मजबूद वर्ष सहा महिने टिकाव पडेल. तो तुमचा सर्वांचा एखादे

ठायी जमाव पोक्त जाला म्हणजे आम्हास काढून न्यावे; किंवा शत्रूचे प्राबल्य विशेष (दिसले) त्या अर्थी चंदी-चंदावर (कर्नाटकात) प्रांती दम खाऊन पुन्हा मसलत बळावून राज्य साधनही करणे पडेल तरी करावे. परंतु ये समयी सर्व कुटुंब निघोन एकदाच सर्वांनी शत्रूस हस्तगत व्हावे, ऐसे होईल. पल्ला पोहोचणार नाही. यास्तव राजारामसाहेब व त्यांचा कबिला ऐसे काढून निघोन जावे, सर्वांनी एके ठायी मोहास पडून राहिल्यास सारी मसलत येथेच पडून सर्वांनी सापडावे ऐसे होईल.'[१३]

रायगड हा सहजासहजी जेर होऊन शत्रूच्या ताब्यात जाणारा किल्ला नाही. तेव्हा येसूबाईंनी शाहूराजासह तेथेच राहावे, राजाराम महाराज व इतर प्रमुख अधिकारी-सेनानी यांनी रायगडाबाहेर पडून मोगली फौजांचा प्रतिकार करावा आणि शत्रूचा जोर फारच झाला तर जिंजी-तंजावरकडे प्रयाण करून आपला जीव वाचवावा; पण रायगडावर सर्व राजकुटुंबीयांनी एकत्र राहू नये, ही येसूबाईंची डावपेचाची मसलत प्राप्त परिस्थितीवर मात करणारी होती, यात शंका नाही.

राजाराम महाराजांचे जिंजीकडे प्रयाण

अशा प्रकारे रायगडावर येसूबाई, राजाराम महाराज व प्रमुख मराठा मुत्सद्दी व सेनानी या सर्वांची एकमताने मसलत ठरल्यावर तिची कारवाई सुरू झाली. राजाराम महाराजांनी येसूबाईंचा निरोप घेऊन आपल्या राण्या व प्रमुख मुत्सद्दी व सेनानी यांच्यासह गुप्तपणे रायगड सोडला व जवळच्याच प्रतापगडाकडे प्रयाण केले (५ एप्रिल १६८९).[१४]

राजाराम महाराज रायगडाहून निसटल्याचे समजताच वेढा घालून बसलेला जुल्फिकारखान संतापून गेला. त्याने लगेच आपल्या लष्करातील फत्तेहजंग या सरदारास महाराजांच्या पाठलागावर रवाना केले. पण फत्तेहजंग त्यांना पकडू शकला नाही. हात हलवीत त्यास परत जावे लागले. बादशहास जेव्हा ही वार्ता समजली तेव्हा आपल्या कामात हलगर्जीपणा केल्याचा ठपका त्याने जुल्फिकारखानावर ठेवला.[१५]

राजाराम महाराजांचा मुक्काम प्रतापगडावर असताना मोगलांची दुसरी फौज गडावर चाल करून आली (मे १६८९). खुद्द महाराजांनी किल्ल्याच्या बाहेर पडून त्या फौजेशी लढाई दिली! तथापि शत्रूच्या फौजेची संख्या भारी असल्यामुळे त्यांना माघार घेऊन परत किल्ल्याचा आश्रय घ्यावा लागला.[१६] आता प्रतापगडावर फार काळ थांबणे धोक्याचे आहे, असे वाटल्यावरून त्यांनी तेथून वासोटा मार्गे सातारा-परळी-वसंतगड अशी मार्गक्रमणा करून शेवटी पन्हाळा गाठला. (जून १६८९).[१७]

इकडे स्वराज्यात सर्वत्र मराठी फौजा मोगली फौजांशी लढतच होत्या. धनाजी जाधवाने फलटणच्या भागात चार-पाच लढाया दिल्या. मोगलांचे सरदार शियाबुद्दीनखान

व रणमस्तखान यांचा पराभव करून त्यांच्या तोफा पाडाव केल्या. याहून मोठा पराक्रम संताजी, बर्हिजी व मालोजी या त्रिवर्ग घोरपडे बंधूंनी विठोजी चव्हाण याच्या समवेत करून दाखविला. त्यांनी भीमा नदीच्या काठी असलेल्या खुद्द बादशहाच्या छावणीवरच रात्री छापा टाकला. दैवयोगाने बादशहा बचावला, पण त्याच्या छावणीचे सोन्याचे कळस या मराठा वीरांनी कापून आणले! या मोहिमेवरून परत येत असता राजधानी रायगडास वेढा घालून बसलेल्या मोगली फौजेवरही त्यांनी अचानक हल्ला चढवून तेथील पाच हत्ती धरून आणले! पन्हाळगडावर येऊन संताजी व त्याच्या साथीदारांनी ही लूट राजाराम महाराजांच्या समोर सादर केली![१८]

धनाजी व संताजी यांचे हे पराक्रम म्हणजे सामान्य नव्हते. पण अशा एखाद्-दुसऱ्या पराक्रमाने मोगलांचे प्रचंड आक्रमण मागे रेटणे अशक्य होऊन बसले होते. मोगली सामर्थ्यापुढे मराठे किल्ले व ठाणी नीतिधैर्य खचून एकामागून एक याप्रमाणे शरण जात होती. स्वराज्याची व्याप्ती दिवसेंदिवस कमी होत जात होती. या सुमारास मोगलांचे नीतिधैर्य अत्यंत उच्च दर्जाचे होते. आदिलशाही व कुतुबशाही जिंकलेले मोगल आता मराठेशाही गिळंकृत करीत चालले होते. स्वराज्यातील प्रमुख मुत्सद्दी व सेनानी यांनी छत्रपती राजाराम महाराजांच्या नेतृत्वाखाली नेटाने लढा चालविला असला तरी सामान्य किल्लेदार, ठाणेदार व वतनदार यांना मराठ्यांचे राज्य आता बुडालेच असे वाटत होते. आज हा किल्ला शत्रूच्या हाती पडला, उद्या तो किल्ला शत्रूने जिंकला, अशा वार्ता एकामागून एक पन्हाळ्यावर व रायगडावर थडकत राहिल्या. दरम्यान, राजाराम महाराज पन्हाळ्यावर आहेत असे समजताच मोगली फौजा तिकडे धावल्या व त्यांनी पन्हाळगडाचा वेढा सुरू केला!

आता फार काळ महाराष्ट्रात थांबणे धोक्याचे आहे, असे पाहून राजाराम महाराजांनी पन्हाळ्याचा वेढा कडक होण्यापूर्वीच कर्नाटकात निसटून जाण्याचा निश्चय केला व त्यानुसार आपले निवडक अधिकारी व सेनानी घेऊन त्यांनी २६ सप्टेंबर १६८९ रोजी कर्नाटकातील जिंजीकडे प्रयाण केले.[१९]

रायगडावर येसूबाईंची असहायता

इकडे रायगडाचा वेढा दिवसेंदिवस अधिकाधिक आवळत गेला. किल्ल्यातील शिबंदी प्राणपणाने किल्ला लढवीत होती! वेळीअवेळी मोर्च्यावर हल्ले करीत होती; शत्रूचे हल्ले परतवून लावत होती. जुल्फिकारखानाने दमदमे उभारून गडावर तोफांची सरबत्ती सुरू केली होती.[२०] पण अशा तोफांच्या मारगिरीस जुमानणारा तो गड नव्हता. कित्येक महिने त्याने शत्रूस दाद दिली नसती.

तथापि, स्वराज्यातील परिस्थितीच अशी बिघडत गेली की गडावरील येसूबाईंसह शिबंदींची असहायता पराकोटीस पोहोचावी. किल्ल्यामागून किल्ले व ठाण्यामागून

ठाणी शत्रूच्या हाती पडू लागली. जेधे शकावलीमधील या संदर्भातील एक नोंद फार बोलकी आहे. ती म्हणते, 'ते वर्षी कुल (सर्व) गड मोगलें घेतले.' सह्याद्रीच्या दक्षिण भागातील विशाळगड, रांगणा, गगनगड हे काही मोजकेच किल्ले सोडल्यास महाराष्ट्रातील मराठ्यांचे जवळजवळ सर्व किल्ले मोगलांच्या हाती आले. मराठ्यांच्या बाजूवर सर्वत्र अंधकार पसरत होता.

अशा परिस्थितीत रायगडावरील मंडळीत एकच समाधान होते. ते म्हणजे राजकुटुंबातील राजाराम महाराज रायगडावरून निसटून कर्नाटकाकडे गेले होते. म्हणजे रायगड जेर होऊन शत्रूच्या ताब्यात देण्याची परिस्थिती यदाकदाचित निर्माण झालीच तर सर्वच राजकुटुंब कैद होणार नव्हते. पण हेही समाधान फार काळ टिकू शकले नाही. जिंजीच्या मार्गावर असता तुंगभद्रेच्या काठी शिमोगा या ठिकाणी मोगलांचा सरदार सय्यद अब्दुल्लाखान बाऱ्हा याने राजाराम महाराजांवर छापा टाकला असून त्यांस कैद करून महाराष्ट्रात बादशाही छावणीकडे आणले जात आहे, अशी वार्ता लवकरच सर्वत्र पसरली.[२२] ही वार्ता रायगडावरील मंडळींना समजण्यास फारसा अवधी लागला नसावा. खुद्द जुल्फिकारखानानेही ही वार्ता किल्ल्यात पोहोचविण्याची व्यवस्था केली असावी.

रायगडावरील येसूबाई व इतर मंडळी यांचे नीतिधैर्य उच्च कोटीतील होते यात शंका नाही. पण त्यांच्यावर कोसळलेली संकटेच इतकी जबरदस्त होती की, अशा त्यांच्या नीतिधैर्याचाही त्या संकटाच्या दबावाखाली चुराडा व्हावा. सर्व राज्य पत्त्यांचा बंगला कोसळावा त्याप्रमाणे कोसळलेले; ठाणेदार-वतनदार शत्रूचा कौल घेऊन शरण गेलेले; एका छत्रपतींची हत्या झाली म्हणून दुसरा छत्रपती उभा केला, तोही कर्नाटकाच्या वाटेवर पकडला गेला; अशा अत्यंत भयाण परिस्थितीत आता आपण रायगड फार काळ लढवू शकणार नाही, असे येसूबाई व किल्ल्यातील शिबंदी यांना वाटल्यास ते स्वाभाविक होते. परिणामी, मोगलांच्या प्रचंड सामर्थ्यासमोर किल्ला जेर होऊन तो त्यांनी जिंकून घेतल्यावर मग दयेची याचना करण्यापेक्षा त्याआधीच सन्माननीय वाटाघाटी करून तो ताब्यात देणे अधिक श्रेयस्कर, हा विचार रायगडावर बळावत गेला. प्राप्त परिस्थितीत येसूबाईंसमोर अन्य पर्यायही उरला नव्हता. वेढा घालून बसलेल्या जुल्फिकारखानानेही येसूबाईंच्या या असहायतेचा अचूक फायदा उठवून तहाच्या वाटाघाटी सुरू करण्यात पुढाकार घेतला.

वाटाघाटी कशा झाल्या?

रायगड मोगलांच्या ताब्यात देण्याविषयी वाटाघाटी कशा सुरू झाल्या याविषयी मल्हार रामरावाच्या बखरीच्या वृत्तान्ताशिवाय दुसरा आधार नाही. मल्हार रामराव सांगतो, ''किल्लेकरी यांणी झुंजणे, मोर्च्यावर पडणे इत्यादि शर्त करणे ती केली.

दाहा महिने किल्ला भांडविला. बाहेरील कुमक येणे राहिले. राजारामसाहेब चंदीकडे सर्व कारभारीसह निघोन गेले. शह भारी. परिणाम नाही. तेव्हा जुल्फिकारखान यांणी सांगून पाठविले की 'सर्व सरदार व राजाराम गेले. संभाजीराजे यांचे इलाका (कुटुंब) यास काडीइतके भय नाही.' बेगम इजलाही समजले. तिने पादशाहाशी बोलविले की 'तो (शाहू) बेटा माझा. त्यास अभय कौल देऊन आणावे.'

"हे सर्व येसूबाईसाहेबांस सांगून पाठविले. तेव्हा बाईसाहेब बोलिली, 'असे सापडलो म्हणजे आधीच अविंध, त्यात द्वेषी. चांगले नाही. जुल्फकारखान यांचे इमान प्रमाण करून त्यांचा आश्रय करावा हे उत्तम दिसते व बेगमेचेही निरोप आदरयुक्त आले. तेच साधन करावे आणि जाऊन भेटावे.' ऐशी मसलत सर्वांच्या विचारे करून जुल्फकारखान यांशी राजकारण बळावले. त्यात बेगमेसही निरोप पाठवून पक्के केले. तिचे इमान आश्वासन आणिले. आणि महाराज (शाहू) उतरून आणून खानाचे मांडीवरि बसविले. 'याचे वडील, चुलते ते सर्व सोडून गेले. सर्वांविशी वडील तुम्ही आहां' असे म्हटलियावरि त्यांणिहि 'येवेशि याउपरि तुम्ही खतरा न करणे. याचे जिवास व अबरूस कदापि धक्का लागू देणार नाही' म्हणून कुराण उचलून दिले. खातरजमा केली."[२३]

येसूबाई व शाहूराजे यांना कैद करून बादशाही छावणीत नेल्यानंतर तेथे असणाऱ्या झिन्नतुन्निसा बेगम या बादशहाच्या कन्येने त्यांना मोठ्या आस्थेने वागविले, ही गोष्ट खरी आहे. या पार्श्वभूमीवर बखरकाराने बेगमेचे पात्र आपल्या कथानकात जरी आणले असले तरी प्रत्यक्ष बेगमेचा इथे फारसा संबंध नव्हता. जुल्फिकारखान व येसूबाई यांच्या दरम्यान ज्या वाटाघाटी झाल्या, त्याविषयीचे बखरकाराचे संवाद जरी काल्पनिक असले तरी त्यामधील आशय खोटा नाही. तो ऐतिहासिक सत्याला धरूनच आहे. या प्रसंगी येसूबाईंच्या मनात कोणते विचार होते, कोणत्या परिस्थितीत त्या रायगड द्यावयास तयार झाल्या, याचे उत्तम दिग्दर्शन बखरकाराच्या या वृत्तान्तावरून मिळते.

रायगड कौल - करार करून दिला

रायगडावर कोणी सूर्याजी पिसाळ नावाच्या किल्लेदाराने फितुरी केली व त्याने स्वामिद्रोह करून गडाचे दरवाजे उघडल्यानंतर येसूबाईंनी मजबूर होऊन गड आपल्यासह शत्रूच्या ताब्यात दिला; ही जी कथा सांगितली जाते त्यास कागदोपत्री काहीच आधार नाही. रायगड आपल्या ताब्यात द्यावा, राजकुटुंबास सन्मानाने वागवू, अशा प्रकारच्या आश्वासक वाटाघाटी जुल्फिकारखानाने सुरू करून इमान प्रमाण करून किल्ला जिंकल्याचे केवळ आमचा बखरकार मल्हार रामराव चिटणीस हाच सांगतो असे नाही, तर तत्कालीन मोगली गोटातील इतिहासकारही अशीच साक्ष देतात.

ईश्वरदास नागर हा मोगलांच्या बाजूचा आहे. तो म्हणतो, "जुल्फिकारखान याने किल्ल्याला चहुबाजूंनी वेढले. किल्ल्याच्या वाटा त्याने बंद केल्या आणि दमदमे बांधून किल्ल्यावर तोफांचा मारा सुरू केला. किल्ल्यातील लोकांची स्थिती कठीण झाली. किल्ला मोगलांच्या हवाली केल्याशिवाय गत्यंतर नाही, असे पाहून किल्लेदारांनी जुल्फिकारखानाबरोबर तहाचे बोलणे लावले. त्यांनी मोगलांकडून अभय मागितले. कौल करार झाल्यावर संभाजीची बायकामुले आणि किल्ल्यातील इतर मंडळी मोगलांच्या छावणीत आली."[२४] मोगलांचा दुसरा इतिहासकार भीमसेन सक्सेना म्हणतो की, जुल्फिकारखानाच्या वेढ्यामुळे रायगडावरील शिबंदी इतकी मेटाकुटीस आली होती की, त्यांना किल्ला मोगलांच्या हाती देण्याशिवाय पर्याय राहिला नाही.[२५] याचा अर्थ रायगडावरील लोकांनी मजबुरीने किल्ला दिला, फितुरीने नाही!

या संदर्भात मराठ्यांच्या बाजूवर तत्कालीन अस्सल असे एक महत्त्वाचे साधन उपलब्ध आहे. ते म्हणजे जेधे शकावली. त्यामध्ये स्पष्टच नमूद केले आहे, 'कार्तिक मासी सला करून मार्गसीर्ष शुध २ रविवारी रायगड मोगलास दिल्हा.'[२६] याचा अर्थ ऑक्टोबरच्या शेवटच्या आठवड्यात रायगडासंबंधी वाटाघाटी होऊन करार झाला व नंतर ३ नोव्हेंबर १६८९ रोजी रायगड येसूबाईंनी मोगलांच्या ताब्यात दिला. येथे फितुरीचा संबंध येतोच कुठे?

तरीसुद्धा या संदर्भात सूर्याजी पिसाळाच्या फितुरीच्या आख्यायिकेची आपण दखल घेतली पाहिजे. सूर्याजी हा वाई परगण्यातील ओझर्डे गावाचा पाटील. अनेक खटपटी-लटपटी करणारा हा सूर्याजी रायगडाला वेढा पडला त्या वेळी तो मोगलांना मिळाला होता, एवढेच नव्हे तर खानाच्या सैन्यात राहून तो किल्ल्याला मोर्चे लावून बसला होता. अशा स्थितीत किल्ल्यातील शिबंदींशी खानाच्या वाटाघाटी सुरू झाल्या, त्या वेळी खानाने त्याला स्थानिक माहीतगार मराठा माणूस म्हणून मध्यस्थीसाठी नेमले. खानाच्या छावणीतून किल्ल्यावर व किल्ल्यावरून खाली खानाच्या छावणीत एकमेकांच्या निरोपांची देवाणघेवाण करणारा हा सूर्याजी पुढे आपण गड घेऊन देण्यात खूप कष्ट घेतल्याची फुशारकी मारू लागला! त्यातूनच त्याच्या फितुरीची कथा निर्माण झाली. (सूर्याजी पिसाळाच्या या तथाकथित फितुरीवर एक खास लेख प्रस्तुत ग्रंथात समाविष्ट केलेला आहे. जिज्ञासूंनी तो अवश्य पाहावा.)

रायगडचे कैदी बादशाही छावणीत

रायगड मोगलांनी काबीज केला त्या वेळी जुल्फिकारखानाच्या लष्करात सरअफराजखान, सय्यद यादगार, हुसेनखान, सय्यद अज्मतुल्लाखान, गजनफरखान,

खैरअंदेशखान, द्वारकादास इ. अनेक मोगल सरदार उपस्थित होते.[२७] खानाने अब्दुर्रहीमखान या आपल्या अधिकाऱ्यास किल्ल्यावर जाऊन तेथील संपत्ती जप्त करण्याचे काम सांगितले.[२८]

खानाशी झालेल्या कराराप्रमाणे राणी येसूबाई, शाहूराजे, सकवारबाई (शिवाजी महाराजांची हयात असलेली एकमेव राणी), संभाजी महाराजांच्या नाटकशाळा, त्यांचे मानसिंग व मदनसिंग हे दोन अनौरस पुत्र व गडावरील इतर प्रमुख अधिकारी मंडळी मोगलांच्या ताब्यात राजकीय कैदी म्हणून गेली.[२९] ठरल्याप्रमाणे खानाने त्यांना सन्मानाने वागविले.

आपल्या पुत्राने मराठ्यांची राजधानी जिंकल्याची विजयी वार्ता असदखानाने बादशहाला प्रथम सांगितली. बादशहाने त्यास खिलतीची वस्त्रे देऊन छावणीत विजयाचे चौघडे वाजविण्याचा हुकूम दिला. सर्व उमरावांनी बादशहाची भेट घेऊन या विजयाप्रीत्यर्थ दरबारात नजरा पेश केल्या. पुढे १५/२० दिवसांनी खुद्द जुल्फिकारखान रायगडाच्या राजबंद्यांना घेऊन बादशहासमोर हजर झाला – (२३ नोव्हेंबर १६८९). रायगडावरील लुटीचे जडजवाहिरांनी खच्चून भरलेले दोन मोठे पेटारे त्याने बादशहासमोर ठेवले! बादशहाने खानाच्या या विजयाबद्दल परमसंतोष व्यक्त करून त्याचा मोठा गौरव केला. त्यास तीन हजारी मनसबदारी, खिलतीची वस्त्रे, घोडा, धनुष्यबाण, रोख तीस हजार रुपये आणि जुल्फिकारखान ही पदवी बहाल करण्यात आली![३०]

येसूबाई व शाहूराजे यांना बादशाही छावणीतही इज्जतीने वागविले गेले. बादशहाच्या निवासस्थानास गुलालबार म्हणत असत. या गुलालबाराच्या आवारातच येसूबाई, शाहूराजे व इतर राजपरिवार यांचे तंबू देण्यात यावेत, अशी बादशाही आज्ञा केली. त्याप्रमाणे त्यांची सोय केली गेली. तसेच प्रत्येक राजबंद्याच्या दर्जाप्रमाणे त्याचे तनखे बांधले गेले. शाहूराजे यांना सात हजारी मनसबदारी देण्यात येऊन 'राजा' ही पदवी बहाल झाली. याशिवाय खिलतीची वस्त्रे, रत्नजडित खंजीर, आरसी, घोडा, हत्ती, ध्वज, नगारे आणि नौबतीचा मान याही बाबी बादशाही कृपेने मिळाल्या. शाहूराजांच्या सरंजामाची व्यवस्था पाहण्यासाठी व शिक्षणाच्या सोयीसाठी खास अधिकारी नेमले गेले. संभाजी महाराजांच्या मानसिंग व मदनसिंग या दोन अनौरस पुत्रांनाही त्यांच्या योग्यतेनुसार मनसबी दिल्या गेल्या. त्यांनी आपली आई व आजी यांच्यासमवेतच राहावे, अशी आज्ञा केली. खेळोजी, रामाजी जानोजी (?) यांच्यासारखे काही मराठे सरदार राजपरिवाराबरोबर मोगली छावणीत आले होते. त्यांनाही त्यांच्या त्यांच्या योग्यतेप्रमाणे सरंजाम दिला गेला.[३१]

मल्हार रामराव सांगतो की, येसूबाई व शाहूराजे बादशाही छावणीत गेल्यावर बेगमेने (झिन्नतुन्निसा) त्यास आपला बेटा म्हणून अलंकार, घोडी व हत्ती भेट दिले;

आणि ती नित्य समाचारास येऊ लागली.[३२] मल्हार रामरावाचे हे विधान तथाकथित संभाजी-बेगम प्रणयकथेवर आधारित आहे. या प्रणयकथेस इतिहासात काही आधार नाही. असे असले तरी येसूबाईसारख्या दुर्दैवी राजस्त्रीस व शाहूराजासारख्या असहाय राजपुत्रास पाहून बादशहाच्या या कन्येच्या हृदयात कणव उत्पन्न झाली असावी आणि तिने शक्य तितक्या आस्थेने व सहानुभूतीने त्यांना वागविले असावे, असा तर्क करण्यास जागा आहे. पण त्यासाठी संभाजी-बेगम प्रणयकथेचा आधार घेतलाच पाहिजे असे नाही!

राजाराम महाराजांच्या कैदेची बातमी खोटी!

तुंगभद्रेच्या तीरावर सय्यद अब्दुल्लाखान बाऱ्हा याने राजाराम महाराजांवर छापा टाकून त्यांना गाठले खरे, पण उडालेल्या चकमकीच्या गोंधळात महाराजांनी वेषांतर करून शत्रूच्या हातावर तुरी दिल्या आणि ते अशा बेमालूमपणे निसटून गेले की शत्रूस काहीच सुगावा लागू शकला नाही. तुंगभद्रेवर अनेक मराठे कैद झाले. त्यात राजाराम महाराज असल्याची खानाची समजूत झाल्याने त्याने त्वरेने ती वार्ता बादशाही छावणीकडे धाडली. बादशाही छावणीत आनंदीआनंद पसरून बादशहाने हमीदुद्दीदखान या सरदारास राजाराम महाराजांना आणण्यासाठी धाडलेसुद्धा! पण बादशहाच्या दुर्दैवाने ती वार्ता खोटी ठरली![३३]

राजाराम म्हणून पकडलेली व्यक्ती दुसरीच निघाली! तिकडे राजाराम महाराज मार्गातील अनेक अडचणींवर मात करत १ नोव्हेंबरास जिंजीत सुखरूप पोहोचले! इकडे रायगड दोनच दिवसांनी म्हणजे ३ नोव्हेंबरास शत्रूच्या ताब्यात दिला गेला! रायगडावरील शिबंदीस कसे माहीत होणार की राजाराम महाराज सुखरूप असून ते जिंजीस पोहोचलेसुद्धा आहेत. इतक्या लांब अंतरावरच्या वार्ता महाराष्ट्रात पोहोचण्यात त्या काळी महिना दोन महिन्यांचा अवधी लागत असे. अशा परिस्थितीत राजाराम महाराजांच्या कैदेच्या वार्तेने मराठ्यांच्या बाजूवर जे काही नुकसान व्हायचे ते होऊन गेले! शत्रूच्या तोफांच्या माऱ्याला न जुमानणारा रायगड या वार्तेने मात्र खचून गेला!

दुःखद पर्वाचा अंत असा झाला!

संकटे यायला लागली की एकामागून एक याप्रमाणे येतात हे खरे; पण हेही त्याहून खरे की ती कायमची मुक्कामाला नसतात. म्हणून अशा संकटांना न डगमगता त्यांच्यावर मात करणे हाच खरा राष्ट्रनेत्यांचा पुरुषार्थ असतो. असा पुरुषार्थ त्या काळी राजाराम महाराज, प्रल्हाद निराजी, रामचंद्रपंत, शंकरजी नारायण, संताजी घोरपडे, धनाजी जाधव प्रभृतींनी दाखविला ही या दुःखद पर्वाची तेजस्वी बाजू होती. आकाश फाटल्यासारखी स्थिती झाली तरी ही मंडळी मनाने खचून गेली

नाहीत. राज्य गेले, राजधानी गेली, लष्कर विस्कळीत झाले, हाती किल्ले-ठाणी नाहीत, खजिना नाही, नवा राजा परागंदा होऊन पाचशे मैल दूर गेलेला; अशाही अवस्थेत ही मंडळी हाताशी असलेल्या साधनांनिशी व लोकांनिशी शत्रूशी लढत राहिली! जिद्दीने संघर्ष करीत राहिली! कोणत्याही स्थितीत शरण जायचे नाही, या निर्धाराने झुंजत राहिली!

असा निर्धार, अशी जिद्द ज्या समाजाजवळ असते, त्यांच्या विजयाचा उषःकाल फार दूर नसतो! याचे प्रत्यंतर लवकरच मराठ्यांनाच नव्हे, तर त्यांच्या शत्रूससुद्धा आले! संभाजी महाराजांच्या हत्येने व रायगडाच्या पाडावाने किंचित्काल दिङ्मूढ झालेल्या मराठ्यांनी स्वतःस लगेच सावरले आणि शत्रूने काबीज केलेले गडकोट पुन्हा जिंकण्याचा सपाटा लावला! तिकडे कर्नाटकात जिंजी किल्ल्यात राजाराम महाराजांनी नवी राजधानी स्थापन करून आपले आसन स्थिर केले; इतके की मार्च १६९० मध्ये केसो त्रिमल या आपल्या सरदाराबरोबर महाराजांनी १५ हजार घोडदळ, २५ हजार पायदळ व एक लाख रुपयांचा खजिना इतकी प्रचंड साधनसामग्री महाराष्ट्रात धाडली![३४]

परिणामी, महाराष्ट्रातील रामचंद्रपंत, शंकरजी नारायण, संताजी घोरपडे व धनाजी जाधव या चौघांनी पन्हाळा-विशाळगडापासून राजगड-तोरण्यापर्यंत स्वराज्याचा मुलूख शत्रूच्या विळख्यातून सोडविला. संगमेश्वर, पाटण, वाई, प्रतापगड, रोहिडा, राजगड, तोरणा इत्यादी अनेक गडकोट त्यांनी मोगलांना मार देऊन त्यांच्या ताब्यातून सोडवून घेतले. एवढेच नव्हे तर स्वराज्याच्या मुलखांत मोठ्या दिमाखाने वावरणाऱ्या सर्जाखानासारख्या नामांकित सरदारांना धूळ चारून लाख लाख रुपयांची खंडणी त्यांनी वसूल केली! अशी या कालातील मराठ्यांच्या पराक्रमाची व शौर्याची किती उदाहरणे सांगावीत! आणि हे सर्व पराक्रम मराठ्यांनी रायगड पडल्यानंतर अवघ्या सहा महिन्यांच्या आत करून दाखविले होते! केवळ प्रचंड आत्मविश्वासाच्या जोरावर! निस्सीम स्वातंत्र्यप्रेमाच्या बळावर!

या काळातील २२ मार्च १६९० चे कर्नाटकातून राजाराम महाराजांनी महाराष्ट्रातील बाजी सर्जेराव जेधे या सरदारास पाठविलेले एक पत्र पाहण्यासारखे आहे. त्यात महाराज काय म्हणतात ते पाहा – **'गनिमाचा हिसाब काय आहे? तुम्ही लोक जेंव्हा मनावरी धरिता तेव्हा गनीम तो काय आहे? गनिमाला तुम्ही लोकी केला आहे. ते तुम्हीच लोक या राज्याची पोटतिडीक धरिता तेव्हा अवरंगजेबाचा हिसाब धरीत नाही... ईस्वर करतो तरी फत्तेच आहे!'**[३५] केवढ्या प्रचंड आत्मविश्वासाने राजाराम महाराजांनी हे पत्र लिहिले आहे! जेव्हा हिंदवी स्वराज्यातील सामान्य मराठा पोटतिडकीने स्वराज्याच्या रक्षणासाठी शत्रूशी लढायला उभा राहतो, तेव्हा मराठ्यांच्या राजाने 'अवरंगजेबाचा हिसाब धरीत नाही' असे उद्गार न काढले

तरच नवल! या उद्गारातच रायगडच्या पाडावाच्या दु:खद पर्वाचा अंत झाला होता.

(पूर्वप्रसिद्धी : भारतीय इतिहास आणि संस्कृति, पुस्तक २४, १९७० - सुधारित)

संदर्भ टिपा

१. मोगल-मराठा संघर्ष, पृ. ३०-३१
२. चिटणीस घराण्याची संक्षिप्त माहिती, पृ. ६
३. शिवचरित्र प्रदीप, पृ. ३५.
४. मोगल-मराठा संघर्ष, पृ. ३२-३३
५. कित्ता, पृ. ६९
६. कित्ता-महाडवरून जुल्फिकारखानाने शहाजादा आज्जम यास लिहिलेले पत्र उपलब्ध आहे – तथापि त्यावरील तारखेत काही गफलत झाली आहे.
७. कित्ता, पृ. ६९-७०
८. हंबीरराव मोहिते सरलष्कर याचे नाव अनेक फारसी साधनांत येते. राजाराम-ताराबाई कालातील हा मराठ्यांचा प्रमुख सरदार दिसतो. दुर्दैवाने त्याच्या संबंधीची फारशी माहिती मराठी कागदपत्रांत सापडत नाही.
९. मोगल-मराठा संघर्ष, पृ. ३३
१०. शिवचरित्र प्रदीप, पृ. ३५.
११. मोगल-मराठा संघर्ष, पृ. ३३
१२. रायगडची जीवनकथा, पृ. ३, १२; रायगड दर्शन, पृ. १९
१३. चिटणीसविरचित छत्रपती राजाराम महाराज यांची बखर, पृ. २-३
१४. शिवचरित्र प्रदीप, पृ. ३५. राजाराम आपल्या भावाच्या कबिल्याला मागे ठेवून आपल्या सुखासाठी स्वत:च्या बायका घेऊन पळून गेला, अशी नोंद मोगलांचा इतिहासकार साकी मुस्तैदखान करतो – (मराठे व औरंगजेब, पृ. ४३). बादशाही छावणीत पोहोचल्यावर येसूबाईने बादशहासमोर आपल्या असहाय स्थितीचे जे निवेदन केले, त्यावर साकीचे हे विधान आधारित आहे. दिराने आपणास फसविले आहे, अशीच भूमिका येसूबाईंनी शत्रूच्या गोटात घेतली होती. शिवछत्रपतींची ही सून डावपेचांत कमी पडणारी नव्हती, हेच यावरून दिसून येते.
१५. मोगल-मराठा संघर्ष, पृ. ७०
१६. ऐतिहासिक साधने, पृ. ८३, ११३
१७. History of Aurangzib, Vol. V, p.18
१८. चिटणीसविरचित छत्रपती राजाराम यांची बखर, पृ. ३४-३६
१९. शिवचरित्र प्रदीप, पृ. ३५
२०. चिटणीसविरचित छत्रपती संभाजी महाराज यांची बखर, पृ. ३०; मोगल-मराठा संघर्ष पृ. ३३
२१. शिवचरित्रप्रदीप पृ. ३५

२२. मराठे व औरंगजेब, पृ. ४४
२३. चिटणीसविरचित छत्रपती संभाजी महाराज यांची बखर, पृ. ३०-३१
२४. मोगल-मराठा संघर्ष, पृ. ३३-३४
२५. मोगल आणि मराठे, पृ. १००
२६. शिवचरित्र प्रदीप, पृ. ३५
२७. मोगल आणि मराठे, पृ. ३४
२८. मराठे व औरंगजेब, पृ. ४५
२९. रायगडावर कैद झालेल्या व्यक्तींविषयी भिन्नभिन्न वृत्तान्त आढळतात : १) संभाजीची मुले शिवाजी (शाहू), मानसिंग, मदनसिंग, संभाजीची बायको, आई आणि शहाजादा अकबर याची सोळा माणसे – मुगल व मराठे, पृ. ३४-३५; २) संभाजी व राजाराम यांच्या आया, बायका, मुली आणि मुले – मराठे व औरंगजेब, पृ. ४५; ३) शिवाजी (शाहू), मदनसिंग, येसूबाई व एकदोन नाटकशाळा – चिटणीसविरचित छत्रपती संभाजी महाराज यांची बखर, पृ. ३१
३०. मराठे व औरंगजेब, पृ. ४५; मोगल व मराठे, पृ. ३४
३१. मराठे व औरंगजेब, पृ. ४६; मोगल व मराठे, पृ. ३४
३२. चिटणीसविरचित छत्रपती संभाजी महाराज यांची बखर, पृ. ३१
३३. मराठे व औरंगजेब, पृ. ४४
३४. मराठ्यांच्या इतिहासाची साधने, खं. १५, पृ. ३७६-३७८
३५. कित्ता, पृ. ३७७-३७८

◆

सूर्याजी पिसाळ आणि वाईची देशमुखी

सूर्याजी पिसाळ याचे नाव घेताच त्याची रायगडाची फितुरी डोळ्यांसमोर येते. सूर्याजी व फितुरी या दोन शब्दांचा अन्योन्य संबंध एवढा घनिष्ट वाटतो की आजही स्वजनद्रोही इसमास आपण 'सूर्याजी पिसाळा'ची उपमा देऊन रिकामे होतो. अशा या सूर्याजीच्या आणि त्याच्या फितुरीशी निगडित असणाऱ्या वाईच्या देशमुखीच्या कथेची चर्चा प्रस्तुत लेखात करायची आहे.

रियासतकारांनी दिलेली आख्यायिका

मराठ्यांच्या इतिहासाचे सुप्रसिद्ध लेखक रियासतकार गोविंद सखाराम सरदेसाई यांनी आपल्या रियासतीच्या 'स्थिरबुद्धी राजाराम' या खंडात सूर्याजी पिसाळाची पुढील आख्यायिका उद्धृत केलेली आहे -

'शौर्यादि गुणांत मराठे कोणासही हार जाणारे नाहीत; त्यांचे मरण गळेकापू स्वभावात आहे, हा प्रकार रायगड किल्ल्याचे बाबतीत चांगला निदर्शनास आला. किल्ला इतका दुर्भेद्य की लढून तो बहुधा मोगलांस प्राप्त झाला नसावा. वेढा घालून आठ महिने झाले, तथापि ईतिकादखानाचे (जुल्फिकारखानाचे) पाऊल यत्किंचित पुढे पडेना. बादशहाने त्यास सारखी निकड लाविली; आणि त्याच्या मागणीप्रमाणे सामान फौजा सर्व काही तयार करून पाठविले. तेव्हा खानाने कपटविद्येचा प्रयोग केला. सूर्याजी पिसाळ हा एक हुशार गृहस्थ वर किल्ल्याचे बचावास होता. त्यास वाईची देशमुखी देण्याचे आमिष दाखवून खानाने फितूर केले. किल्ल्याचे दरवाजे उघडून सूर्याजीने मार्गशीर्ष शु. २ रविवार, ता. ३-११-१६८९ रोजी मोगलांना आत प्रवेश करून दिला. त्या वेळी येसूबाईची अवस्था काय झाली असेल, याची कल्पनाच केलेली बरी. जिवास अपाय करणार नाही, अशी खानाकडून शपथ घेववून नशिबास बोल लावीत ती मुलामंडळीसह खानाचे स्वाधीन झाली.'[१]

इतिहासातील अनेक आख्यायिका समाजमनात इतक्या पक्क्या रुजतात की

कालांतराने त्यांचा ऐतिहासिक सत्य म्हणून सर्वत्र स्वीकार होतो. अशीच ही उपरोक्त आख्यायिका होय. मराठ्यांच्या इतिहासात रायगडची फितुरी करून अत्यंत गंभीर गुन्हा केलेल्या या सूर्याजीच्या भूमिकेची चर्चा चिकित्साही तेवढ्याच गंभीरपणे करायला हवी. तत्कालीन कागदपत्रांचा शोध घेऊन ऐतिहासिक सत्याचा मागोवा घ्यायला हवा.

सूर्याजी : कोण जातीचा वतनदार?

सूर्याजी पिसाळ हा वाई परगण्यातील ओझर्डे गावचा पाटील. पाटील म्हणजे गावचा मुख्य वतनदार, पण परगण्याचा विचार करता लहान वतनदार. तशी परगण्यातील एका गावची अर्धी देशमुखी सूर्याजीला वाटणीस येत होती. पण तेवढ्यावर तो समाधानी नव्हता. संपूर्ण वाई परगण्याचा देशमुख वतनदार बनण्याची त्याला महत्त्वाकांक्षा होती. त्याच्या सुदैवाने संभाजी महाराजांच्या हत्येनंतर महाराष्ट्रात जी अभूतपूर्व गोंधळाची परिस्थिती निर्माण झाली, तिचा पुरेपूर फायदा त्याने उठविला. सूर्याजीच्या ठिकाणी संधिसाधू राजकारणी वृत्ती इतकी भिनली होती की वाईच्या देशमुखीशी त्याचा अर्थाअर्थी काहीही संबंध नसता, त्याने तो संबंध जोडला; त्या संबंधाच्या बळावर त्याने वाईची अर्धी देशमुखी हडप केली; पुढे तेवढ्यावरच समाधानी न राहता मूळ मालकाला बाजूला सारून संपूर्ण देशमुखीच आपल्या नावे करून घेतली! ती पचेना तेव्हा अर्ध्या देशमुखीवर तडजोड केली!

रामचंद्रपंत अमात्याने जो 'आज्ञापत्र' नावाचा ग्रंथ रचला आहे त्यामध्ये 'वतनदार' नावाचे एक प्रकरण आहे. वतनदाराची मूल-प्रकृती कशी असते, हे सांगताना रामचंद्रपंत लिहितो, 'आहे वतन इतकयावर कालक्रमणा करावी, सर्व देशाचा स्वामी म्हणजे राजा. त्यासी निष्ठेने वर्तावे, कोण्हाचा अन्याय न करावा, हे यांची बुद्धी नाही. नूतन संपादावे, बलकट व्हावे, बलकट जाले म्हणजे येकाचे घ्यावे, दावे दरवडे करावे हा यांचा सहज हव्यास राजशासन होईल हे जाणोन आगोधर दुसरियाचा आश्रय करितात, स्थले बांधितात; त्या बले वाटा पाडतात, देश मारतात; समई जिवाचीहि तमा धरीत नाहीत; परचक्र आले म्हणजे वतनाच्या आशेने आगोधर सूलूख करिताते; स्वता भेटतात, तिकडील भेद इकडे, इकडील भेद तिकडे करून राज्यात शत्रूचा प्रवेश करितात. मग तेच राजाचे अपायभूत होऊन दुःसाध्य होऊन जातात.''[२] पंत अमात्य जेव्हा 'वतनदार' प्रकरण लिहीत होता तेव्हा त्याच्या डोळ्यांसमोर महाराष्ट्रातील सूर्याजी पिसाळासारख्या अनेक संधिसाधू वतनदाराचे दाखले तरळत असणार हे उघड आहे. अमात्याने उपरोक्त परिच्छेदात वर्णन केलेल्या वतनदाराच्या दुर्गुणांत सूर्याजी कुठे कमी पडणारा नव्हता, एवढेच नव्हे तर त्याच्या ठिकाणी एकदोन दुर्गुण अधिकच होते, असे त्याचे चरित्र तपासल्यावर

दिसून येते!

सच्च्या वतनदाराची खरी कुचंबणा

शिवकालीन समाज खालपासून वरपर्यंत अनेक वतनांनी बद्ध झालेला वतनाधिष्ठित समाज होता. वतनदार असणे ही त्या कालातील मोठी प्रतिष्ठेची बाब समजली जात होती. वतन मिळविण्यासाठी काय केले जात नव्हते? तत्कालीन वतनी कागदपत्र पाहिले की दावे-दरवडे, खून-मारामाऱ्या, खोट्या साक्षी, खोटे निवाडे अशा शेकडो खटपटी करताना ही वतनदार मंडळी दिसतात.

सर्वच वतनदार असे होते, असे नाही. काही वतनदारांनी शिवछत्रपतींच्या स्वराज्य-साधनेत त्यांना मोठी साथ दिल्याची उदाहरणे आपणास ज्ञात आहेत. काहींनी स्वराज्याशी इमानी राहून अनेक शौर्याची कामे करून दाखविली होती. पण अशा वतनदारांची खरी कुचंबणा औरंगजेबाच्या स्वराज्यातील स्वारीनंतर झाली. मोगली फौजा स्वराज्यात घुसून जेव्हा विविध परगण्यांत ठाणी बसवू लागल्या तेव्हा या सच्च्या वतनदारांसमोर इकडे आड तिकडे विहीर असा पेचप्रसंग निर्माण झाला. आक्रमक मोगलांना न भेटावे तर वतनावर पाणी सोडण्याचा प्रसंग, भेटावे तर स्वामी-द्रोहाचे पातक! स्वराज्याशी एकनिष्ठ राहावे तर मोगली सत्तेपुढे टिकाव न लागून परागंदा होण्याशिवाय पर्याय नाही! बरे असे परागंदा व्हावे तर आपल्याच भाऊबंदांपैकी कोणी पुढे होऊन मोगलांना भेटून आपले वतन हडप करण्याचा धोका! मोगलांना परगण्यात अंमल शक्य तितक्या लवकर स्थिर करण्याशी मतलब! जो त्यांच्याशी सहकार्य करावयास तयार, त्याला ते वतनदार बनविण्यास राजी! संभाजी हत्येनंतर असे अनेक तोतये वतनदार दर परगण्यात निर्माण झाले! आपले वतन अशा एखाद्या तोतयाने परस्पर हडप केल्याचे समजले की असहाय होऊन सच्च्या वतनदारास आपले वतन परत मिळविण्यासाठी मोगलांच्या दारात उभे राहावे लागे! वाईच्या सच्च्या देशमुखाची हीच गत सूर्याजी पिसाळने केल्याचे दिसून येते!

वाईच्या देशमुखीचा पूर्वेतिहास

शिवाजी महाराजांच्या कारकिर्दीत वाईच्या देशमुखीवर दत्ताजी केशवजी पिसाळ हा होता. त्यास दि. २३ जुलै १६६९ रोजी महाराजांनी दिलेला कौलनामा उपलब्ध आहे.[३] याचा पुत्र केशव दत्ताजी हा महाराजांच्या सेवेत होता. पिलाई ही केशव दत्ताजीची बायको. तो निपुत्रिक असावा. कारण सन १६८१ साली संभाजी महाराजांनी दिलेल्या अभयपत्रात पिलाईने आपला दीर गंगाजी यांचा पुत्र दत्ताजी यास दत्तक घेतलेला असून त्याला छत्रपतींची मान्यता मिळावी म्हणून विनंती केलेली

दिसते.[४] पिसाळ घराण्यातील या कागदपत्रांवरून पुढीलप्रमाणे वंशावळ तयार होते –

शिवाजी महाराज व संभाजी महाराज यांच्या कारकिर्दीतील उपरोक्त दोन कागदपत्रांचा निर्देश येथे एवढ्यासाठी केला आहे की, त्यामध्ये कुठेही सूर्याजी पिसाळाच्या पित्याचा (फिरंगोजी बिन सूर्यराव पिसाळ) दूरान्वयेही संबंध आलेला नाही, हे लक्षात यावे. वाई परगण्याच्या देशमुखी वतनावर असता दत्ताजी केशव पिसाळ हा

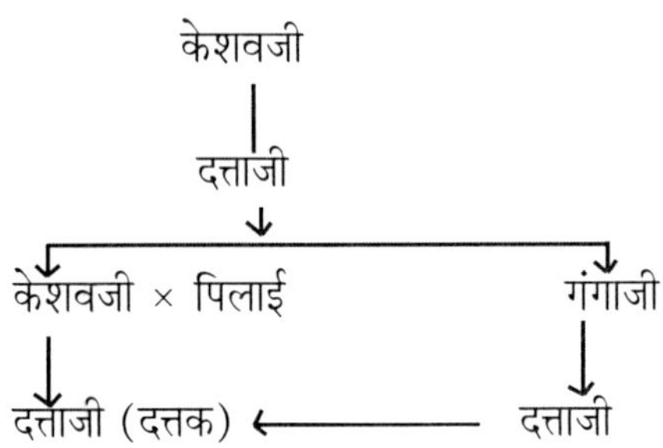

स्वराज्याशी एकनिष्ठेने वर्तत होता. खुद्द संभाजी महाराजांनी त्याचा अभिमान धरल्याचे एक महत्त्वाचे पत्र उपलब्ध आहे. त्या पत्रातील दत्ताजीविषयीचा उल्लेख त्याची मराठी दरबारी कशी प्रतिष्ठा होती, याचा निदर्शक आहे.

संभाजी महाराजच जावळीच्या विठ्ठल शंकर या सुभेदारास तंबी देतात, ''दत्ताजी केशव पिसाळ देशमुख तर्फ जोर खोरे यासी कैलासवासी स्वामींनी हक्क वतन करून दिल्हे आहे... हल्ली (तुम्ही) कुसूर देता म्हणून कळो आले. तरी हे दिवसात गनीम कोकणात पेशक. या प्रसंगे हशमाचा जमाव करावया देशमुख मशारनिल्हेस आज्ञा केली असे (असे) असता उगेच माणूस दिलगीर करावे आणि स्वामीकार्याचा नाश करावा हे कोण कारकुनी... या उपरि तरी देशमुख एकंदर रंजीस न करणे.'' (३ जाने. १६८४)[५]

अशा प्रकारे मोगली फौजांशी लढण्याच्या कामी स्वराज्यांशी एकनिष्ठ वतनदार म्हणून दत्ताजी पिसाळ संभाजी महाराजांना सहकार्य करीत असतानाच मोगलांचा स्वराज्यावर पुन्हा जोराचा हल्ला झाला –(सन १६८८).

विजापूर-गोवळकोंडा जिंकून बादशहा स्वराज्यावर चाल करून आला, त्या वेळी कोल्हापूर-कऱ्हाड-सातारा-वाई या आघाड्यांहून मोगली फौजा स्वराज्यात शिरल्या. वाई परगणा मोगलांच्या ताब्यात गेला. वाईचा ठाणेदार म्हणून न्याहरखान हा अंमलदार आला. स्वराज्याशी एकनिष्ठ असणारा दत्ताजी देशमुख स्वाभाविकच

परागंदा झाला. देशमुखी वतन मोकळे पडले. तेव्हा न्याहरखानाने ते स्वत:च बळकाविले. आता याच वेळी सूर्याजी पिसाळाचा वाईच्या देशमुखीशी संबंध येतो. तो कसा हे पाहण्यापूर्वी सूर्याजी या सुमारास काय करीत होता, याचा शोध घेऊ.

सूर्याजी जुल्फिकारखानास जाऊन मिळतो

स्वराज्यात सर्वत्र मोगली फौजांचा जोर दिसत होता. मराठ्यांची ठाणी उठून मोगलांची ठाणे वसत होती. सूर्याजीच्या मनात चलबिचल सुरू झाली. अशा घालमेलीच्या काळातच संधिसाधू व्यक्तींची चलती असते. एवढ्यात त्यास एक निमित्त मिळाले. त्याने गावचा वसूल सरकारात भरलाच नव्हता; तो त्वरित भरावा म्हणून रायगडाहून तगादा लावला गेला; तेव्हा सूर्याजी गाव सोडून जो पळाला तो थेट जुल्फिकारखानाच्या फौजेत आला. या वेळी जुल्फिकारखान बादशाही हुकुमानुसार रायगडावरील मोहिमेवर चालला होता; त्या फौजेतूनच हा सूर्याजी रायगडाच्या परिसरात आला. याचा अर्थ संभाजीराजांच्या हत्येपूर्वीच हा मोगलांना मिळाला होता!

सूर्याजीच्या मोगलांना मिळण्यासंबंधीचा तत्कालीन उल्लेख असा आहे – 'सूर्याजी पिसाळ बिरादर मोकदम मौजे वोझर्डे हा पूर्वी गावी मोकदमी चालवित असता रायगडीहून वजाईची वरात जाली. वसूल द्यावयास मवसर नाही. याजकरिता गाव सोडून पळोन गेला. तो खान मशारनिल्हेजवळी राहिला.'[६]

रायगडाच्या पाडावातील सूर्याजीची भूमिका!

रायगड कोणत्या परिस्थितीत येसूबाईंना जुल्फिकारखानाच्या हवाली करावा लागला, याची चर्चा यापूर्वीच्या लेखात येऊन गेलीच आहे. सर्वत्र निराशेचा अंधार पसरल्यावर रायगडावरील येसूबाई आदी मंडळींनी गड मोगलांच्या स्वाधीन करावयाचा निश्चय केल्यावर उभयपक्षी वाटाघाटी सुरू झाल्या. या वेळी सूर्याजी हा खानाच्या फौजेत होता. काही मावळे लोक जमा करून, त्यांना घेऊन तो वेढ्यात एका मोर्च्याच्या ठिकाणी उभा होता. अशा वेळी वाटाघाटीचा मामला सुरू होताच खानाला सूर्याजी हा मध्यस्थीसाठी सर्वार्थाने योग्य माणूस वाटला आणि वाटाघाटीची सूत्रे त्याने त्याच्यावर सोपवली. सूर्याजीने आपल्या अंगी असणाऱ्या गुणांच्या बळावर ही मध्यस्थाची भूमिका अप्रतिम बजावून खानाची कृपा संपादन केली! त्याच्या कामगिरीचा बोलबाला बादशहाच्या छावणीपर्यंत झाला! मूळ कागदपत्रांतील सूर्याजीची कामगिरी सांगणारा उताराच पुढे देत आहोत -

'तेथे रायगडचे मसलतेमुळे मनसबा करून (सूर्याजीने) मावळीयांची सरदारी केली. गडास मोर्चे लावले व दरामतीत (मध्यस्थीत) पडोन खानास गड हस्तगत करून दिल्हा. ये गोष्टीकरिता खान मशारनिल्हेची कृपा त्यावरी विशेष जाली. खान

हजरतीच्या (औरंगजेबाच्या) दर्शनास आले. तेव्हा सूर्याजीची स्तुती हजरतीपावेतो करून सिरनाहाणी करविली. हा अस्करा (ख्याती) लष्करात बहुत जाला...'[७]

सूर्याजीला मोगली छावणीत जी प्रतिष्ठा लाभली तिच्या जोरावर त्याने वाईची देशमुखी कशी बळकावली याचा वृत्तान्त पाहण्यापूर्वी त्याच्या रायगडाच्या पाडावातील भूमिकेची प्रथम चिकित्सा होणे आवश्यक आहे.

सूर्याजी हा जुल्फिकारखानाबराबेरच रायगडाच्या परिसरात आला होता. वेढा सतत सात महिने चालला होता. या काळात मावळे लोकांचा जमाव करून त्यांची सरदारी पत्करून किल्ला हल्ला करून घेण्याच्या प्रयत्नात त्याने खानास साहाय्य केलेले आहे. अशा प्रकारे खानाचा विश्वास त्याने संपादन केलेला आहे. स्वाभाविकच खानाने त्याला 'मध्यस्थ' म्हणून नेमले. दरम्यान, रायगडावरील येसूबाई आदी मंडळींनाही सूर्याजीच्या मोगली फौजेतील अस्तित्वाची जाणीव झाली असणार. वाई परगण्यातील ओझर्डे गावचा पाटील, सरकारी देणे चुकविण्यासाठी पळून गेलेला, म्हणून रायगडावरील मंडळींना त्याची ओळख होतीच. अशा वेळी किल्ल्यामधील मंडळींना विश्वासात घेऊन राजकुटुंबाच्या अब्रूस धक्का लागणार नाही, असे वचन त्याने खानातर्फे दिले असावे. एक लक्षात घेतले पाहिजे की अशा प्रकारची मध्यस्थी कोणाला नाही कोणाला तरी करावीच लागली असती. ती करण्याची संधी सूर्याजीसारख्या उलाढाली माणसास मिळाली. राज्याच्या घालमेलीच्या प्रसंगी अशी माणसे निर्माण झाल्याची अनेक उदाहरणे आहेत. अशांकडून स्वराज्याभिमानासारख्या गुणांची अपेक्षा व्यर्थ असते.

तेव्हा सूर्याजीची रायगडाच्या पाडावामधील भूमिका 'मध्यस्था'ची आहे. 'फितुरा'ची नाही! फितूर होणारा इसम फितुरीस बळी पडलेल्या बाजूचा असावा लागतो. येथे तर सूर्याजी अगोदरच शत्रूस जाऊन मिळालेला आहे. फितुरीत अंतस्थ कारवाई असते. येथे तर सर्व मामला उघड उघड आहे! जे काही राजकारण घडले ते उघड वाटाघाटीच्या रूपाने. अशी स्थिती नाही की किल्ल्याच्या संरक्षणाची जबाबदारी सूर्याजीवर असून त्याने स्वामिद्रोह करून किल्ल्याचे दरवाजे अचानक उघडून शत्रूच्या फौजेस आत घेतले व राजकुटुंब शत्रूच्या हवाली केले!

उपलब्ध पुराव्यावरून सूर्याजीचे व्यक्तिमत्त्व जे व्यक्त होते त्यावरून असा तर्क चुकीचा होणार नाही की, राजदरबारातील अशी कामे करण्यात त्याचा हातखंडा होता. जुल्फिकारखानाचा निरोप घेऊन जेव्हा तो रायगडावर गेला असेल, तेव्हा खान राजकुटुंबास दगा देणार नाही, असा विश्वास त्याने रायगडावरील मंडळीतही उत्पन्न केला असावा. आपल्यावर कोसळलेल्या संकटाला या सूर्याजीला जबाबदार धरण्यापेक्षा या मंडळींनी आपल्या दैवाला बोल लावीत, किल्ला खानाच्या हवाली केला असावा.

आपण रायगडच्या पाडावाची गोष्ट बाजूला ठेवू. स्वराज्यात इतरत्र काय

चालले होते? संभाजी महाराजांच्या वधानंतर मराठी राज्य बुडालेच असे समजून नेमाजी शिंदे, मानकोजी पांढरे, नागोजी माने, महादजी जगदाळे इ. अनेक सरदार मोगलांना मिळाले आणि त्यांनी मोगलांची सेवाचाकरी निष्ठेने सुरू केली. तेव्हा मोगलांना मिळून त्यांना स्वराज्यातील गडकोट ठाणी मिळवून देण्यात एकटा सूर्याजीच होता असे नाही. सूर्याजीच्या सुदैवाने म्हणा अगर दुर्दैवाने म्हणा, रायगडच्या वेढ्यात मोगलांकडून मध्यस्थी करण्याची जबाबदारी त्याच्यावर टाकली गेली. सूर्याजीऐवजी त्याच्या ठिकाणी म्हसवडचा नागोजी मागे अथवा मसूरचा महादजी जगदाळे असता, तर त्यांनीही तीच भूमिका बजावली असती.

आणखी एक महत्त्वाची बाब ध्यानात घेतली पाहिजे, ती म्हणजे सूर्याजीला पुढे राजाराम महाराज आणि त्यानंतर शाहू महाराज यांनी देशमुखीच्या सनदा बहाल केल्या आहेत. सूर्याजीने दगलबाजी करून रायगड राजकुटुंबासह (ज्यामध्ये खुद्द शाहू राजा होता) शत्रूच्या हवाली केला असता तर या उभय छत्रपतींनी त्याला अशा सनदा दिल्या नसत्या. सारांश, राजाराम महाराज काय अगर शाहू महाराज काय, या दोघांनीही सूर्याजीस इतर मराठा सरदारांप्रमाणे स्वराज्यावर पारखे झालेला मराठा एवढ्या मर्यादित दृष्टीनेच पाहिले होते. असे स्वराज्यावर पारखे होऊन शत्रूला मिळण्याचे प्रकार त्या काळी सरसहा होत असल्याने सूर्याजीचा हा अपराध फार गंभीर मानला गेला नाही, असाच या सर्व प्रकरणाचा निष्कर्ष आहे. आता आपण पुन्हा वाईच्या देशमुखीचे पुढे काय झाले, त्या प्रकाराकडे वळू.

सूर्याजी मोगली गोटातून देशमुखी सोडवितो

वाईच्या देशमुखीच्या वतनाविषयीची कागदपत्रे प्रथम इतिहासाचार्य राजवाड्यांनी आपल्या तिसऱ्या खंडात प्रकाशित केली. त्यानंतर काही कागदपत्रे मावजी व पारसनीस यांनी 'सनदापत्रां'त प्रकाशित केली. प्रसिद्ध इतिहास-संशोधक द. वि. आपटे यांनीही 'ऐतिहासिक संकीर्ण साहित्य, खंड ५' यामध्ये पिसाळांच्या देशमुखीची कागदपत्रे प्रसिद्ध केली आहेत. याशिवाय किरकोळ कागदपत्रेही अन्य साधन-ग्रंथातून वेळोवेळी प्रकाशात आलेली आहेत. या सर्व कागदपत्रांचा अभ्यास करीत असता एक गोष्ट नजरेत भरते की काही कागदपत्रे सूर्याजीने राजकीय दबाव आणून दत्ताजीकडून सक्तीने लिहून घेतलेली आहेत. (उदाहरणार्थ, राजवाडे संपादित मराठ्यांच्या इतिहासाच्या तिसऱ्या खंडातील लेखांक ५८चा महजर, लेखांक ५९चे इनामपत्र, लेखांक ६२चे आज्ञापत्र आणि लेखांक ६४चा महजर). ही सर्व सूर्याजीच्या बाजूची कागदपत्रे असून ती दत्ताजीने दबावाखाली लिहून दिलेली अथवा स्वीकारलेली आहेत. त्यामध्ये घटनांची क्रमवारी मागेपुढे तसेच विसंगत विधानेही आलेली आहेत. अशा स्वरूपाच्या कागदपत्रांमध्ये दत्ताजीच्या बाजूची कागदपत्रे अधिक

विश्वसनीय मानावयास हवीत.

रायगड फत्ते करून जुल्फिकारखान तुळापुरी बादशाही छावणीत हजर झाला. त्याबरोबर सूर्याजी पिसाळही होताच. आता बादशहाच्या दरबारात गेल्याशिवाय न्याहरखानाने बळकावलेले देशमुखी वतन परत मिळणार नाही, असे उमजून दत्ताजी पिसाळ तुळापुरी बादशाही छावणीत गेला. तेथे सूर्याजीची भेट झाल्यानंतर काय वृत्तान्त घडला हे आपण दत्ताजीच्याच शब्दांत पाहू – 'त्यावरी आम्ही लष्करात होतो. हे वर्तमान सूर्याजीस कळलीयावरी आमचे भेटीस आला. आपले यश सर्वस्वी सांगितले. आणि आम्हास पुसो लागला की तुम्ही काय निमित्य आला? त्यावरून आम्ही पूर्ववृत्त सूर्याजीस सांगितले. त्यावरून आम्हास म्हणो लागला की बरे, अवध कार्य तुमचे हातून चुकले आहे. याउपरी सनद असनाद करणे आहे. त्यास आपली भीड येथे विशेष आहे. टक्का खर्च पडणे तोही आपले भिडेने थोडाका पडेल. त्यावरून तुमची सनद असनाद जे तयार करणे तो करून देतो. टक्का खर्च पडेल तो चहू वर्षात परगणीयात उगवून देणे. म्हणून बहुत माया दाखविली आणि विश्वास लाविला. त्यास आम्हीही विचार केला की हा जातीचा पिसाळ आहे आणि वोझर्डेकरांची कदीम तक्षीम ही देशमुखीत आठ गावे आहेत. त्याचे तक्षिमेतील हा भाऊ आहे. याचे वाटणीस आठ गावापैकी निमे तडवळे बुद्रुक संमत कोरेगाव येथील हक्क येत आहे. म्हणजे आठ गावापैकी सोळावे तक्षिमेचा भाऊ आहे. जरी बेइमाने वर्तेल आणि टक्का थोडका खर्च करील तरी हे कार्य याचे हवाले करावे आणि आपण परगणीयात जावे. ऐसा विचार केला...'[८]

त्यानंतर दत्ताजीने सूर्याजीकडून इमान घेतले. सरकारदरबारी अडकलेले वतन सोडविण्यासाठी जो टक्का लागेल तो गंगाजी शंकर, गिरमाजी झुंगो देशपांडे इ. पाच जणांच्या साक्षीने खर्च करावा, तो चार वर्षांत आपण परत करू असा सूर्याजीशी करार करून आणि आपल्या देशमुखीच्या जुन्या आदिलशाही सनदा त्याच्याकडे ठेवून दत्ताजी परगण्यात परतला. दरम्यान, वाईच्या ठाण्यावर खिजमत तलबखान याची नेमणूक झाली. त्याच्या अमलात दत्ताजी रुजू झाला. लवकरच तीन हजार रुपये 'सनदेच्या खर्चाबद्दल' दत्ताजीने सूर्याजीकडे पाठविले.

तिकडे बादशाही छावणीत सूर्याजीने अभिनव क्लृप्ती लढविली. अल्ली आदिलशहाच्या कारकिर्दीतील जुन्या फर्मानाचे कोरे कागद (मोहनिशी कोरी वडळे) रुद्रो चिमणाजी कानुंगो विजापूरकर यांजकडून १२५० रुपये देऊन खरेदी केले आणि केशव दत्ताजी नाईक (दत्ताजीचा वडील) व फिर्गोजी सूर्याजी नाईक (सूर्याजीचा वडील) यांची नावे घातली व अशी खोटी फर्माने तयार करून ती बादशहाच्या कचेरीत रुजू केली. दत्ताजीची मूळ फर्माने सूर्याजीने दडपून टाकली! सूर्याजीच्या कारस्थानाची बातमी बादशाही छावणीत असलेल्या गंगाजी शंकर व गिरमोजी झुंगो

देशपांडे यांनी वाईस दत्ताजीस कळविली. तेव्हा दत्ताजीने 'याजपाशी कटकट करावी अगर द्वाही द्यावी तरी लष्करात याची (सूर्याजीची) भरभर फार हा तात्काळ आमचा सत्यानास करील,'' असा विचार करून तो गप्प राहिला.

लवकरच बादशहाने जुल्फिकारखानाची नेमणूक कर्नाटकात जिंजी घेण्यासाठी केली. सूर्याजी खानाबरोबर आपल्या मावळ्यांची तुकडी घेऊन गेला. एवढ्यात मराठ्यांनी रामचंद्रपंत, शंकराजी नारायण, संताजी, धनाजी यांच्या नेतृत्वाखाली पन्हाळ्यापासून वाईपर्यंतचा मुलूख मोगलांच्या हातून सोडविला. वाईचे ठाणे घेतले. खिजमत तलबखान दस्त केला (मे १६९०). तेव्हा दत्ताजी मराठी अमलात रुजू होऊन आपल्या वतनाचा कारभार करू लागला.[९]

वस्तुस्थिती अशी दिसते की बादशाही छावणीत दत्ताजी गेला तेव्हा देशमुखी सरकारातून सोडविण्यासाठी त्याने सूर्याजीची मदत घेतली. त्यासाठी जो खर्चवेच येईल तोही सूर्याजीने पुढे होऊन करावा असे ठरले. त्याच्या मोबदल्यात आपल्या देशमुखीत काही वाटणी आपण देऊ, असे वचन दत्ताजीने दिले असावे; अन्यथा सूर्याजी ही देशमुखी सोडविण्याची खटपट फुकट का करेल?

सूर्याजीच्या बाजूच्या कागदात दत्ताजी तोंडी पुढील शब्द घातले आहेत – ''मग तुम्ही आम्ही बसोन विचार पाहता वतनाचे खर्चाचे टक्का-येकूण रुपये १,२२,७०० येक लक्ष बावीस हजार सातशे रुपये दरबारी मुद्दल खर्च जाहला. त्यास व्याजवर्तळा साऊकारी हिशेब चौरोत्रा पंचोत्रा प्रो हिशेब करून पाहिला. तो बेरीज बेमोबलगा जाली. मग तुम्ही आम्ही बापभाऊ. वतन तुमचे आमचे वडिलाचे भाकरी. ही राज्याचे हातास गेली होती. ते सोडवून आपले घरास आणिली. तुम्हास परमेश्वरे फुरसती दिली म्हणून वतनाचा उद्दार केला. तरी तुम्ही भाऊच आहा. बिराजी असतेस तरी टाकियापैकियाचा हिशेब मानतेस. तरी तुम्हा आम्हात बिराजपण नाही. तुमचा आमचा वंश एकच आहे...''[१०]

हा कागद सूर्याजीच्या बाजूचा असला तरी एक गोष्ट स्पष्ट आहे की त्याने मोगल दरबारी हे देशमुखी वतन सोडविण्यासाठी बराच पैका (तो म्हणतो इतका जरी नसला तरी) खर्च केला असावा. जुनी कोरी आदिलशाही फर्मानेही कचेरीत दाखल केली असावीत. पण जेव्हा वाई परगणा मराठ्यांच्या अमलाखाली आला, तेव्हा दत्ताजीस जशी मोगलांच्या फर्मानाची आवश्यकता राहिली नाही – तशी सूर्याजीच्या साहाय्याचीही गरज राहिली नाही. पण सूर्याजी देशमुखी वतनाचा पिच्छा काय म्हणून सोडील?

या संदर्भात आणखी एक महत्त्वाचा कागद उपलब्ध आहे. तो म्हणजे ३ जानेवारी १६९० रोजीचे बादशहाच्या दरबारातून वाईच्या ठाणेदारांना आलेल्या हुकुमाचे फर्मान. त्यात म्हटलेले आहे– ''झुल्फिकारखान यांनी विनंती केली की

सूर्या वलद फिरंगो याने इस्लामगड (रायगड) घेण्यात तरतुद केली आणि पूर्वी पासून देशमुखीच्या चाकरीवर आहे. (दरम्यान) नाहरखान याने लटकेच जाहीर केले की देशमुखीचे काम मिळाल्यास पर्गणा आबाद करतो आणि सनद मिळविली. सूर्यास उमेद आहे की पूर्वीप्रमाणे आता व्हावे व हुजूरची सनद मिळावी आणि महाल मजकूर सध्या वैराण असल्याने तो आबाद होईतो पेशकस आदा करण्याची तकलीफ होऊ नये. हा अर्ज समजला. हुकूम मंजूर होऊन दफ्तरखान्यात गेला आणि नाहरखानाची देशमुखी तगीर होऊन पूर्वीप्रमाणे सूर्याकडे मुकरर झाली. चिठ्ठीचा तपशील पाठीवर लिहिला आहे. तेव्हा प्रस्तुतची देशमुखी सूर्याकडे मुकरर समजून तिची कर्तव्ये व हक्क जाबता व वहिवाट याप्रमाणे त्याजकडे आहेत असे समजावे...'[११]

३० नोव्हेंबर १६८९ रोजी बादशहाने जुल्फिकारखानाची जिंजीकडे रवानगी केली. सूर्याजीही आपल्या मावळ्यांचा जमाव घेऊन त्याच्यासह गेला. उपरोक्त बादशाही हुकूम दि. ३ जानेवारी १६९० चा आहे. या वेळी जुल्फिकारखान हा जिंजीच्या वाटेवर आहे. याचा अर्थ सूर्याजी जिंजीच्या वाटेवर असतानाच त्याच्या पदरात वाईच्या देशमुखीचे, तेही पूर्ण देशमुखीचे, फर्मान पडले होते! इकडे वाईला दत्ताजी या समाधानात होता की सूर्याजीने लांडीलबाडी करून खोटी आदिलशाही फर्माने रुजू केली तरी निदान अर्धी देशमुखी तरी मोगलांतर्फे आपल्या पदरी पडली आहे!

सूर्याजी जिंजीत मराठ्यांना सामील!

जुल्फिकारखानाचा ऑगस्ट १६९० मध्ये जिंजी किल्ल्याचा वेढा सुरू झाला, पण जिंजी किल्लाच एवढा अवाढव्य होता की, त्याची पुरती नाकेबंदी करण्याइतकी साधनसामग्री खानाजवळ नव्हती, मग तो जेर होऊन मोगलांनी जिंकणे ही गोष्ट दूरच. अशा परिस्थितीत राजाराम महाराजांनी कर्नाटकातील नायकांच्या साहाय्याने आपले जिंजीमधील आसन स्थिर करून किल्ला लढविण्याची जय्यत तयारी केली. तिकडे महाराष्ट्रात रामचंद्रपंत अमात्य, शंकराजी नारायण, संताजी व धनाजी यांनी मोगलांनी घेतलेले गडकोट व ठाणी परत जिंकून घेण्यास प्रारंभ केला. अपेक्षेहून त्यांना मोठे यश मिळू लागले. मराठी राज्य बुडालेले नाही, बुडणार नाही, असा आत्मविश्वास आता मराठ्यांनी दक्षिणेत निर्माण केला. याचा परिणाम असा झाला की संभाजीहत्येनंतर मोगलांना मिळालेले सरदार व वतनदार यांच्या मनात चलबिचल होऊन ते एकेक पुन्हा स्वराज्याच्या बाजूवर येऊ लागले.

मे १६९० मध्येच मराठ्यांनी वाई परगणा जिंकून तेथे आपला अंमल पुन्हा स्थापन केल्याचा उल्लेख यापूर्वी आला आहेच. वाईचे मोगलांचे ठाणे उठले व

मराठ्याचे बसले. दत्ताजी तसा स्वराज्यनिष्ठ वतनदार. त्याचे काम रामचंद्रपंत आदी मराठी मुत्सद्द्यांना माहीत होते; आणि सूर्याजीची कृत्येही त्यांना माहीत नव्हती असे नाही. तेव्हा त्यांनी दत्ताजीकडेच देशमुखीचे वतन चालू ठेवले. महाराष्ट्रातील मराठ्यांच्या विजयाच्या वार्ता जिंजीपुढील मोगली लष्करातील मराठे सरदारांना समजल्यावर त्यांनाही उपरती होऊ लागली! वाई परगणा तर मराठ्यांनी घेतलेला, तेव्हा त्या परगण्याच्या देशमुखीच्या वतनाची मोगलांची फर्माने आता उपयोगी ठरणार नव्हती; आता त्यासाठी छत्रपतींच्या सनदा आवश्यक होत्या. सूर्याजीसारख्या राजकारणी पुरुषास अशक्य ते काय! त्याने राजाराम महाराजांशी संधान बांधून वेढा घालून बसलेल्या मोगली लष्करास व जुल्फिकारखानास गुंगारा देऊन तो किल्ल्यात छत्रपतींच्या दर्शनास आला. आपण कित्येक कार्य प्रयोजन करून दाखवितो, अशी बढाई मारली.

दत्ताजी सांगतो, "त्यावरि जुल्फिकारखान चंजीवरी मोहिमेस गेले. त्याबराबरी सूर्याजीही मावळीयाचा जमाव घेऊन गेला. तेथे गेलीयावरी मोगलांकडून पारका होऊन कैलासवासी राजश्री काकासाहेबांकडे (राजाराम महाराज) अनुसंधान लावून, आपण वाईचा देशमुख आहे. आपणापाशी पादशाही सनद आहे. त्याप्रमाणे महाराज आपली सनद देतील तरी आपण येतो म्हणून कित्येक कार्य प्रयोजन करून देतो म्हणून (बोलला). त्यावरून काकासाहेबी देशमुखीचे पत्रे दिल्ही."[१२]

नोव्हेंबर १६९० मध्ये मोगलांच्या लष्करातील नेमाजी शिंदे, माणकोजी पांढरे व नागोजी माने हे तीन बडे सरदार मोगलांची बाजू सोडून जिंजीत राजाराम महाराजांच्या सेवेत रुजू झाले.[१३] त्याच वेळी सूर्याजीही जिंजीत महाराजांकडे आला असावा. मोगल दरबारात जी जुनी आदिलशाही फर्माने त्याने दाखविली होती, तीच आता त्याने जिंजी दरबारात सादर केली! ती पाहून राजाराम महाराजांनी त्यास वाईच्या निम्म्या देशमुखीच्या सनदा दिल्या. त्या घेऊन सूर्याजी महाराष्ट्रात आला, पण दत्ताजीने त्यास दाद दिली नाही. महाराष्ट्रातील स्वराज्याच्या कारभारावर असणारे रामचंद्रपंत आदी प्रधान व अधिकारी यांनी वाईच्या देशमुखीचा इतिहास माहीत असल्याने ते सर्व जण दत्ताजीच्या बाजूस होते. त्यांनी सूर्याजीची डाळ शिजू दिली नाही. तेव्हा सूर्याजी परत जिंजीकडे राजाराम महाराजांजवळ गेला.

सूर्याजीचे वतनप्राप्तीचे अभिनव अस्त्र

आता त्याने वतनप्राप्तीचे अभिनव अस्त्र बाहेर काढले. राजाराम महाराजांची सगुणाबाई नावाची अत्यंत सुंदर नाटकशाळा होती. राजा कर्ण हा तिचा पुत्र.[१४] या राजा कर्णावर राजाराम महाराजांचे फार प्रेम होते. महाराजांस या सगुणाबाईकडून एक कन्याही झाली होती. सूर्याजीने या कन्येशी आपल्या पुत्राचा विवाह करण्याचा

प्रस्ताव राजाराम महाराजांजवळ मांडला! आजही महाराष्ट्रात घरंदाज मराठा लेकावळ्याची मुलगी आपल्या मुलास करावयास तयार नसतो, ही वस्तुस्थिती आहे. त्या काळात सूर्याजीसारखा घरंदाज मराठा आपल्या पुत्राचे लग्न दासीपुत्रीशी लावण्यास तयार झाल्याचे पाहताच राजाराम महाराजांनी त्यास वाईची निम्मी नव्हे, तर सर्व देशमुखी दिली! राज्यसत्तेचा महिमा अगाध आहे! राजाराम महाराजांनी दत्ताजीकडील देशमुखी काढून घेतल्याचा जो रोखा उपलब्ध आहे, त्यात ते म्हणतात–

''सूर्याभाऊ पिसाळ... हे मोगलाईतून स्वामीनिसंध येऊन आपल्या वतनाचे वर्तमान विदित केले. ते मनास आणून त्याचे निमे तकसीम देशमुखी वतन याचे यास चालवावे... ऐसा निर्वाह करून सुभ्यास सनद सादर केली... ऐसे असता स्वामीचे आज्ञेप्रो सूर्याभाऊ पिसाळ याच्या देशमुखीचा अमल चालो देत नाही. तुम्ही न्याहरखानासी[१५] व स्वामीकडील कारकुनासी अनुसंधान राखोन. पामारचे देशमुखीचे वतन अवघेच अनभवीत आहां... तरी पा मार ।।चे देशमुखीचे वतन तुम्हापासून न्याहरखानाने घेतले. त्याउपरी सूर्याभाऊ पिसाळ याणी त्यासी शर्तीनासी वाद सांगोन सोडविले व मोगलाईमध्ये मबलग पैके खर्च करून दिवाणात सीरणी देऊन फर्मान करून घेतले, अलीकडे स्वामीच्या पायापासीही येकनिष्ठा धरून संनिध येऊन सेवा करीत आहेत... त्यास तुम्ही आज्ञा मान्य केली नाही. सारेच वतन मूठमर्दीने खाता. सूर्याराऊ पिसाळ यासी कथला करिता. यावरून तुम्हास वतनासी समंध नाही ऐसे जाणून मा । सूर्याभाऊ पिसाळ यासच सारे देशमुखी वतन करार करून दिल्हे आहे...''[१६]

वरील पत्र बारकाईने अभ्यासले तर लक्षात येईल की वाईचे देशमुखीचे वतन सूर्याजीच्या वाडवडिलांचे आहे असे राजाराम महाराजांनी म्हटलेले नाही. सूर्याजीने मोगल दरबारात मुबलक पैसा खर्च करून वतन सोडवून आणले, सबब त्याचा वतनाशी हक्क पोहोचतो, असे महाराजांचे प्रतिपादन आहे. 'स्वामीच्या पायापासी येकनिष्ठा' हा त्यास पूरक मुद्दा आहे. काही असले तरी वाईच्या देशमुखीवरून दत्ताजीस बाजूला सारणे हा महाराजांचा निर्णय तत्कालीन राजकारणावर व सोयरिकीवर नजर ठेवून घेतलेला होता यात शंका नाही. सोयरिकीचा निर्देश वरील पत्रात नाही. कारण तसे करणे महाराजांना लौकिकात तरी बरे दिसले नसते. (पण ही सोयरिकीची माहिती ताराबाईंनी स्पष्ट शब्दांत आपल्या सनदेत उद्धृत केली आहे.)[१७]

गोतमुखे सूर्याजी खोटा झाला!

अशा प्रकारे दत्ताजीवर कुरघोडी करून सूर्याजी वाईच्या संपूर्ण देशमुखीच्या सनदा घेऊन आपल्या मुलखात आला आणि त्याने दत्ताजीस वतनसंबंधी आडकाठी आणली. तेव्हा साताऱ्याच्या मुक्कामी रामचंद्रपंत अमात्य व शंकराजी नारायण

सचिव यांच्यापाशी दत्ताजीने आपली तक्रार गुदरली. तेव्हा उभय प्रधानांनी सूर्याजीस बोलावून घेतले. या प्रकरणाचा सोक्षमोक्ष लावण्यासाठी त्यांनी सातारा प्रांतातील प्रमुख देशमुख, देशपांडे, पाटील व शेटेमहाजन यांची मोठी हजीरमजालसीही (गोतसभा) भरविली. त्यामध्ये गोतमुखे सूर्याजी खोटा ठरला आणि दत्ताजीचे वतन खरे ठरले![१८]

त्याप्रमाणे गोतसभेने निवाडपत्र दिले. पण सूर्याजी अशा गोतसभेच्या निवाड्याखाली दबून जाणारी आसामी नव्हती. राजाराम महाराज कर्नाटकातून महाराष्ट्रात आल्यावर (सन १६९८) तो त्यांच्याजवळ हजर झाला आणि छत्रपतींचा निर्णय गोतसभेने फिरवल्याचे सांगून आपणास निदान निम्मे तरी वतन द्यावे म्हणून मागे लागला. तेव्हा १० मे १६९८ रोजी महाराजांनी सूर्याजीस वाईच्या निम्म्या देशमुखीची पत्रे दिली.

या पत्रात महाराज म्हणतात, ''रा । सूर्याराऊ पि ।। देशमुख प्रांत वाई यास परगणे म ।।चे देशमुखीचे वतन निम्मे पूर्वापार चालत आहे. त्यांस चंदीचे (जिंजी) मुक्कामी याचे पुत्र पद्मसिंग पि ।। यावर स्वामी कृपाळू होऊन दत्ताजीस केशवजीस निमे चालत होते ते दूर करून प ।। मजकूरचे देशमुखीचे सारे वतन यास करार करून दिल्हे होते.. त्यास र ।। रामचंद्र पंडित अमात्य व राजश्री शंकराजी पंडित सचिव याही मनास आणून निमे वतन दत्ताजी केशव पिसाळ यास व निमे पद्मसिंग पिसाळ यास करार करून दिल्हे असे, या प्रो । चालवीत जाणे...''[१९]

अशा प्रकारे राजाराम महाराजांनी पुन्हा सूर्याजीवर कृपा केलेली दिसते. दत्ताजीस ही वार्ता समजताच तो अस्वस्थ झाला. त्याने छत्रपतींकडे पुन्हा तक्रार करावी, तो महाराज खानदेश-वऱ्हाडच्या स्वारीवर गेले व परत येताच सिंहगडावर त्यांचा मृत्यू झाला– (३ मार्च १७००).

सूर्याजी पुन्हा मोगलांस मिळतो!

राजाराम महाराजांनंतर महाराणी ताराबाईची कारकीर्द (शिवाजी दुसरे) सुरू झाली. ताराबाई या अत्यंत कडक प्रशासक होत्या. घटकेत मोगलांकडे तर घटकेत मराठ्यांकडे येणाऱ्या सूर्याजीबद्दल त्यांना थोडीही सहानुभूती नव्हती. आपल्यावरील अन्यायाची वाचा फोडण्यासाठी जेव्हा दत्ताजी विशाळगडावर ताराबाईंच्या दरबारात हजर झाला, तेव्हा त्यांनी रामचंद्रपंत अमात्य, शंकराजी नारायण यांनी केलेला निवाडा आणि गोतसभेने दिलेला निर्णय सत्य मानून दत्ताजीस वाईच्या देशमुखीचे संपूर्ण वतन बहाल केले आणि तशा सनदाही दिल्या – (६ नोव्हेंबर १७००).

याच सनदेत 'राजश्री कैलासवासी स्वामींनी (राजाराम महाराज) शरीर संमंध करावा असे ठरून राजश्रि राजा कर्ण यांची बहीण आपल्या पुत्रास द्यावी अैसा निश्चये करून मागणी घातली. ते गोष्टीवरून राजश्री कैलासवासी स्वामींनी त्याचा

अभिमान धरून आपले निमे वतन काढून सूर्याजी पिसाळ यास दिल्हे...' असा राजा कर्णाच्या बहिणीच्या सोयरिकाचा स्पष्ट उल्लेख आलेला आहे.[२०] राजाराम महाराजांच्या कागदपत्रात तो तसा नाही, हे मागे सांगून झालेच आहे.

ताराबाईंच्या दरबारात आपले डावपेच उपयोगी ठरणार नाहीत, हे जाणून सूर्याजी विशाळगडाकडे आलाच नाही. तो सरळ मोगलांचा फजुल्लाखान यास भेटला आणि आपण मराठ्यांचे किल्ले घेऊन देतो, त्याच्या मोबदल्यात आपणास वाईचे देशमुखी वतन मिळावे, अशी आर्जवे करू लागला. मोगलांनी त्याला हाताशी धरले. दत्ताजी आपल्या कैफियतीत सांगतो, '(ताराबाईंनी) शपथपूर्वक पत्रे (आपणास) करून दिल्ही. आपण महालास येऊन आपले वतन अनुभवू लागलो. हे सूर्याजीस कळलीयावरी मागती मोगलाईत जाऊन फजुलखानास भेटला. चंदन-वंदन, नांदगिरी (साताऱ्याच्या परिसरातील) हे किल्ले हस्तगत करून देऊन फजुलाखान मेहेरबान करून घेतला. पांडवगड घेऊन देतो, ऐसी कबुलात करून इस्मालखान मीया वाईस फौजदार आणिला...'[२१]

मोगलांची चाकरी इमानेइतबारे करून सूर्याजीने मराठ्यांचे गडकोट घ्यायला मदत केली. कोणत्याही साम्राज्यसत्तेस अशी स्वजनद्रोही माणसे आपली हस्तक म्हणून हवीच असतात. त्यांच्यावर साहजिकच साम्राज्यसत्तेची मेहरनजर होते. सूर्याजीवरही ती झाल्याशिवाय राहिली नाही. या सुमारास खुद्द औरंगजेब बादशहा मराठ्यांचे गडकोट जिंकण्याच्या मोहिमेवर होता. असे दिसते की, वाई ठाणे मोगलांनी पुन्हा जिंकले असावे. त्यावर इस्माईलखान मखा याची नेमणूक ठाणेदार म्हणून झाली. सूर्याजीने त्याच्याशी सूत जमवून परगण्याचे देशपांड्यांसारखे वतनदार व दत्ताजी यांना बोलावून आणले व त्यांना कैदेत घालून त्यांच्याकडून सूर्याजीच्या निम्म्या वतनाचा महजर तयार केला व त्यावर त्यांच्या साक्षी घेतल्या! (१६ फेब्रु. १७०२). याच महजरात सूर्याजीने वतन सोडविण्यासाठी एक लक्ष बावीस हजार सातशे रुपये खर्च केले असून ते त्याने दत्ताजीपासून मागू नयेत तसेच दत्ताजीने त्यास निम्मी देशमुखी द्यावी, मानपान निम्मा निम्मा घ्यावा, अशी तडजोड झाली.

सूर्याजी शेवटी मुसलमान झाला!

इस्माईलखान व सूर्याजी यांनी दबावाने दत्ताजीकडून महजरावर सह्या घेतल्या खऱ्या, पण दत्ताजीही स्वस्थ बसणारा माणूस नव्हता. या वेळी बादशहाने विशाळगडास वेढा दिला होता– (जानेवारी १७०२ - जून १७०२). वाई परगणा मोगलांच्या ताब्यात गेला म्हणजे आता बादशहाच्या दरबारात दत्ताजीस गेल्याशिवाय गत्यंतर नव्हते. तो विशाळगडाच्या पायथ्याशी बादशाही छावणीत हजर झाला. तेथे त्याने फिर्याद गुदरली. बादशहास दत्ताजीची बाजू न्यायाची वाटली व त्याने सूर्याजीने

केलेल्या सेवेकडे न पाहता दत्ताजीस त्याच्या वतनाचे फर्मान तर दिलेच, शिवाय अन्यायी इस्माईलखानाची वाईच्या ठाण्यावरून बदली करून यासीनखान नावाचा नवा ठाणेदार तिकडे पाठवला! त्याच्याबरोबर दत्ताजी वाईस येऊन वतन अनुभवू लागला.[२२]

इकडे सूर्याजीही इरेला पेटला होता. त्याने लगेच बादशहाची छावणी गाठली. खूप खटपट केली. मुसलमान धर्माची दीक्षा घेतल्यावर बादशहाची मर्जी प्रसन्न होते, हे त्याने अनेकदा ऐकले होते व पाहिलेही होते. तेव्हा वतनासाठी धर्मांतराचे साहसही करण्याचे त्याने ठरविले व त्याप्रमाणे तो एक दिवस मुसलमानही झाला! दत्ताजी म्हणतो, "मग सूर्याजी लष्करात मागती गेला. परंतु यत्न न चाले. शेवटी मुसलमान जाला. तरी पादशहापावो तो झुटासरिखे जाहीर जाले. साहास केलीयाचे सार्थक न जाले."[२३]

वतन दत्ताजीचेच ही गोष्ट इतकी स्पष्ट होती की औरंगजेब बादशहालाही ती अमान्य करावीशी वाटली नाही. जी गोष्ट मराठ्यांच्या छत्रपतींना जमली नाही ती औरंगजेबाने करावी, आणि तीही सूर्याजीने इस्लाम धर्म स्वीकारल्यानंतर करावी, याची मराठ्यांच्या इतिहासकारांनी खास दखल घेतली पाहिजे.

यानंतर वाईवर खोजेखान नावाचा ठाणेदार आला. त्याला हाताशी धरून सूर्याजीने पुन्हा परगण्यात काही गडबड करण्याचा प्रयत्न केला. पण दत्ताजीने परगण्यातील देशपांडे व पाटील या वतनदारांचा पाठिंबा मिळवून, सूर्याजीवर दबाव आणून त्याच्याकडून देशमुखीच्या वतनाचे येजीतखत (राजीनामा) लिहून घेतला. दत्ताजी म्हणतो की... "सूर्याजीपासून येजीतखत आपणास लेहून देवविले की आपली पिढी दरपिढीची तक्षीम वतनात जे असेल ते खाऊन असेन. आपणास याउपरी तुमचे वतनासी संमंध नाही."[२४] अशा प्रकारे वतनाचा राजीनामा देऊन सूर्याजी आपल्या गावास गेला. पण वाईच्या देशमुखीचे प्रकरण येथेच संपत नाही.

शाहू महाराजांनी वाईच्या देशमुखीविषयी घेतलेले धरसोड निर्णय

स्वातंत्र्ययुद्धाच्या शेवटच्या कालात दमाजी थोरात या मराठा सरदाराने मोठी धामधूम माजविली होती. सूर्याजी या थोरातांच्या गोटात गेला व त्यांना मिळून वाई परगण्यात गडबड करू लागला. एवढ्यात बादशहाचा मृत्यू होऊन त्याच्या कैदेत असणाऱ्या शाहू महाराजांची सुटका झाली. खेडची लढाई जिंकून शाहू महाराज साताऱ्यास आले. तेव्हा वतनदार देशमुख म्हणून दत्ताजी पिसाळ महाराजांच्या दर्शनास साताऱ्यास गेला. तेथे थोराताबरोबर सूर्याजीही होता. पण या वेळी शाहू महाराजांच्या दरबारात सेनापती धनाजी जाधवासारख्या मातबर सरदाराने दत्ताजीची पाठराखण केली.

धनाजीने वाईच्या देशमुखीच्या वतनाचा सर्व इतिहास महाराजांस कथन केल्यावर 'सूर्याजी म्हणजे लाइनी (नाहक) गळा पडतो ऐसे जाले.' दुसऱ्या दिवशी देशमुखीच्या कथल्याचा निकाल देणार इतक्यात लष्कराचा 'चलचलाव' होऊन शाहू महाराज रांगण्याच्या मोहिमेवर निघाले- (मार्च १७०८). दत्ताजी सांगतो, ''स्वामींनी आपणास आज्ञा केली की तुम्ही समागमे येणे. जेथे मुक्काम होईल तेथे बरहक्क निवाडा करून, वतनाचा कलंक दूर करून, तुमची स्थापना केली जाईल. आज्ञेप्रमाणे आपण चिकेवाडीपावेतो आलो. मागतो चिकेवाडीस स्वामीस अर्ज केला. तेव्हा स्वामींनी आज्ञा केली जे तूर्त पर्जन्यकाळ आला. लावणीसंचणीचा हंगाम आहे. तुम्ही जिल्हेचे खावंदाबराबरी परगणीयास जाणे. पेस्तर (पुढील वर्षी) हुजूर येणे. तुमचा इनसाफ स्वामी करितील म्हणोन. त्यावरून परगणीयात आलो.''[२५]

सूर्याजी शाहू महाराजांच्या लष्करात होताच. त्याने ही संधी साधली. इस्माईलखान मखा याच्या कारकिर्दीत दत्ताजीकडून सक्तीने लिहून घेतलेला महजर त्याने महाराजांना दाखविला आणि त्याच्या आधारावर थोरातांच्या पाठिंब्याने वाईच्या निम्म्या देशमुखीची पत्रे त्यांच्याकडून घेतली. या वेळी धनाजी जाधव दरबारात हजर नव्हता. त्याचा फायदा सूर्याजीने घेतलेला दिसतो. सूर्याजी आता वाई परगण्यात आला. येताना त्याने थोरातांच्या गोटातील नरसोजी मोरे यास बरोबर आणले होते. त्याच्या मदतीने त्याने दत्ताजीच्या वाड्यावर हल्ला करून त्याचा वाडा जाळला. परगण्यात पैसा वसूल केला. तेव्हा सूर्याजीच्या या बळजोरीविरुद्ध तक्रार घेऊन दत्ताजी शाहू महाराजांना पुरंदरच्या मुक्कामी भेटला. सूर्याजी आपणास कसा सतवत आहे याची कहाणी त्याने महाराजांस सांगितली; आणि आपले वतन निष्कलंक करण्याची विनंती केली. तेव्हा सूर्याजीस खोटा ठरवून महाराजांनी १२ मार्च १७०९ रोजी दत्ताजीस वाईच्या सर्व देशमुखीची सनद दिली.[२६]

देशमुखीचे सर्व वतन दत्ताजीस मिळाल्याचे पाहताच सूर्याजी पुन्हा शाहू महाराजांकडे गेला. त्याने आणखी काही उलाढाली अथवा खेकटी निर्माण केली असली पाहिजेत. कारण या सर्व खटल्याचा शाहू महाराजांना उबग येऊन त्यांनी वाईची देशमुखीच सरकारजमा केली आणि सरकारच्या वतीने जोत्याजी केसरकराने देशमुखीच्या वतनाचे काम पाहावे असे फर्माविले.[२७]

परंतु या निर्णयासही शाहू महाराज चिकटून राहिले नाहीत. महाराजांनी पिलाजी गोळे यास २० जून १७०९ रोजी पाठविलेले एक पत्र उपलब्ध आहे. त्यात ते म्हणतात, ''पा । वाई येथील देशमुखीचे वतन दत्ताजी केशवजी व सूर्याजी बिन फिरंगोजी नाईक पि ।। याचे. हर दु जणानी निम्मे निम्म प्रो । अनुभवावे असे असता दत्ताजी केशवजी कथला करू लागला. त्यास पूर्वी स्वामींनी वर्तमान मनास आणून निमे वतन सूर्याजी पि ।। याणे खावे ऐसे करून सूर्याजी पि ।। यास पत्रे करून दिल्ही.

या उपर अलीकडे दत्ताजी केशवजी याणे पुरंधरचे मु ।। हुजूर येऊन गैरवाका विदित करून सारे देशमुखीची पत्रे घेतली. ऐशियास प्रस्तुत सूर्याजी पि ।। हुजूर आले. आपला करीना सांगितला. तो मनास आणून प्रांत मजकूरचे देशमुखीचे वतन निम्मे यास (सूर्याजीस) करार करून देऊन पत्रे दिल्ही आहेत.''[२८]

१२ मार्च १७०९ रोजी पुरंदरच्या मुक्कामी शाहू महाराजांनी दत्ताजी पिसाळास वाईच्या साऱ्या देशमुखी वतनाची पत्रे देऊन 'सूर्याजी नाहक गळा पडतो' असा निर्णय दिला होता. परंतु लगेच तीन महिन्यांच्या अंतराने 'दत्ताजीने गैरवाका विदित करून सारे देशमुखीची पत्रे घेतली' असे ठरवून महाराजांनी दत्ताजीस खोटा ठरविले आणि सूर्याजीस खरे ठरवून त्यास निम्म्या देशमुखीची पत्रे दिली! सूर्याजीने या तीन महिन्यांच्या कालावधीत असे कोणते लक्षणीय स्वामिकार्य केले होते, की शाहू महाराजांना आपला स्वत:चाच निर्णय बदलावा असे वाटले, हे इतिहासाला ज्ञात नाही!

दत्ताजीची हार आणि सूर्याजीची जीत

शेवटी या वतन प्रकरणात दत्ताजी पिसाळने स्वत:ची हार मानली; आणि छत्रपतींचा निर्णय स्वीकारला. तो न स्वीकारावा तर पूर्वी राजाराम महाराजांनी जसे सारेच वतन सूर्याजीस दिले, तसा प्रकार पुन्हा होण्याचा धोका होता. त्यापेक्षा निम्म्या वतनावर समाधानी राहणेच दत्ताजीने पसंत केले. २३ ऑक्टोबर १७१० रोजी दत्ताजीने सूर्याजीस आपल्या वतनातील निम्मा वाटा मान्य करून विभाजनपत्र लिहून दिले.

त्यात दत्ताजी काय म्हणतो पाहा– ''प्रांत मजकुराची देशमुखी तुमच्या व आमच्या वडिलांची मिराशी. तुम्ही आम्ही खात असता दरम्यान न्याहारखान गोरीने वतनात खलेल केले. मग तुम्ही वतनाकरिता कष्ट मेहनती करून वतन सोडविले. मग तुम्हा आम्हामध्ये कथला लागला होता. तो तुम्ही आम्ही बैसोन तोडून तुम्हास निमे देशमुखीची महजर व वाटणी करून दिल्ही. त्याप्रमाणे आम्ही चाल चालवावी ती चालविली नाही... ऐशी बहुत काही अंतरे पडली. मग तुम्ही रागे भरून निंबाळकर व थोरात व राजश्री परसोजी भोसले आपल्यास सामील करून आम्हाशी कटकट केली. शेवटी महाराज राजश्री राजा शाहू छत्रपती साहेबास देशमुखी दिल्ही. तुम्ही आम्ही वतनास तुटलो. महाराज साहेबांचे मुतालीक येऊन वतनावरी बैसोन वतन खाऊ लागले. वतन गेले ऐसे जाहले. मग तुम्ही आम्ही बैसोन विचार केला जे तुम्ही आम्ही एक होऊन वतन सोडवून निमे निमे खावे... हा कागद इमान करून तुम्हास लिहून दिला आहे. या उपरी तुम्हाशी बेईमानी करणार नाही...''[२९]

अशा प्रकारचे विभाजनपत्र लिहून देऊन दत्ताजी पिसाळाने आपल्या स्वत:च्याच

पदराने खोटेपणा व बेइमानी बांधून घेऊन सूर्याजीची बाजू न्याय्य असल्याचे जाहीर केले. अशा प्रकारचा कबुलीजबाब सक्तीने लिहून देताना दत्ताजीच्या अंत:करणास किती वेदना झाल्या असतील, हे शिवकालीन वतनदारच समजू शकतो.

परगणा वाईच्या देशमुखीवर आणि दत्ताजी पिसाळच्या मानेवर बसलेले सूर्याजीचे भूत दत्ताजीच्या हयातीत दूर होऊ शकले नाही. पुढे सन १७५३ च्या एका महजरावर दत्ताजी केशवजीबरोबर पा ।। वाईचा देशमुख म्हणून सूर्याजी फिरंगोजी विराजमान झालेला आढळतो![३०]

मराठी राजनीतीवर विदारक प्रकाश

वाईच्या देशमुखीचा कथला हे शिवकालीन वतनदारी पद्धतीचे एक नमुनेदार उदाहरण आहे. त्याच्यात काय नाही? खोटे कागदपत्र, खोट्या साक्षी, खोटे महजर, खोटे विभाजनपत्र, दरबारी अधिकाऱ्यांचा लाचखोरपणा, जाळपोळ, लुटालूट, स्वजनद्रोह, प्रसंगी धर्मांतर, राज्यकर्त्यांची स्वार्थी अदूरदृष्टी अशा अनेक तत्कालीन दोषांचे किळसवाणे दर्शन त्यामध्ये होते. दत्ताजी हा स्वराज्यनिष्ठ वतनदार, वाईच्या देशमुखीचा खरा मालक, पण त्यासच राज्यकर्त्यांच्या चंचल मेहरनजरेने आपल्याच घरात चोर म्हणून स्वत:स जाहीर करावे लागले; हा त्या काळाचा महिमाच म्हणावा लागेल!

या देशमुखीचा कथला राजाराम महाराज, महाराणी ताराबाई व शाहू महाराज अशा तीन मराठी राज्यकर्त्यांच्या कारकिर्दीत चालला. पण मराठी राज्यकर्त्यांनी दत्ताजीचा न्याय्य हक्क तात्पुरत्या राजकारणावर डोळा ठेवून डावललेला दिसतो. वास्तविक, सूर्याजीसारख्या स्वराज्यद्रोही वतनदाराशी न्यायनिष्ठूरपणे वागून त्यास छत्रपतींनी सजा द्यायला हवी होती. तसे झाले असते तर इतर वतनदारांना वचक बसून शत्रूला मिळताना दोनदा विचार करायला लागला असता. पण तसे न करता दत्ताजीसारख्या एकनिष्ठ व प्रामाणिक वतनदारास दबावून त्याच्यावरच राजसत्तेचा दंड उगारताना ते दिसतात, ही बाब मराठी राजनीतीला फारशी स्पृहणीय आहे असे नाही.

या दृष्टीने विचार करता महाराणी ताराबाईंना वतनदारांची पारख अधिक चांगली होती असे म्हणावे लागेल. त्यांनी सूर्याजीचे स्वार्थी राजकारण चालू दिले नाही. स्वाभाविकच ताराबाईंवर चिडून जाऊन सूर्याजीने मोगलांना मिळून मराठ्यांचे सातारा परिसरातील अनेक किल्ले भेदनीतीने मिळवून दिले. शाहू महाराजांच्या सुटकेपूर्वीची ही गोष्ट आहे. अशा सूर्याजीची शाहू महाराजांनी राज्यकर्ता म्हणून गय करावयास नको होती. बरे सूर्याजी म्हणजे कोणी धनाजी जाधवासारखा मातब्बर सरदार नव्हे; तो एक अत्यंत सामान्य, तत्त्वनिष्ठाहीन स्वार्थी माणूस होता. की जो

वतनाच्या लोभासाठी देव, धर्म, राजा अशा कोणत्याही गोष्टींवर तिलांजली देण्यास सदैव तयार असे! अशा एका जगजाहीर स्वराज्यद्रोही इसमावर शाहू छत्रपतींनी आपले कृपाछत्र धरावे, ही विस्मयजनक गोष्ट आहे! ही गोष्ट त्यांच्या उदार अंत:करणाची साक्ष मानावी की ती एकूण राजनीतीचा भोंगळपणा मानावा? दुसराच निष्कर्ष सत्याच्या अधिक जवळ जाणारा दिसतो. ते काहीही असले तरी सूर्याजीचे हे एकूण प्रकरण तत्कालीन मराठा राजनीतीवर विदारक प्रकाश टाकणारे ठरते यात शंका नाही.

(पूर्वप्रसिद्धी : निबंधसंग्रह, इतिहास संशोधन मंडळ, मुंबई, १९६८ - सुधारित)

संदर्भ-टिपा

१. मराठी रियासत खंड २, पृ. १५६-१५७
२. आज्ञापत्र, पृ. ८६
३. शिवकालीन पत्रसार संग्रह, खंड १, पृ. ३५२-३५३
४. ऐतिहासिक संकीर्ण साहित्य, खंड ५, पृ. २५
५. सनदापत्रे, पृ. १६१
६. कित्ता, पृ. १९६
७. कित्ता
८. कित्ता, पृ. १९६-१९७
९. कित्ता
१०. मराठ्यांच्या इतिहासाची साधने, खंड ३, पृ. ५७
११. ऐतिहासिक फार्सी साहित्य, खं. १, पृ. ९३
१२. सनदापत्रे, पृ. १९७-१९८
१३. शिवचरित्र प्रदीप, पृ. ३५-३६
१४. मराठी रियासत, खं. २, पृ. २४०
१५. या वेळी न्याहरखान पुन्हा वाईवर ठाणेदार म्हणून आलेला दिसतो. या धामधुमीच्या काळात एकाच परगण्यात दुहेरी अंमल चालू असे. मराठ्यांचे व मोगलांचे अधिकारी एकाच वेळी आपला अंमल परगण्यात बसविण्याच्या प्रयत्नात असत. अशा वेळी वतनदार दोन्ही बाजूंच्या अंमलदाराची मर्जी सांभाळून वेळ मारून नेत असत.
१६. ऐतिहासिक संकीर्ण साहित्य, खं ५, पृ. २६
१७. कित्ता, पृ. २७
१८. सनदापत्रे, पृ. १९८
१९. मराठ्यांच्या इतिहासाची साधने, खं. ३, पृ. ५०-५३
२०. ऐतिहासिक संकीर्ण साहित्य, खं. ५, पृ. २७
२१. सनदापत्रे, पृ. १९८

२२. कित्ता; मराठ्यांच्या इतिहासाची साधने, खं. ३, पृ. ५४-५६

२३. सनदापत्रे, पृ. १९९

२४. कित्ता

२५. कित्ता

२६. कित्ता, पृ. १९९-२००

२७. मराठ्यांच्या इतिहासाची साधने, खं. ३, पृ. ६७-६८

२८. कित्ता, पृ. ६२-६३

२९. कित्ता, पृ. ६०

३०. सप्तम संमेलन वृत्त, शके १८४१, पृ. ५६

◆

राजाराम महाराजांचा जिंजीचा प्रवास

मराठ्यांच्या इतिहासात दोन राज्यकर्त्यांचे प्रवास गाजले. पहिला शिवछत्रपतींचा आगऱ्याचा प्रवास (आग्रा ते राजगड) तर दुसरा त्यांचे धाकटे पुत्र राजाराम महाराज यांचा जिंजीचा प्रवास (पन्हाळगड ते जिंजी). दोन्हीही प्रवास नाट्यमय परिस्थितीत होऊन रोमहर्षक ठरले! विशेष म्हणजे हे दोन्ही प्रवास मोगल बादशहा औरंगजेब याच्या कचाट्यातून निसटण्यासाठी मराठा राजांनी केलेली दिव्येच होती. दोन्ही प्रवासांच्या प्रारंभी हिंदवी स्वराज्यावर निराशेचा अंधकार पसरलेला होता; पण अखेर जेव्हा या दोन्ही प्रवासांत मराठा राजे सहीसलामत इच्छित स्थळी पोहोचले, तेव्हा अल्पावधीतच हिंदवी स्वराज्यावरील निराशेचा अंधकार दूर होऊन मराठी सत्तेचा वृक्ष पुन्हा जोमाने बहरू लागला असे इतिहास सांगतो.

मराठ्यांच्या इतिहासात या मराठा राजांचे हे दोन प्रवास इतके महत्त्वाचे होते की यदाकदाचित ते मार्गात शत्रूच्या हाती सापडले असते तर हिंदवी स्वराज्याचा ग्रंथ तेथेच आटोपला असता! दोन्ही प्रवासात फरक इतकाच की पहिल्या प्रवासात महाराष्ट्राबाहेरून महाराष्ट्रात यायचे होते; तर दुसऱ्यात महाराष्ट्रातून महाराष्ट्राबाहेर निसटायचे होते. पण दोन्ही प्रसंगीचे धोके तेवढेच जबरदस्त होते. उपलब्ध इतिहासावरून असे दिसते की शिवछत्रपतींचा आग्रा ते राजगड प्रवास हा तसा बराच निर्विघ्न झाला; याउलट राजाराम महाराजांना आपल्या प्रवासात अनेक जीवघेण्या संकटांचा मुकाबला करीतच पुढे जावे लागले.

जिंजीच्या प्रवासाची मसलत

संभाजी महाराजांची कैद व त्यानंतर मोगली छावणीत झालेला त्यांचा दारुण अंत या घटनांनी हिंदवी स्वराज्याचा पायाच हादरून गेला होता. मोगली फौजा स्वराज्यात सर्व बाजूंनी घुसून हल्ले चढवीत होत्या. गडकोट-ठाणी एकामागून एक याप्रमाणे शत्रूच्या हाती पडत जाऊन स्वराज्याचा प्रत्यही संकोच होत होता. खुद्द

राजधानी रायगडासही सेनापती जुल्फिकारखान याचा वेढा बसला होता; आणि सर्व राजकुटुंबासह मराठ्यांची राजधानी काबीज करून आदिलशाही व कुतुबशाही यांच्यापाठोपाठ मराठेशाहीही खालसा करण्याची जिद्द बाळगीत बादशहा औरंगजेब महाराष्ट्राच्या भूमीवर छावणी करून बसला होता.

अशा अभूतपूर्व संकटकालात रायगडावर राणी येसूबाई आणि स्वराज्याचे प्रमुख प्रधान अधिकारी व अधिकारी यांनी एकत्र येऊन राजाराम महाराजांना मंचकारोहण केले. त्याद्वारे एक छत्रपती मारले गेले तरी मराठ्यांचे राज्य बुडालेले नाही, एवढेच नव्हे तर त्यांचे मोगलांशी युद्ध निकराने चालूच राहील, हे त्यांनी बादशहास दाखवून दिले. अशा प्रसंगी रायगडावर राजकुटुंबातील सर्वच व्यक्तींनी एकत्र एकाच स्थानी अडकून राहणे धोक्याचे होते. म्हणून राजाराम महाराजांनी आपल्या सहकाऱ्यांसह गडाबाहेर पडावे! स्वराज्यात किल्लो-किल्ले फिरत राहून मोगली फौजांशी प्रतिकार चालू ठेवावा! त्यातूनही बिकट परिस्थिती उद्‌भवली तर प्राण वाचविण्यासाठी कर्नाटकात निघून जावे, अशी सर्वानुमते राणी येसूबाईंच्या मार्गदर्शनाखाली मसलत ठरली. त्यानुसार राजाराम महाराज आपल्या प्रमुख सहकाऱ्यांसह रायगडाबाहेर पडून प्रतापगडावर आले. ही बातमी मोगलांस समजताच त्यांच्या फौजा प्रतापगडावर चालून आल्या. पुढे महाराज प्रतापगडाहून सज्जनगड-सातारा या ठिकाणी आले आणि तेथून ते वसंतगडाहून पन्हाळगडी पोहोचले. ते जेथे जेथे गेले तेथे तेथे मोगली फौजांनी त्यांचा पिच्छा पुरवला. ते पन्हाळगडावर आल्याचे समजताच त्याही गडास मोगली फौजेचा वेढा बसला. दरम्यान, स्वराज्यामधील परिस्थिती दिवसेंदिवस बिकट होत गेली. किल्ले व परगणे शत्रूच्या हाती जात असल्याच्या व शत्रू-फौजांसमोर किल्लेदार, ठाणेदार, वतनदार मंडळी अगतिक होऊन शरण जात असल्याच्या वार्ता प्रत्यही पन्हाळगडावर येऊन धडकू लागल्या. अशा परिस्थितीत राजाराम महाराजांनी पन्हाळगडावरच नव्हे, तर महाराष्ट्रातही राहणे धोक्याचे ठरू लागले. तेव्हा पूर्वनियोजित मसलतीप्रमाणे महाराष्ट्रातून कर्नाटकात जाण्याचा निर्णय महाराजांनी घेतला.

या निर्णयाने औरंगजेब बादशहाच्या आक्रमक कारवायांना मोठाच शह बसला जाणार होता. छत्रपतींच्या घराण्यातील सर्व व्यक्तींना महाराष्ट्रातच पकडून मराठी सत्तेस उखडून टाकण्याच्या त्याच्या महत्त्वाकांक्षेस खीळ बसणार होती. मराठ्यांचा राजा व त्याच्या बरोबर मराठ्यांची राजधानीच महाराष्ट्राबाहेर गेल्याने मोगल-मराठा संघर्षाचे केंद्रच बदलणार होते. परिणामी, महाराष्ट्रावरील मोगली फौजांचा दबाव कमी होऊन मराठ्यांना आपल्या लष्करी हालचालीस अधिक अवसर मिळणार होता. आणखी एक गोष्ट घडून येण्यासारखी होती. ती म्हणजे कर्नाटकातील हिंदू नायक आणि पाळेगार यांच्या मदतीने बादशहाविरुद्ध हिंदू सत्ताधीशांची एक संयुक्त

आघाडी उभारता येणे शक्य होते.

अशी अनेक उद्दिष्टे नजरेसमोर ठेवून राजाराम महाराजांनी जिंजी प्रवासाची तयारी केली. तत्पूर्वी महाराष्ट्रातील राज्याचा कारभार त्यांनी शिवछत्रपतींच्या तालमीत तयार झालेल्या रामचंद्रपंत आणि शंकराजी नारायण या दोन प्रमुख मुलकी अधिकाऱ्यांकडे सोपविला आणि त्यांच्या हाताखाली अनुक्रमे संताजी घोरपडे व धनाजी जाधव हे सेनानी नियुक्त केले.[१]

सावध औरंगजेब बादशहा

मोगलांच्या दबावामुळे मराठ्यांचा राजा महाराष्ट्रातून निसटून कर्नाटकातील त्याच्या राज्यात निघून जाईल, याचा अंदाज औरंगजेब बादशहाने या वेळी बांधला होता. त्या दृष्टीने त्याने दक्षिणेतील संभाव्य मार्गावरील सर्व किल्लेदारांना व ठाणेदारांना सावधानतेचे हुकूम पाठवून सावध बनविले होते. समुद्रावरही नाकेबंदी केली होती. बादशहाचा एक सरदार बेळगावचा सुभेदार बहादूरखान याने या संदर्भात गोव्याच्या व्हाईसरॉयला पत्रे धाडली होती. अशाच एका पत्रास उत्तर म्हणून पाठविलेल्या खलित्यात व्हाईसरॉय म्हणतो–

"आपण विनंती केली आहे की राजारामाला कर्नाटकात एक खजिना मिळवायचा आहे; म्हणून तो तिकडे निसटण्याचा बेत करीत आहे; तरी त्याच्यावर समुद्रावर तशीच खुष्कीच्या मार्गावर पाळत ठेवावी. याच विषयसंबंधाने आपण मला आणखी एक पत्र लिहिले होते; व त्याप्रमाणे मी दोन्ही मार्गांवर पहारे बसविले होते. आता हे पत्र मिळाल्यावर हे पहारे दुप्पट करीत आहे, म्हणजे तो आमच्या बाजूने आला तर त्याला अटक करता येईल..."[२] या पत्राची तारीख ३ सप्टेंबर १६८९ अशी आहे. तत्पूर्वी बहादूरखानाने व्हॉईसरॉयला या बाबतीत आणखी एक पत्र पाठविल्याचे यात नमूद आहे; याचा अर्थ असा की राजाराम महाराजांनी जिंजीकडे प्रयाण करण्यापूर्वीच या प्रयाणाविषयी मोगलांनी सतर्क उपाययोजना केलेली होती.

राजाराम महाराजांचे जिंजीकडे प्रस्थान

जेथे दक्षिणेतील सर्व ठाणी राजाराम महाराजांच्या संभाव्य पलायनाच्या संदर्भात सावध केली गेली होती, तेथे पन्हाळगडाचा वेढा अधिक कडक केला गेला असणे अगदी स्वाभाविक होते. अशा परिस्थितीत २६ सप्टेंबर १६८९ रोजी वेषांतर करून राजाराम महाराज व त्यांचे सहकारी यांनी मध्यरात्रीच्या सुमारास पन्हाळगड सोडला.[३] त्यांनी लिंगायत वाण्याचा वेष परिधान केला होता, असे मल्हार रामराव म्हणतो; तर त्यांनी 'पंथोचिते वेष धारण' करून प्रस्थान ठेवले, असे केशव पंडित सांगतो.[४]

केशव पंडित नावाचा विद्वान ब्राह्मण या प्रवासात राजाराम महाराजांबरोबर होता.

त्याने या जिंजीच्या प्रवासावर 'राजारामचरितम्' नावाचा एक छोटेखानी काव्यग्रंथच लिहिला आहे. त्याने पन्हाळगडाहून महाराज निघताना त्यांच्या सोबत कोण कोण होते याची यादीच दिली आहे. त्यामध्ये मानसिंग मोरे, प्रल्हाद निराजी, कृष्णाजी अनंत, निळो मोरेश्वर, बहिरो मोरेश्वर, उद्धव (?) खंडो बल्लाळ, चित्रगुप्त कायस्थ, बाजी कदम, खंडोजी कदम, निळकंठ कृष्ण इत्यादी अनेकांची नावे येतात. याशिवाय गिरजोजी यादव, खंडोजी दाभाडे, नृसिंह पंडिताचार्य, तिमाजी रघुनाथ, कान्होजी आंग्रे इत्यादींची नावे इतर कागदपत्रांत येऊन जातात.[५]

राजाराम महाराज व त्यांचे हे सहकारी पन्हाळगडाहून इतक्या सावधानतेने व गुप्ततेने निसटले की वेढा घालून बसलेल्या मोगली फौजेस त्यांची वार्ता समजू शकली नाही. केशव पंडित सांगतो की घोड्यावरून प्रवास करून महाराज सूर्योदयाच्या वेळी कृष्णा नदीच्या तीरावर पोहोचले.[६] याचा सरळ अर्थ असा की महाराजांनी शत्रूस चकविण्यासाठी पन्हाळगडाहून सरळ दक्षिणेचा मार्ग न धरता पूर्वेचा मार्ग धरला. शिवछत्रपतींनी आग्र्याच्या कैदेतून निसटताना अशीच युक्ती अवलंबिली होती. ते सरळ दक्षिणेस न जाता, प्रथम उत्तरेस, नंतर पूर्वेस आणि नंतर दक्षिणेस वळले होते!

राजाराम महाराज सूर्योदयाच्या वेळी कोठे पोहोचले आणि त्यांनी कोठे कृष्णा पार केली हे केशव पंडित सांगत नाही. पण हे ठिकाण कृष्णातीरावरील श्रीदत्त क्षेत्र नृसिंहवाडीच्या परिसरात असावे. दक्षिणेच्या नकाशावर नजर टाकल्यास सहज लक्षात येते की पन्हाळगडाहून जिंजीकडे जायचे झाल्यास कृष्णा नदी मार्गात कोठेच येत नाही; आणि म्हणून जर राजाराम महाराजांनी कृष्णा नदी एकदा पार केली असेल तर ती कोठेतरी पुन्हा ओलांडून दक्षिणेकडे जाणे त्यांना आवश्यक होते. तशी ती त्यांनी ओलांडलीही. पण केशव पंडित ते सांगत नाही. याच्या प्रवासवर्णनातील ही त्रुटी तशीच राहून गेली असली तरी आपण अंदाज बांधू शकतो की महाराजांनी कृष्णा पार करून तिच्या उत्तर तीरावरून काही अंतर प्रवास केल्यावर उत्तर कर्नाटकातील कुडची/अमापूर येथे पुन्हा नदीपार होऊन दक्षिणेचा मार्ग धरला होता; आणि हा सर्व वरवर दिसणारा 'अव्यापारेषु व्यापार' केवळ शत्रूस हुलकावणी देण्यासाठी होता.

मोगली फौजांकडून पाठलाग

राजाराम महाराजांनी आता सरळ दक्षिणेचा मार्ग धरून कूच चालू ठेवली. शिमोग्यापर्यंतचा त्यांचा प्रवास सर्वसाधारणपणे असा झालेला दिसतो : गोकाक-सौंदत्ती-नवलगुंद-अनेगरी-लक्ष्मेश्वर-हावेरी-हिरेकेरूर-शिमोगा. गोकाकजवळ घटप्रभा नदी, तर सौंदत्तीजवळ मलप्रभा नदी त्यांना पार करावी लागली. शिमोग्याच्या

अलीकडे लक्ष्मेश्वर परगण्यातून जात असता तेथील मोगल अधिकाऱ्यांना त्यांचा सुगावा लागला तेव्हा ते ससैन्य पाठलाग करू लागले. अशा परिस्थितीत वरदा नदी मार्गात आडवी आली. महाराजांनी बहिर्जी घोरपडे व मालोजी घोरपडे या बंधुद्वयाच्या मदतीने ही नदी पार करून पाठलाग करणाऱ्या सैन्यास हुलकावणी दिली. पण पुढे जातात तोच आणखी एका शत्रुसैन्याने त्यांचा मार्ग रोखल्याचे त्यांच्या ध्यानात आले. अशा बिकट प्रसंगी शिवछत्रपतींच्या तालमीत वाढलेले संताजी जगताप व रूपाजी भोसले हे पराक्रमी सेनानी महाराजांच्या संरक्षणास सिद्ध झाले. शत्रुसैन्यास थोपवून धरण्याची कामगिरी संताजी जगतापास सांगून महाराज रूपाजी भोसल्यासह पुढे निसटले. या संकट प्रसंगाचे वर्णन करताना केशव पंडित म्हणतो,

"हेरांकडून शत्रूंच्या हालचालींची बातमी ऐकूनही तो भीमपराक्रमी, स्थिरबुद्धी व महातेजस्वी राजा (राजाराम महाराज) धैर्यापासून चळला नाही; नंतर थोर अशा घोरपडे घराण्यातील बहिरजी आपल्या मालोजी नावाच्या भावासह श्री राजाराम महाराजांच्या सेवेला धावला.

"हनुमानासारखा सामर्थ्यवान, आपल्या सैन्याने विष्ठित, राजारामाच्या चरणी विनम्र व स्थिरभक्तिमान, महाबाहू, साहसी व शत्रूचे मर्दन करणारा असा बहिरजी राजाला म्हणाला... 'आपण कर्नाटकास चलावे. मार्गात जी जी विघ्ने उत्पन्न होतील ती ती तुमच्या प्रसादाने तुमच्याच चरणाचा आश्रय करून मी, हे विभो निवारण करीन.'

"नंतर ब्राह्मणांनी परिवेष्टित असा तो राजाराम आपले सैन्य व बहिरजी यासह ती मोठी नदी (वरदा) पार करून पुढचा मार्ग आक्रमू लागला. राजारामाला पकडण्याच्या इच्छेने म्लेंच्छपतीच्या सैन्यपालांनी आपल्या सैन्यासह त्याच्या मार्गातील सर्व वाटा रोखून धरल्या. तेव्हा राजारामाचे प्रिय करण्याच्या इच्छेने मदोद्धत झालेल्या महाराष्ट्रीय भालाइतानीही त्यांच्याबरोबर ठिकठिकाणी युद्ध केले. त्या महावीरांनी त्या म्लेंच्छ सेनानायकाबरोबर बहुत युद्ध केले. तेव्हा त्यांचे सैन्य मोठे असून आपले अल्प आहे असे समजून आले.

"जेव्हा ते चिंताविष्ट, परिश्रांत व भुकेने व्याकूळ झाले आणि त्यांची वाहने अगदी थकून गेली तेव्हा राजारामाच्या प्रभावेकरून धैर्यवान, अत्यंत वीरबली, महाबली, पराक्रमी व शिवराजांनी सांभाळ केलेले असे ते संताजी जगताप व रूपसिंह भोसले आपल्या सैन्यासह उपकाराची फेड करण्यासाठी पुढे सरसावले व महाराजांस नमस्कार करून मधुर वाणीने बोलले की, 'युद्धलालसेने उन्मत झालेले, आतताई व कवचधारी म्लेंच्छ तुम्हास जिंकण्यासाठी सर्व बाजूंनी चालून येत आहेत. तेव्हा आम्ही आमचे प्राण पणाला लावून त्यांच्यावर विजय मिळवू. तू सर्वांचा राजा व सर्व जगताचा प्राण आहेस. तेव्हा हे महाराजा, तू त्या दुष्टबुद्धीच्या नजरेस न

पडता निघून जा.’ श्रीरूपसिंह व संताजी जगताप या दोघांचे हे भाषण ऐकूण म्लेंच्छ सैन्यांनी वेढलेल्या राजाला संतोष झाला. नंतर त्या दोघांचे म्लेंच्छांबरोबर महायुद्ध झाले. ते सर्व लोकांनी पाहिले व राजारामानेही पाहिले.

“म्लेंच्छ सेना मोठी आहे असे पाहून तो भूमिपती राजा आधिरहित मनाशी विचार करू लागला की ‘यांच्याशी युद्ध केल्याने सांप्रत मला कोणती फलप्राप्ती होईल... कर्नाटकाला त्वरित जाऊन मी मोठे उपाय योजीन.’ अशाप्रकारचा निश्चय करून त्या बुद्धिमान राजाने सैन्याच्या तोंडावर संताजीला ठेवून आपण रूपसिंहाला बरोबर घेऊन तो पुढे गेला. गाव, गवळीवाडे, दुर्ग, खेडी, खोऱ्यातील खेडी, चांडाळगृहे वगैरे मागे टाकीत राजा तुंगभद्रेच्या तीरावर पोहोचला.”[७]

राजाराम महाराज पन्हाळगडाहून निघाले तेव्हा त्यांच्याबरोबर असलेल्या मंडळीत बहिर्जी घोरपडे, मालोजी घोरपडे, संताजी जगताप, रूपाजी भोसले या मराठा सेनानींची नावे येत नाहीत. याचा अर्थ मार्गात ठिकठिकाणी हे सेनानी राजाराम महाराजांस येऊन मिळाले होते; तसेच त्यांनी कुठे व केव्हा येऊन मिळायचे याचेही पूर्वनियोजन महाराजांनी केलेले होते. या संदर्भात महाराजांबरोबर जडजवाहिरांच्या गाठोड्या सांभाळणाऱ्या गिरजोजी यादवाची साक्ष फार महत्त्वाची आहे. तो म्हणतो, “त्याउपरी पनालियास गनिमाचा वेढा आला. याकरिता राजेश्री स्वामी (राजाराम महाराज) कर्नाटकात जावयाच्या उद्देशे तेथून स्वार जाहाले. ते समई उंच उंच जवाहिराच्या गाठोड्या बांधोन आम्हाजवळी व वरकड हुजरियांजवळी दिल्या आणि राजेश्री स्वामीसमागमे जात असता राजेश्री हंबीरराव (मोहिते) व राजेश्री मानसिंग मोरे माघारे निघोन आले. पुढे राजेश्री बहिरजी घोरपडे येऊन भेटले. त्यास समागमे घेऊन राजेश्री स्वामी मार्गीचे बहुत श्रमेकरून सिवमोघ्यास (शिमोगा) गेले.”[८]

गिरजोजीच्या साक्षीवरून हे स्पष्ट होते की, पन्हाळगडाहून बाहेर पडल्यावर बहुधा कृष्णातीरावर राजाराम महाराजांस हंबीरराव मोहिते (दुसरे) आणि मानाजी मोरे हे दोन सेनानी येऊन मिळाले; त्यांनी महाराजांची लक्ष्मेश्वर परगण्यापर्यंत सोबत केली व तेथून ते माघारी परतले. त्याच वेळी बहिर्जी घोरपडे प्रभृती सरदार येऊन मिळाले. पुढे तुंगभद्रेच्या अलीकडे बिदनूरच्या राज्यात राजाराम महाराजांनी प्रवेश केला त्या वेळी त्यांच्यासोबत तीनशे मातब्बर व प्रतिष्ठित सरदार होते, असा मोगलांचा इतिहासकार साकी मुस्तैदखान म्हणतो.[९] या सरदारांत बहिर्जी वगैरे सेनानी होते हे उघड आहे.

बिदनूरच्या राणीचे - चन्नम्माचे साहाय्य

तुंगभद्रेच्या तीरावर शिमोग्यास पोहोचण्यापूर्वी राजाराम महाराजांस बिदनूरच्या राज्यातून प्रवास करावा लागला. संताजी जगताप व रूपाजी भोसले यांच्यासह

मोगली सैन्याबरोबर उपरोक्त जी चकमक झाली त्यानंतर हा प्रवास झाला. या प्रवासाचे वर्णन केशव पंडित देत नाही; पण कानडी साधनांतून त्याची माहिती मिळते.

या वेळी बिदनूरच्या राज्यावर राणी चन्नम्मा राज्य करीत होती. हिंदू धर्म व संस्कृती यांना इस्लामी आक्रमणापासून वाचविण्याचे शिवछत्रपतींचे दक्षिणेतील कार्य तिला ज्ञात होते. मराठ्यांनी मोगलांशी चालविलेल्या संघर्षाबद्दल तिला सहानुभूती होती आणि म्हणूनच तिच्या राज्यातून सुखरूपपणे जाऊ देण्याचे आवाहन राजाराम महाराजांनी तिला करताच तिने त्यांना आनंदाने सर्व प्रकारचे सहकार्य देऊ केले. संकटग्रस्त मराठी राजास मदत करणे, हा आपला राजधर्म आहे असे तिने मानले! मराठे जे करीत आहेत ते दक्षिणेतील समस्त हिंदूंचे कार्य आहे, अशी तिची भावना होती. या भावनेमुळेच औरंगजेब बादशहाच्या संभाव्य क्रोधाची भीती न बाळगता तिने महाराजांच्या आपल्या राज्यातील प्रवासाची चोख व्यवस्था केली; तिच्या साहाय्यानेच महाराज आपल्या सहकाऱ्यांसह शिमोग्यास पोहोचले.

दरम्यान, राजाराम महाराजांचा पाठलाग करणाऱ्या मोगली सैन्यास बिदनूरच्या राज्यात शिरल्यावर समजून चुकले की, चन्नम्मा राणीने महाराजांस साहाय्य दिले आहे. तेव्हा मोगलांनी मराठ्यांच्या राजास आपल्या ताब्यात देण्याविषयी राणीस तंबी दिली. राणीने तत्काळ जबाब पाठविला की, "राजाराम आमच्या राज्यात आला होता हे खरे; पण तो आमचा प्रदेश सोडून गेला आहे; जाताना मागे आपले काही कपडे व दागदागिने तो ठेवून गेला आहे; ते आमच्या हाती पडले असून आम्ही ते तुमच्याकडे पाठवून देत आहोत."[१०]

राजाराम महाराज बिदनूरच्या राज्यात शिरताच जणू काय आपण त्यांचा पाठलाग केला अशा थाटात चन्नम्माने बतावणी केली तरी त्यामुळे मोगल फसले नाहीत. त्यांनी राणीने राजाराम महाराजांस केलेल्या साहाय्याची बातमी बादशहाकडे त्वरेने कळविली. तेव्हा त्याने क्रुद्ध होऊन राणीवर भली मोठी फौज तिला शिक्षा कण्यासाठी पाठविली. (पुढे या फौजेचा समाचार संताजी घोरपड्याने घेतला; आणि राणीवरील मोगली मोहीम उधळून लावली. तेव्हा राणीकडून दंड म्हणून काही तरी रक्कम घेऊन मोगलांनी हे प्रकरण मिटवले.)[११]

तुंगभद्रेच्या तीरावर राजाराम महाराजांवर छापा

बिदनूरच्या राज्यातून तुंगभद्रा गाठण्यात राजाराम महाराज यशस्वी झाले. पण संकटांनी त्यांचा पिच्छा सोडला नव्हता. ते पन्हाळगडाहून कर्नाटकात निसटल्याची वार्ता दरबारात येताच बादशहाने कर्नाटकातील सर्व किल्लेदार, ठाणेदार व सेनानी यांना त्यांना पकडण्याचे तातडीचे हुकूम पाठविले होते. विजापूरचा सुभेदार सय्यद अब्दुलखान बाऱ्हा हा या वेळी त्या प्रदेशातील किल्ले व ठाणी जिंकून घेण्याच्या

कामगिरीवर होता. त्यास आता हातातले काम सोडून राजाराम महाराजांच्या पाठलागावर जाण्याचा तातडीचा हुकूम मिळाला. तेव्हा खानाने आपले सैन्य घेऊन लगेच कूच केले. तीन दिवस व तीन रात्री अखंड घोडदौड करीत त्याने महाराजांस शिमोगाच्या[१२] मुक्कामी गाठले.[१३]

तुंगभद्रेच्या पात्रातील एका छोट्या बेटावर राजाराम महाराज व त्यांचे सहकारी यांनी मुक्काम केला होता. त्याच रात्री अचानकपणे सय्यद अब्दुला आपल्या फौजेसह त्यांच्यावर तुटून पडला. मराठ्यांनी सावध होऊन आपल्या राजाच्या रक्षणार्थ जोराचा प्रतिकार सुरू केला. मोठी धुमश्चक्री उडाली. साकी मुस्तैदखान म्हणतो, "मोगलांच्या समशेरी रक्ताने न्हाऊन निघाल्या. हिंदुराव (बर्हिजी घोरपडे) येकोजी, मानाजी घोरपडे (मालोजी?) इत्यादी मराठे सरदार कैद झाले. या धुमश्चक्रीत राजारामाने आपली शस्त्रे, पागोटे, पादत्राणे ही सगळी टाकून दिली आणि तो अशाप्रकारे निघून गेला की कुणालाही त्याचा पत्ता लागला नाही. अब्दुल्लाखानाने फार मोठी कामगिरी बजावली होती. पण त्याचे नशीबच वाईट म्हटले पाहिजे. राजारामाला निसटून जाऊ देण्यात त्याच्याकडून हलगर्जीपणा झाला."[१४]

केशव पंडित या छाप्यावर थोडा अधिक प्रकाश टाकतो. तो म्हणतो की शत्रूने टाकलेल्या अचानक छाप्यानंतर जी धुमश्चक्री उडाली तिच्यात रूपाजी भोसल्याने शत्रूस थोपविण्याची कामगिरी केली आणि बहिर्जी घोरपडे राजाराम महाराजांना सोबत घेऊन अत्यंत शिताफीने निसटला![१५] राजाराम महाराज निसटल्याचे शत्रूच्या लक्षात आले नाही. शत्रुसैन्याची संख्या खात्रीनेच अधिक होती. अशा परिस्थितीत महाराज सुखरूपपणे निसटेपर्यंत शत्रूस थोपवून धरणे ही मोठीच कामगिरी होती. ती रूपाजीने आपल्या पराक्रमाने पार पाडली. महाराज निसटल्यावर शत्रुसैन्यापुढे निरुपाय होऊन रूपाजी व अन्य मराठे कैद झाले.

या चकमकीत अनेक मराठे मारले गेले. कैद केलेल्या मराठ्यांत राजाराम महाराज आहेत, अशी अब्दुल्लाखानाची प्रथम समजूत झाली. तेव्हा त्याने ही आनंदवार्ता तातडीने बादशाही छावणीकडे पाठविली. बादशहाने राजाराम महाराजांना बंदोबस्ताने आणण्यासाठी दरबारातून हमीदुद्दीनखान या सरदाराची नेमणूकही जाहीर केली! पण बादशहाच्या दुर्दैवाने लवकरच दुसरी बातमी येऊन धडकली की कैद केलेल्या मराठ्यांत राजाराम महाराज नाहीत! ते छाप्यातून सहीसलामत सुटून निघून गेले आहेत! या घटनेमुळे बादशहा संतप्त होणे अगदी स्वाभाविक होते. त्याने शिक्षा म्हणून अब्दुल्लाखानची विजापूरच्या सुभेदारीहून बदली केली आणि कैद केलेल्या मराठ्यांना विजापूरच्या किल्ल्यात डांबून ठेवण्याची आज्ञा केली![१६] (पुढे या कैद्यांनी पळून जाण्याचा प्रयत्न केला. काही जण यशस्वी झाले, पण त्यांच्यापैकी ८० जण पुन्हा पकडले गेले. बादशहाच्या आज्ञेने त्यांचा वध करण्यात आला.)[१७]

धन्य तो अनामिक मराठा!

साकी मुस्तैदखानाच्या उपरोक्त वृत्तान्ताचा बारकाईने शोध घेतल्यास आतापर्यंत प्रकाशात न आलेली एक गोष्ट पुढे येते; आणि ती म्हणजे तुंगभद्रेच्या तीरावर मोगलांनी छापा टाकल्यावर उडालेल्या धुमश्चक्रीत राजाराम महाराजांनी आपल्या वस्त्रांचा त्याग करून नवीन वेष धारण केला आणि त्यांची राजवस्त्रे त्यांच्याच वयाच्या एका अनामिक सहकाऱ्याने परिधान करून शत्रूची कैद स्वीकारली! त्या अनामिक मराठ्याने काही काळ हे नाटक बेमालूमपणे वठविले! हाती सापडलेल्या कैद्यांमध्ये राजवस्त्रे परिधान केलेला कैदी म्हणजे राजाराम महाराजच होय, अशी खात्री झाल्याशिवाय सय्यद अब्दुल्ला मराठ्यांचा राजा कैद झाल्याची वार्ता धाडण्यास धजावला नसता, हे उघड आहे. पुढे नाटक उघडकीस आल्यावर पूर्वीची बातमी खोटी असल्याचे बादशहास कळविणेही खानास भाग पडले. साकी मुस्तैदखान आपल्या वृत्तान्तात राजाराम महाराजांच्या मागे सापडलेल्या 'शस्त्रे, वस्त्रे, पागोटे व पादत्राणे' या वस्तूंचा उल्लेख करतो.

मोगलांच्या हाती पडलेल्या या वस्तू खुद्द राजाराम महाराजांच्या होत्या हे खरे, पण त्या परिधान केलेला 'राजा' मात्र नकली होता! सिद्दी जोहरच्या वेढ्यात त्यास गाफील राखण्यासाठी शिवछत्रपतींनी आपल्यासारख्याच दिसणाऱ्या शिवा काशीद या नाभिक समाजातील मराठ्यास प्रतिरूप 'शिवाजीराजा' बनवून शत्रूस चकविले होते, या कथेची आठवण या ठिकाणी झाल्याशिवाय राहत नाही. हिंदवी स्वराज्याच्या होमकुंडात आत्माहुती देणाऱ्या शिवा काशिदाच्या बलिदानाची परंपरा पुढे राजाराम महाराजांच्या कारकिर्दीतही चालू होती, ही घटना मोगल-मराठा संघर्षास एक आगळे तेज प्राप्त करून देते.

स्वामिनिष्ठ खंडो बल्लाळचे दिव्य!

शिमोग्यापर्यंतचे अंतर राजाराम महाराज व त्यांचे सहकारी यांनी घोड्यांच्या पाठीवरून तोडले होते. पण आता मोगलांनी त्यांच्या संभाव्य मार्गावर सर्वत्र हेरांचे जाळे पसरल्यामुळे घोड्यांवरून प्रवास करणे त्यांना धोक्याचे वाटले. तेव्हा त्यांनी यात्रेकरू, तडीतापडी, कापडी, व्यापारी, भिक्षेकरी अशी नाना प्रकारची वेषांतरे करून आपला प्रवास पुढे चालू ठेवला. ठिकठिकाणचे पहारे व चौक्या चुकवीत त्यांनी बंगळूरपर्यंत सुखरूप प्रवास केला – (बंगळूर-शिमोग्यापासून आग्नेयेस १७० मैलांवर). शिमोगा ते बंगळूरच्या दरम्यान त्यांना वेदवती व अर्कावती अशा दोन नद्या पार कराव्या लागल्या.[१८]

बंगळूरच्या मुक्कामी राजाराम महाराजांवर आणखी एक संकट अचानक गुदरले. महाराजांच्या सहकाऱ्यांच्या वागण्यात एक लहानशी चूक झाली. महाराजांचे

पाय सेवक धूत असता काही स्थानिक माणसांच्या लक्षात आले की हा कोणी मातब्बर इसम दिसतो; म्हणून त्यांनी ही वार्ता लगेच मोगली ठाणेदारास सांगितली. दरम्यान, मराठा मंडळींच्याही ध्यानात त्यांची चूक येऊन तेही तत्काळ सावध झाले. पुढे कोसळू पाहणाऱ्या संकटाची चाहूल त्यांना लागली. तेव्हा खंडो बल्लाळने पुढाकार घेऊन महाराजांस विनंती केली की, त्यांनी आपल्या सहकाऱ्यांसह भिन्नभिन्न मार्गांनी पुढे निघून जावे; मागे आपण दोन-चार आसामींनिशी राहून आल्या प्रसंगास तोंड देऊ आणि त्यातून निसटून तुम्हास येऊन मार्गात ठरावीक ठिकाणी मिळू. खंडो बल्लाळच्या सल्ल्याप्रमाणे महाराज आपल्या सहकाऱ्यांसह निघाले. इकडे मागे राहिलेल्या खंडो बल्लाळ प्रभृतींवर मोगली ठाणेदाराची धाड पडली. त्यांना पकडून ठाण्यात आणले गेले.

मल्हार रामराव म्हणतो : ''हे स्वयंपाक करून जेवितात तो चौकी आली. यास धरून नेले. कोण म्हणून विचारले. 'कापडी, यात्रेकरू, रामेश्वरी जातो. दहा-पाच आणखी होते ते जिकडे जाणार तिकडे गेले. आम्हास दुसरीकडे जाणे म्हणोन राहिलो.' (असे) सांगितले असता त्यांस मारहाण करू लागले. डोईवर दगड दिले. चाबूक मारिले. परतु कापडीच म्हणून सांगितले. शेवट राखेचा तोबरा दिला असताही सर्वांचे बोलणे सारखे (पडले.) तेव्हा कचेरीत चौकशी करणार बोलले की 'यात्रेकरू हे खरेच. तसेच असते तरी इतके मारापुढे बोलते. यात्रेकरू बंदातून सुटल्यावाचून अन्नग्रहण करीत नाही' ऐसे आग्रह धरून बसल्यावरि सोडून दिले. ते संकेताप्रमाणे तेथे जाऊन प्रल्हाद निराजी वगैरे एका जागा जाहले आणि पुढे गेले. महाराजही चंदीनजीक जाऊन पोहोचले. तेथे यांणी सर्वांनी जाऊन गाठिले. एकत्र जाले...''[१९]

खंडो बल्लाळ प्रभृतींनी मराठ्यांच्या छत्रपतींसाठी, हिंदवी स्वराज्यासाठी मोठा देहदंड सोसला! स्वामिनिष्ठेचे त्यांचे हे एक प्रकारचे दिव्यच होते. या दिव्याच्या कसोटीत ते उतरले.

बंगळूरच्या कैदेतून आपली सुटका करून घेऊन खंडो बल्लाळ व त्यांचे सहकारी पुढे राजाराम महाराजांना विवक्षित स्थळी येऊन मिळाले. प्रवास पुढे चालू राहिला. सर्व जण पालार नदीच्या तीरावर अंबूर या ठिकाणी पोहोचले. अंबूर हे ठाणे बंगळूरहून पूर्वेस ६५ मैलांवर असून ते मराठ्यांच्या ताब्यात होते. म्हणजे आता राजाराम महाराज कर्नाटकातील मराठी मुलखात येऊन पोहोचले होते.

अंबूरजवळ मराठ्यांचा बाजी काकडे नावाचा सरदार छावणी करून होता. त्यास आपण आल्याची वार्ता महाराजांनी पाठविताच तो त्वरेने त्यांच्याकडे आला व त्याने त्यांचा यथोचित सत्कार केला; त्याबरोबर महाराजांचा गुप्तवास संपला. आपल्या मुलखात आल्यावर ते उघडपणे प्रकट झाले. आता मराठा सैन्यासह प्रल्हाद

निराजी, खंडो बल्लाळ इत्यादी प्रधान अधिकाऱ्यांसह ते वेलोरकडे निघाले.[२०] (वेलोर – अंबूरच्या ईशान्येस २५ मैलांवर येते.) वेलोर हा मराठ्यांच्या ताब्यातील कोट होता. वास्तविक, अंबूरहून सरळ दक्षिणेकडे जिंजीकडे जाणे महाराजांना सोयीचे होते. पण जिंजीकडे लगेच जाण्यात त्यांच्यासमोर एक अडचण होती.

अंबिकाबाईचा विरोधी पवित्रा

जिंजीचा किल्ला कर्नाटकातील मराठी मुलखात असला तरी राजाराम महाराजांची सावत्र बहीण अंबिकाजाई (हरजीराजे महाडीक यांची बायको) हिच्या ताब्यात होता. संभाजीकालात हरजीराजे कर्नाटकातील मराठ्यांचा मुख्य सुभेदार होता. त्याचे नुकतेच निधन झाले होते. त्याच्या मागे अंबिकाबाई जिंजीचा किल्ला तेथील साधनसंपत्तीसह आपल्या राज्यात घेऊन बसली होती. राजाराम महाराजांच्या आगमनाने तिच्या स्वतंत्र होण्याच्या उद्योगात मोठी अडचण निर्माण झाली. तिने आपल्या बंधूस विरोध करावयाचे ठरवून तशी तयारी चालू केली. तिच्या तयारीच्या वार्ता महाराजांना समजल्यामुळेच अंबूरहून सरळ जिंजीकडे न जाता त्यांनी वेलोरचा मार्ग धरला होता. २८ ऑक्टोबर १६८९ रोजी ते वेलोरच्या कोटात पोहोचले.[२१] पन्हाळगड ते वेलोर हे अंतर कापण्यास त्यांना एकूण ३३ दिवस लागले होते.

काही दिवस वेलोरच्या कोटात महाराजांनी वास्तव्य केले. दरम्यानच्या काळात त्यांनी आपले दूत आपल्या बहिणीकडे पाठवून जिंजीचा किल्ला आपल्या हवाली करण्याचा निरोप पाठविला. परंतु निरोपाप्रमाणे किल्ला हवाली करणे दूर राहोच, तिने महाराजांशी प्रतिकार करण्यासाठी ससैन्य किल्ल्यातून कूच केले. असे दिसते की काही अंतर गेल्यावर तिच्या सैन्यातील अधिकाऱ्यांनीच तिला या विचारापासून परावृत्त केले. शेवटी आपली बाजू कमकुवत झाल्याचे ध्यानात येताच ती निरुपाय होऊन किल्ल्यात परतली. हा सर्व वृत्तान्त पांदेचरीचा फ्रेंच गव्हर्नर मार्टिन याने आपल्या डायरीत नमूद केला आहे.

मार्टिन लिहितो, 'राजाराम व त्याच्या चार ब्राह्मण सहकाऱ्यांनी गोसाव्याचा वेश परिधान करून आणि शत्रूकडून ओळखले जाण्याचा धोका पत्करून मोठ्या दगदगीचा प्रवास केला. २०० लीगचा हा प्रवास बराचसा पायीच करून ते वेलोर किल्ल्यात पोहोचले. हा किल्ला जिंजीच्या आसमंतात आहे. तेथून ते जिंजीस आले. तेथे लोकांनी राजारामास ओळखले आणि सार्वभौम राजा म्हणून त्याचे त्यांनी स्वागत केले. जिंजी हरजीराजाची विधवा पत्नी आणि राजारामाची बहीण हिच्या ताब्यात होती. हरजीराजाचा मृत्यू महिन्यापूर्वीच झाला आहे. तिने किल्ल्याबाहेर पडून राजारामाला प्रतिकार करण्याचा प्रारंभी प्रयत्न केला. पण तिचा पक्ष प्रबल नव्हता. (शेवटी तिची हार होऊन) तिला किल्ल्यात परतावे लागले. एवढेच नव्हे तर

हरजीराजाने व तिने स्वत: आपल्या कारकिर्दीत जमा केलेल्या प्रचंड संपत्तीचा हिस्सा तिला राजारामास देणे भाग पडले. जिंजीमधील प्रमुख ब्राह्मण व लष्करी (मराठा) अधिकाऱ्यांनी जाहीरपणे राजारामाची बाजू घेऊन राजा म्हणून त्यास मान्यता दिली आहे. राजाराम त्यांच्यासह जिंजीत आला असून तेथे त्याने आपला दरबार थाटला आहे.''[२२]

मार्टिनच्या डायरीतील नोंदीवरून हे स्पष्ट दिसते की, राजाराम महाराज कर्नाटकात आल्याचे समजताच तेथील मराठा सेनानी व मुलकी अधिकारी यांनी त्यांचे हार्दिक स्वागत करून शिवछत्रपतींच्या सिंहासनाचा वारसदार म्हणून त्यांचा पक्ष त्यांनी उचलून धरला; त्यामुळेच अंबिकाबाईस आपला स्वार्थी व संकुचित विचार सोडून देऊन जिंजी किल्ल्याचे दरवाजे आपल्या बंधूच्या स्वागतासाठी उघडावे लागले! नोव्हेंबराच्या पहिल्या आठवड्यात (सन १६८९) राजाराम महाराज जिंजीत पोहोचले.

जिंजी–मराठ्यांची नवी राजधानी!

कर्नाटकात व खुद्द जिंजीमध्ये असणाऱ्या मराठी लोकांनी राजाराम महाराजांचे मोठ्या उत्साहाने स्वागत केल्याने मद्रास किनारपट्टीच्या मुलखात राजकारणांचे रंग बदलू लागले. नव्या मराठा राजाने जिंजीत नवी राजधानी उभी केली. दरबार सज्ज झाला. मराठ्यांच्या इतिहासात एक नवे पर्व सुरू झाले. हे सर्व घडत असता महाराष्ट्रात एक दु:खद घटना घडून आली. राजाराम महाराज आपल्या सहकाऱ्यांसह जिंजीत जेव्हा पोहोचले त्याच वेळी इकडे महाराष्ट्रातील राजधानी रायगड राणी येसूबाई व शाहू राजे याच्यासह मोगलाच्या हाती पडली! (३ नोव्हेंबर १६८९) शिवछत्रपतींनी सुप्रतिष्ठित केलेली रायगडची राजधानी शत्रूने काबीज केली खरी, पण त्याच वेळी दूर ५०० मैल अंतरावर नव्या राजधानीच्या रूपाने मराठ्यांची स्वातंत्र्यलालसा जिद्दीने प्रकट झाली.

छत्रपती राजाराम महाराजांचा हा जिंजीचा प्रवास मराठ्यांच्या इतिहासातील एक रोमहर्षक पर्व आहे. मार्गातील अनेक जीवघेण्या संकटांशी मुकाबला करीत; नाना वेष, नाना रूपे धारण करीत त्यांना हा प्रवास करावा लागला. शिमोगा व बंगलूर या ठिकाणी त्यांच्यावर जिवावरचे प्रसंग उद्‌भवले. पण मानाजी मोरे, रूपाजी भोसले, बहिर्जी घोरपडे, मालोजी घोरपडे, प्रल्हाद निराजी, खंडो बल्लाळ प्रभृतींसारख्या अनेक स्वामिनिष्ठ व शूर मंडळींनी जिवाची बाजी लावून मराठ्यांच्या छत्रपतींचे रक्षण केले. त्यांच्या सेवेचे मोल करता येणार नाही. जिंजीच्या या प्रवासात राजाराम महाराज पकडले गेले असते, तर दक्षिणेतील मराठी सत्तेचा मूळ स्रोतच नष्ट झाला असता आणि आसेतुहिमाचल इस्लामी सत्तेचे साम्राज्य पसरविण्याची औरंगजेब

बादशहाची महत्त्वाकांक्षा सफल झाली असती.

अशा प्रकारे जिंजीच्या प्रवासाची यशस्विता म्हणजे औरंगजेब बादशहाच्या दक्षिणेतील राजनीतीस तसेच युद्धनीतीस जबरदस्त शह होता. जिंजी मराठ्याची राजधानी झाल्याने सर्वांचे लक्ष कर्नाटकाकडे वळले; बादशहास आपल्या फौजांचा मोठा भाग तिकडे वळवावा लागला; परिणामी महाराष्ट्रावरील मोगली आक्रमणाचा दबाव त्याप्रमाणात कमी झाला. याचा अचूक फायदा राजाराम महाराजांचे महाराष्ट्रातील सहकारी रामचंद्रपंत, शंकराजी नारायण, संताजी घोरपडे व धनाजी जाधव या मंडळींनी उठविला आणि मोगलांनी काबीज केलेले किल्ले व ठाणी जिंकून त्यांना आपल्या ताब्यात आणण्याचा सपाटा त्यांनी लावला. इतका की अवघ्या सहा महिन्यांच्या आत दक्षिणेत मराठी सत्ता मोगलांशी तीव्र प्रतिकार करण्यास पुन्हा जोमाने सिद्ध झाली!

(पूर्वप्रसिद्धी : भारतीय इतिहास आणि संस्कृती, पुस्तक २७, १९७० सुधारित)

संदर्भ -टिपा

१. राजारामचरितम्, सर्ग ४, श्लोक ११-१२
२. ताराबाईकालीन कागदपत्रे, खं. १, पृ. ५५-५६
३. शिवचरित्र-प्रदीप, पृ. ३५
४. चिटणीसविरचित छत्रपती राजाराम महाराज यांची बखर पृ. १२ राजारामचरितम्, सर्ग ४, श्लोक १५-१६
५. राजारामचरितम्, सर्ग ४, श्लोक १७-२३; ताराबाईकालीन कागदपत्रे, खं. १, पृ. ४७३; भा.इ.स. मंडळ - त्रैमासिक, वर्ष ३१, अंक २-३, पृ. ३; कैफियती, यादी इ. पृ. ३
६. राजारामचरितम्, सर्ग ४, श्लोक २४, ३०
७. कित्ता, सर्ग ४, श्लोक ४१-६३
८. ताराबाईकालीन कागदपत्रे, खं. १, पृ. ४७३
९. मराठे व औरंगजेब, पृ. ४४
१०. शिवचरित्रवृत्त संग्रह, खं. १, पृ. ६५-६६
११. मराठे व औरंगजेब, पृ. ४४-४५, शिवचरित्रवृत्त, खं. १, पृ. ६७
१२. राजाराम महाराजांना तुंगभद्रेच्या तीरावर निश्चित कोणत्या ठिकाणी गाठले हे आतापर्यंत अज्ञात होते. ताराबाईकालीन कागदपत्रे खं. १ या साधनग्रंथात प्रसिद्ध झालेल्या यादव घराण्याच्या दप्तरात ही माहिती प्रथमच मिळाली. ताराबाईकालीन कागदपत्रे, खं. १. पृ. ४७३
१३. मराठे व औरंगजेब, पृ. ४३-४४
१४. कित्ता, पृ. १४

१५. राजारामचरितम्, सर्ग ४, श्लोक ६३-७१, सर्ग ५, श्लोक १-१७
१६. मराठे व औरंगजेब, पृ. ४४
१७. कित्ता, पृ. ४५
१८. ताराबाईकालीन कागदपत्रे खं. १. पृ. २१६; राजारामचरितम् पृ. ७४-७५
१९. चिटणीसविरचित छत्रपती राजाराम महाराज यांची बखर, पृ. १३
२०. राजारामचरितम्, सर्ग ५, पृ. ७५-७७
२१. शिवचरित्र-प्रदीप, पृ. ३५
२२. Martin's Memories, Vol. III, pp. 235-236

सन १६८९ ची मराठ्यांची मसलत आणि मनुची, मार्टिन व बेंद्रे

सन १६८९ हे साल मराठ्यांच्या इतिहासातील एक अंधारपर्व आहे. या साली मराठ्यांचा राजा संभाजी मोगलांकडून कैद होऊन त्याची अमानुषपणे हत्या केली गेली; मराठ्यांच्या नव्या राजास (राजाराम महाराज) जीव मुठीत धरून कर्नाटकात आश्रय घ्यावा लागला; तर त्याच्यामागे मराठ्यांची राजधानी रायगड तेथील मराठ्यांच्या महाराणी-राजपुत्रासह मोगलांनी आपल्या ताब्यात घेतली. शिवछत्रपतींनी मोठ्या कष्टाने उभारलेले 'हिंदवी स्वराज्य' पत्त्याचा बंगला कोसळावा तसे कोसळले! अशा स्थितीत शत्रूपुढे शरणागती न स्वीकारता तत्कालीन मराठी नेतृत्वाने जी 'मसलत' उभी केली, तिच्याविषयी त्या काळातील परकीयांनी व शत्रूच्या गोटातील इतिहास-लेखकांनी एक प्रकारचे विकृत चित्र रंगविले आहे; आणि अशाच प्रकारचे विकृत चित्र, दुर्दैवाने, काही अर्वाचीन इतिहासकारांनीही पुढे ठेवण्याचा प्रयत्न केला आहे.

सन १६८९ च्या मराठ्यांच्या 'मसलतीचा' अन्वयार्थ लावणाऱ्या तत्कालीन परकीय लेखकांपैकी मनुची व मार्टिन हे प्रमुख आहेत. निकोलस मनुची हा सर्व हिंदुस्थानभर भटकणारा एक इटालियन प्रवासी होता. सन १६८९ साली तो मद्रास किनारपट्टीवर होता. फॅन्सीस मार्टिन हा पांदेचरी येथील फ्रेंच वखारीचा गव्हर्नर होता. मनुचीने तत्कालीन मोगली साम्राज्याचा Storia Do Mogor नावाचा एक मोठा ग्रंथ लिहिला असून त्यात हिंदुस्थानातील मोगल बादशहा, त्याचा परिवार, अमीर-उमराव, राजे-रजवाडे इत्यादींच्या मोठ्या विलक्षण हकिकती दिल्या आहेत. मार्टिन गव्हर्नरपदी असताना त्याने जी डायरी लिहिली आहे, तिच्यातही दक्षिणेतील राजकीय घटनांची माहिती विपुल प्रमाणावर आहे.

तथापि, या दोन्ही ग्रथांतील माहिती तारतम्यानेच घ्यावी लागते. या दोन्ही ग्रंथांतील मराठा मसलतीच्या चित्राप्रमाणेच अर्वाचीन कालातील ज्येष्ठ इतिहासकार कै. वा. सी. बेंद्रे यांनीही आपल्या संशोधनातून एक चित्र निर्माण केले आहे. या

चित्रातील काही निष्कर्ष तर फार धक्कादायक आहेत; इतके की ते जर आपण स्वीकारले तर संभाजीहत्येनंतरच्या मराठ्यांच्या स्वातंत्र्ययुद्धाची परिमाणेच बदलतात! सत्यान्वेषणासाठी या मसलतीची चर्चा-चिकित्सा आवश्यक ठरते. प्रथम मनुची मार्टिन पाहू.

मनुची लिहितो, 'असे वाटत होते की जणू संभाजीच्या मृत्यूने औरंगजेबाचे साम्राज्य दक्षिणेत सागर किनाऱ्यापर्यंतच्या सर्व प्रदेशावर पोहोचणारच. पण त्या महापराक्रमी शिवाजीच्या सेनानायकांनी औरंगजेबाशी युद्ध चालू ठेवण्याचा निश्चय केला आणि संभाजीच्या धाकट्या भावाची बाजू त्यांनी उचलून धरली. त्यांनी त्याला बंदीखान्यातून बाहेर काढून त्याला राजा म्हणून घोषित केले.

'सेनानायकांच्या या निर्धारामुळे (मराठ्यांच्या) राज्यात क्रांतीच घडून आली. कारण संभाजीच्या आईने (येथे बायकोने असे हवे होते) आपल्या अल्पवयीन मुलांच्या वतीने राज्यावर हक्क सांगितला होता. राज्यासनावर बसण्याचा आपल्या मुलांनाच हक्क आहे, असे तिचे म्हणणे होते. पण सेनानायकांनी तिच्या म्हणण्याकडे लक्ष न देता राजारामाच्या बाजूने कौल दिला. तेव्हा आपल्या मुलांसह मोगलांना शरण जाऊन त्यांच्या ताब्यात २० किल्ल्यांसह जाण्यास तिला भाग पडले. अशा प्रकारे तिने आपल्या प्रतिस्पर्ध्याची बाजूच कमकुवत करून टाकली!'[१]

या परकीयांच्या वृत्तान्ताची चिकित्सा करण्यापूर्वी एक गोष्ट लक्षात घेतली पाहिजे, ती ही की महाराष्ट्रातील त्या काळातील राजकीय मंचापासून मनुची काय अगर मार्टिन काय, दोघेही खूपच दूर म्हणजे ५००/६०० मैल दूर, मद्रास किनारपट्टीच्या प्रदेशात होते. पश्चिम किनारपट्टीवरील रायगडाहून मद्रास किनारपट्टीवरील मद्रास-पांदेचरीपर्यंत मराठा राजकारणाच्या वार्ता निर्भेळपणे प्रवास करणे त्या कालात अवघड होते. तेव्हा अशा वार्तांनी प्रवासात विकृत स्वरूप धारण करून पुढे अफवांचा अवतार धारण केल्यास काही नवल नव्हते.

मनुचीचा उपरोक्त वृत्तान्त बारकाईने पाहिल्यास त्याच्याप्रत पोहोचलेल्या वार्ता या कर्णोपकर्णी पसरलेल्या अफवाच होत्या याचे प्रत्यंतर येते. मनुची अथवा मार्टिन या दोघांनाही महाराष्ट्रातील राजकीय घडामोडींचे फारसे ज्ञान नव्हते. त्यामुळे येसूबाईस संभाजी महाराजांची पत्नी न मानता माता मानण्यासारख्या घोडचुका मनुचीच्या हातून घडतात. नात्याच्या संदर्भातील एखादी चूक अनवधानाने झाली असेल असे आपण एक वेळ मानू, पण महाराष्ट्रातील घटनांविषयीही त्याने अक्षम्य घोटाळे केले आहेत. त्याचा एक अजब नमुना आम्ही इतिहासाच्या वाचकांसाठी पुढे ठेवत आहोत –

पन्हाळ्याच्या वेढ्यात मराठ्यांच्या कारस्थानात राणी येसूबाईंचा कसा अपघाती मृत्यू घडवून आणला गेला याची विलक्षण कथा मनुची सांगतो-

"त्याचे असे झाले- पन्हाळगडाला औरंगजेबाने वेढा दिला होता. किल्ल्यावर आवश्यक तेवढा अन्नधान्याचा साठा असल्याने तो किल्ला घेऊ शकत नव्हता. पण त्यामुळे त्याने वेढा उठवून जाण्याचीही शक्यता किल्ल्यावरील मराठ्यांना दिसत नव्हती. तथापि, किल्ला घेण्याचा त्याचा निग्रह पाहून मराठ्यांनी त्याच्याकडे आपला वकील पाठवून आपण किल्ला ताब्यात देण्यास तयार आहोत, असे त्यास कळविले. परंतु (त्याच्या छावणीत असणाऱ्या) मराठ्याच्या राणीने (येसूबाई) व तिच्या मुलांनी स्वत: येऊन किल्ल्याचा ताबा घेतला पाहिजे, अशी त्यांनी इच्छा व्यक्त केली. औरंगजेबास वाटले की मराठे खरेच बोलत आहेत. म्हणून त्याने संभाजीच्या राणीसह तिचा सर्व परिवार किल्ल्यात पाठवून दिला. फक्त तिचा थोरला मुलगा (शाहू) यास मात्र त्याने बंदी म्हणून छावणीत ठेवून घेतले.

"राणी व तिचा परिवार आल्याचे पाहून मराठ्यांनी आनंदोत्सव साजरा केला. पण किल्ला ताब्यात देण्यापूर्वी या आनंदोत्सवात सामील होण्यासाठी राणीला आणखी काही दिवस आपल्यात राहू द्यावे, अशी त्यांनी विनंती केली. मराठ्यांच्या या मागणीत वावगे काहीच न वाटल्याने औरंगजेबाच्या अधिकाऱ्यांनी ती मान्य केली. तेव्हा किल्ल्यावर मेजवानीसह मोठ्या धामधुमीत आनंदोत्सव सुरू झाला. शिवाजीचे (मराठ्यांचे) अधिकारी किल्ल्यात आत-बाहेर करू लागले. तिसरे दिवशी त्यांनी अन्नामध्ये इतके विष घातले की मराठ्यांची राणी तिच्या मुलासह आणि मोगली अधिकाऱ्यांसह मृत्युमुखी पडली."[२]

इतिहासाच्या वाचकांना, पन्हाळ्याच्या वेढ्यात महाराणी येसूबाईंचा हा तथाकथित कारस्थानी मृत्यू म्हणजे चुकीच्या व विकृत इतिहासाची परिसीमा वाटावी अशी आहे. मराठ्यांची ही राणी पन्हाळ्याच्या पायथ्याशी मरण न पावता पुढे ती औरंगजेब बादशहाच्या मृत्यूनंतर १०-१२ वर्षे शत्रूच्या कैदेत होती, हे येथे सांगायला हवे असे नाही. अशा कथा मनुचीनेच रचून आपल्या ग्रंथात दिल्या असतील असे वाटत नाही. त्याच्या कानावर ज्या कथा पडल्या त्या त्याने दिल्या एवढेच. पण मनुचीच्या अशा वृत्तान्तावर विसंबून सन १६८९ च्या मराठ्यांच्या मसलतीसंबंधी काही ठरविणे मोठे धोक्याचे आहे; हे प्रस्तुत चर्चेच्या संदर्भात महत्त्वाचे आहे.

फ्रॅन्सीस मार्टिन याचा रोजनिशीतील वृत्तान्त

'एप्रिल १६८९ : जिंजीच्या मराठा सुभेदारांकडे बातमी आलेली आहे की संभाजीच्या मृत्यूनंतर त्याच्या मुलाचा राज्यावरचा हक्क डावलून रामराजाला (राजाराम) गादीवर बसविले गेले आहे. संभाजीचा विश्वासघात ज्या ब्राह्मण प्रधानांनी केला, त्यांनीच या बाबतीत पुढाकार घेतला. कारण संभाजीच्या पुत्राला जर गादीवर बसविले तर तो वयात येताच आपला सूड घेतल्याशिवाय राहणार नाही, अशी

त्यांना भीती वाटत होती. तथापि, या संभाजीपुत्राचाही पक्ष घेणारी मंडळी तेथे आहेत.'[३]

मार्टिनच्या रोजनिशीतील नोंदी म्हणजे तत्कालीन अव्वल दर्जाचे साधन आहे यात शंका नाही. मराठ्यांच्या कर्नाटकातील हालचालींविषयी त्याची माहिती फार मोलाची आहे. कारण पांदेचरी हे ठिकाण जिंजीपासून तसे जवळच आहे. तेव्हा जिंजीमधील मराठ्यांच्या राजकारणाविषयीच्या त्याच्या नोंदी ग्राह्य मानावयास हरकत नाही. पण पाच-सहाशे मैल दूर अंतरावर असणाऱ्या महाराष्ट्रातील रायगड किल्ल्यावरील राजकारणाच्या त्याच्या कानावर आलेल्या वार्ता या कर्णोपकर्णीच्या कथाच समजायला हव्यात; आणि संभाजी महाराजांच्या कारकिर्दीच्या प्रारंभकालात स्वराज्यात उद्भवलेल्या यादवीच्या पार्श्वभूमीवर अशा प्रकारच्या कथा दक्षिणभर पसरणेही अगदी स्वाभाविक होते.

मोगली गटातही अशा प्रकारच्या कथा प्रसूत झाल्या होत्या. औरंगजेबाचा चरित्रकार साकी मुस्तैदखान म्हणतो की, रायगडावर आपल्या भावाच्या कुटुंब-कबिल्यास सोडून राजाराम स्वतःच्या सुखासाठी त्या किल्ल्यातून वैराग्याचा वेष धारण करून पळून गेला. आपली माहिती अधिक खुलून दिसावी म्हणून त्याने एका फारसी कवितेच्या चार ओळीही उद्धृत केल्या आहेत. त्यांचा भावार्थ असा-

"पहा तो निर्लज्ज. चांगले भाग्य कधीच त्याच्या वाट्याला येणार नाही. त्याने फक्त स्वतःचे सुख पाहिले. (भावाच्या) बायकापोरांना त्याने संकटात लोटले!'[४]

थोडे खोलात जाऊन पाहिले तर अशा प्रकारच्या कथा परकीयांच्या अथवा शत्रूच्या गोटात का पसरल्या होत्या, याचाही शोध लागतो. खरी गोष्ट अशी होती की, राजारामाने आपणास फसवून, संकटात घालून, तो स्वार्थी भावनेने कर्नाटकात निघून गेला आहे, अशीच भूमिका मोगलांच्या कैदेत पडलेल्या येसूबाई आणि शाहूराजे यांनी उघडपणे मोगली दरबारात घेतली होती. शत्रूच्या ताब्यात असणाऱ्या असाहाय्य मातापुत्रांनी अशी भूमिका घेणे, हा राजनैतिक डावपेचाचा भाग होता. मल्हार रामरावाने या संदर्भात येसूबाईंच्या तोंडी एकदोन महत्त्वाची वाक्ये घातली आहेत. कैदेतून येसूबाई जिंजीकडे राजाराम महाराजांस निरोप पाठवतात, 'हे (शाहूराजे) आपले नातू असे (बादशहाने) मनात आणोन मरातब राखून ठेविले आहेत. आपण (राजाराम महाराज) आपला इलाखा (कुटुंब) पृथक करून कबिल्यासुद्धा निघोन गेलेत आणि आमचे निसबतीचा कबिला टाकून गेला, हे बादशहांच्या मनात भरोन ते लोभ बहूत करितात. आपला आमचा संकेत आहे. तो परस्परा मनोमन आहे...'[५] येसूबाई व शाहूराजे यांनी ही भूमिका इतकी बेमालूमपणे वठविली होती की मराठ्यांचे शत्रू मोगल यांना व मनुची, मार्टिन, इंग्रज इत्यादींनाही ती खरी वाटत राहिली.

बेंद्रे यांचे 'मसलती' धक्कादायक विश्लेषण

आश्चर्याची गोष्ट अशी की गाढे इतिहास-संशोधक वा. सी. बेंद्रे यांनाही येसूबाईंची ही भूमिका खरी वाटली आहे! संभाजी हत्येनंतरची मराठ्यांची मसलत म्हणजे हिंदवी स्वराज्यातील प्रल्हाद निराजी, रामचंद्रपंत अमात्य इ. ब्राह्मण सरकारकुनांनी येसूबाई व शाहूराजे यांच्याविरुद्ध केलेले कटकारस्थान होते, आणि यास राजाराम महाराज बळी पडले असा धक्कादायक निष्कर्ष त्यांनी काढला आहे. या निष्कर्षाची सविस्तर चर्चा त्यांनी आपल्या 'श्री छत्रपती राजाराम महाराज आणि नेतृत्वहीन हिंदवी स्वराज्याचा मोगलांशी झगडा' या ग्रंथात केली आहे. बेंद्रे यांचे प्रतिपादन थोडक्यात पुढीलप्रमाणे आहे–

"संभाजी महाराजांना पकडून ठार मारण्याचा कट हिंदवी स्वराज्यातील प्रल्हाद निराजी, रामचंद्रपंत प्रभृतींनी औरंगजेब बादशहाशी संधान साधून रचला आणि त्यानुसार संभाजी महाराज कैद होऊन त्यांची पुढे मोगली छावणीत हत्या करण्यात आली. पण या 'राजद्रोही व राष्ट्रद्रोही सरकारकुनां'नी आपल्या 'पापाचे खापर' कवी कलश मारला गेलेला पाहून त्याच्या माथी मारले. या कटवाल्यांचा मुख्य नेता प्रल्हाद निराजी हा होता. रामचंद्रपंत हा 'कटवाल्यांचा दुय्यम पुढारी' होता. या कटवाल्यांनी बादशहाशी एक गुप्त करार केला होता की, संभाजी महाराजांच्या हत्येनंतर त्यांचा अल्पवयीन पुत्र शाहूराजा यास मोगल्यांचा मांडलिक म्हणून गादीवर बसविण्यात येईल व त्यानंतर बादशहा मराठ्यांशी चालू असलेले युद्ध थांबवील. पण संभाजीहत्येनंतर कटवाल्यांनी आपला विचार बदलला; कारण शाहूराजा वयात आल्यावर तो आपल्या पित्याच्या वधाचा सूड घेईल, अशी त्यांना भीती वाटली. म्हणून त्यांनी राजाराम महाराजांस मुक्त करून त्यांना मराठ्यांचा राजा म्हणून गादीवर स्थापन केले.

वास्तविक, राजाराम महाराजांचे जेव्हा रायगडावर मंचकारोहण केले गेले तेव्हा संभाजी महाराज मोगली कैदेत असले तरी मारले गेले नव्हते. सबब, कटवाल्यांचे राजाराम महाराजांच्या मंचकारोहणाचे कृत्य म्हणजे 'या राजद्रोही व देशद्रोही अधिकाऱ्यांचे बंडच' होते असे समजले पाहिजे. कटवाल्यांनी गुप्त कराराचा भंग केल्याने तिकडे बादशहा संतप्त झाला आणि त्याने रायगड जिंकून राजाराम महाराजांना कैद करण्यासाठी आपला सेनापती जुल्फिकारखान यास धाडले. खुद्द राजाराम महाराजांना कटवाल्यांच्या या कारस्थानाची काहीही कल्पना नव्हती. कटवाल्यांनी त्यांची 'दिशाभूल' केली. ते 'अनुभवावाचून अज्ञानी' होते. कटवाल्यांच्या योजनेप्रमाणे राजाराम महाराज रायगड सोडून प्रतापगडास आले. येसूबाईंच्या सल्ल्यानुसार त्यांनी रायगड सोडला, असे जे सांगितले जाते ते सर्व 'काल्पनिक

व अवास्तव आहे.' कटवाल्यांनी दिलेला शब्द न पाळल्याने बादशहाने आपल्या सरदारांना हिंदवी स्वराज्य जिंकण्यासाठी पाठविले तेव्हा आक्रमक मोगली फौजांच्या तोंडी स्वराज्यास देऊन कटवाल्यांनी राजाराम महाराजांस घेऊन कर्नाटकात पळ काढला!

''केवळ मोगली जबरदस्तीने (राजाराम महाराजांना) कर्नाटकात जावे लागले असे नसून कटवाल्यांच्या राजकारणाच्या परिपूर्तीसाठी दूर जाऊन आपल्या कारभाराची घडी बसविणे हाच खरा त्यांचा उद्देश होता. दरम्यान, शत्रूने रायगड व पन्हाळगड या किल्ल्यांना वेढे घातले होते. रायगडला वेढा घालून बसलेल्या मोगली सैन्यावर संताजी घोरपडे याने एकदा 'सहज' छापा घालून पाच हत्ती काबीज केले. पण संताजीला रामचंद्रपंतादी कटवाल्यांना भेटण्याची घाई झाल्याने तो तिकडे निघून गेला. 'येसूबाईविरुद्धची कारवाई' म्हणून रामचंद्रपंताने रायगडची मदत थांबविली होती.

''पुढे 'राजाराम महाराज' आणि राजद्रोही मंडळ पन्हाळा सोडून कर्नाटकात पळून गेल्याचे समजताच बाहेरून मदतीची अपेक्षा करणे शक्य न झाल्याने 'येसूबाईंनी रायगड मोगलांच्या स्वाधीन केला;' आणि अशा प्रकारे 'राष्ट्रद्रोही कटवाल्यांना स्वार्थासाठी अपयशाचे भागीदार व्हावे लागले.' बादशाही छावणीत आणले गेल्यावर शाहूराजास मनसब व राजा हा किताब औरंगजेबाने बहाल केला. अशा प्रकारे 'त्याने राजारामाला राजा न म्हणता शाहूला राजा हा किताब देऊन हिंदवी स्वराज्यात क्रांती करण्याचे साधन' निर्माण करून ठेविले!''[६]

(बेंद्रे यांच्या उपरिनिर्दिष्ट ग्रंथात त्यांचे उपरोक्त निष्कर्ष पानापानांवर विखुरलेले आहेत. अभ्यासाच्या सोईसाठी ते एकत्र जोडून त्यांची महत्त्वाची शब्दयोजना अवतरणचिन्हांत दिली आहे.)

बेंद्रे यांनी हे निष्कर्ष तत्कालीन वास्तव इतिहास म्हणून पुढे मांडला आहे. त्याची चिकित्सा आता करू.

संभाजी महाराज आणि कवी कलश यांच्यामधील घनिष्ठ संबंध ही ऐतिहासिक वस्तुस्थिती आहे. आपल्या कारकिर्दीच्या उत्तरार्धात तर संभाजी महाराज कवी कलशावर उत्तरोत्तर अधिक विसंबून राहू लागले असे दिसते. कवी कलशाची मराठी राज्यकारभारात वाढलेली प्रतिष्ठा व सत्ता राज्यातील ब्राह्मण सरकारकून व इतर अधिकारी यांना सहन न होणेही स्वाभाविक होते. एका परप्रांतीय ब्राह्मण पंडिताने महाराष्ट्रात येऊन मराठी राजकारणात आपले प्रचंड प्रस्थ निर्माण करावे, ही गोष्ट महाराष्ट्रीय ब्राह्मण मंडळींना झोंबणारी होती हेही खरे. त्यातून कवी कलशही कमी राजकारणी होता असे नाही. जेधे शकावलीत संभाजी महाराजांच्या कैदेपूर्वीची एक महत्त्वाची नोंद आहे. 'मार्गशीर्ष मासी संभाजीराजे याणी कलशाच्या बोले प्रल्हादपंत व सरकारकून व कित्येक लोकास धरिले.' – (ऑक्टो-नोव्हें. १६८८).[७] येथे शकावलीमधील 'कलशाच्या बोले' ही शब्दयोजना अर्थपूर्ण आहे. कवी कलश आणि ब्राह्मण

सरकारकून यांच्यात चाललेल्या राजकारणी डावपेचांची ती निदर्शक आहे.

जेधे शकावली या धरपकडीचे कारण देत नाही. बेंद्रे म्हणतात त्याप्रमाणे या धरपकडीमागे संभाजी महाराजांना पदच्युत करण्याचा अथवा ठार मारण्याचा कट असावा असे म्हणता येणार नाही; कारण तसा तो असता तर संभाजी महाराजांनी प्रल्हाद निराजीस फक्त कैदेत घालण्याची सौम्य शिक्षा न देता शिरच्छेदाची अथवा कडेलोटाची कडक शिक्षा फर्माविली असती. अशा कडक शिक्षा यापूर्वी अशा गुन्ह्यासाठी संभाजी महाराजांनी बाळाजी आवजी व अण्णाजी दत्तो यांना दिल्या होत्याच. तेव्हा आता प्रल्हाद निराजीस अशी शिक्षा देण्यापासून त्यांना कोण प्रतिबंध करू शकत होते?

प्रल्हाद निराजी आणि रामचंद्रपंत यांनी औरंगजेब बादशहाशी गुप्तपणे केलेल्या ज्या कराराचा उल्लेख बेंद्रे वारंवार करतात, त्यास इतिहासात कुठेच अस्सल आधार नाही. बेंद्रे यांनीही तो दिलेला नाही. तो एक त्यांचा आवडता कल्पनाविलास आहे! तेव्हा त्यावर अधिक भाष्य न केलेले बरे; पण तरीही बेंद्रे म्हणतात त्याप्रमाणे असा गुप्त करार झाला होता असे गृहीत धरले तरी कटवाले संभाजी महाराजांस मारल्यावर त्यांच्या पुत्रास गादीवर बसविण्याचा विचार प्रथम कसा काय करतात? आणि नंतर तो आपल्या पित्याच्या हत्येचा सूड घेईल या धास्तीने तो विचार कसा काय सोडून देतात? हा नंतर सुचलेला विचार प्रारंभीच न सुचण्याइतके प्रल्हाद निराजी व रामचंद्रपंत निर्बुद्ध होते काय? बरे, शाहूराजाऐवजी कटवाल्यांनी आपल्या स्वार्थासाठी राजाराम महाराजांस गादीवर बसविले असे खरे मानले तर मग त्यांनी येसूबाई व शाहूराजे यांचा त्यांच्या मार्गातील काटा दूर का केला नाही? जर ते अट्टल राजद्रोहीच होते तर त्यांना अशी कृत्ये अशक्य होती काय, या प्रश्नांची उत्तरे बेंद्रे यांच्या आरोपात मिळत नाहीत.

कटवाल्यांच्या कारस्थानाची कल्पना राजाराम महाराजांना बिलकूल नव्हती, कटवाल्यांनी त्यांची 'दिशाभूल' केली, असे बेंद्रे यांचे एक विधान आहे; ते तर बिलकूल पटणारे नाही. राजाराम महाराज काही अज्ञानी बालक नव्हते. त्यांचे वय या वेळी १९ वर्षांचे आहे. रायगडावर चाललेल्या मसलतीत त्यांचा काहीही सहभाग नव्हता, असे म्हणणे धारिष्ट्याचे ठरेल. या मसलतीची त्यांना पूर्ण कल्पना असायलाच हवी आणि मग बेंद्रे म्हणतात त्याप्रमाणे येसूबाई व शाहूराजे यांना वाऱ्यावर सोडून देण्याचे कारस्थान सरकारकुनांनी रचले असेल, तर त्यातून राजाराम महाराजांचीही सुटका होऊ शकत नाही. त्या पापाचे तेही भागीदार होते, असे समजायला हवे!

संभाजी महाराजांच्या कैदेनंतर रायगडावर कोणती मसलत उभी राहिली, राजाराम महाराजांनी प्रथम रायगड व नंतर पन्हाळगड सोडून कर्नाटकात का आश्रय

घेतला आणि रायगड कोणत्या परिस्थितीत येसूबाईंना मोगलांच्या स्वाधीन करावा लागला याची सविस्तर चर्चा आपण प्रस्तुत ग्रंथातील यापूर्वीच्या दोन लेखांत केलेली असल्याने त्याची पुनरुक्ती येथे करीत नाही. पण रामचंद्रपंताकडून रायगडाला उपराळा झाला नाही यात त्याची अंतस्थ 'येसूबाईविरुद्ध कारवाई' होती अथवा राजाराम महाराज कर्नाटकात गेले यातही कटवाल्या प्रल्हाद निराजीच्या स्वार्थी राजकारणाची परिपूर्ती होती, असे म्हटल्यावर तत्कालीन राजकारणाचे सर्वच संदर्भ फिरतात! आणि अशा प्रकारे संदर्भ फिरविले तर संभाजीराजांच्या हत्येनंतर ज्या मराठ्यांनी स्वातंत्र्यप्रेमाने व जिद्दीने मोगल बादशहासारख्या प्रबळ शत्रूशी संघर्ष करण्याची ईर्षा धरली; शत्रूच्या सर्वंकष आक्रमणाच्या दबावाखाली चिरडून न जाता ज्या मराठ्यांनी धैर्याने व चिवटपणे लढा दिला आणि शत्रूच्या घणाघाती राजनैतिक प्रहारापुढे शरणागती न स्वीकारता, तेवढ्याच चाणाक्ष डावपेचांनी ज्या मराठ्यांनी शत्रूस गोत्यात आणले, त्या मराठ्यांच्या सर्व महनीय कृत्यांना एक प्रकारच्या घृणास्पद कारस्थानाचे स्वरूप येते! मराठ्यांच्या त्या गौरवशाली स्वातंत्र्ययुद्धाचा आत्माच नष्ट होतो!

आणि मग बदललेल्या संदर्भात सन १६८९ च्या मसलतीत येसूबाईंची भूमिका काय उरते? वैधव्याच्या दुःखाची कुऱ्हाड कोसळली असतानाही ज्या स्त्रीने अत्यंत धीरोदात्तपणे आपल्या पुत्रासाठी राज्यलोभ न धरता आपल्या दिरास मंचकारोहण करून महाराष्ट्राच्या निःस्वार्थीपणाचा एक महान आदर्श उभा केला होता त्या स्त्रीच्या व्यक्तिमत्त्वातील, बेंद्र्यांचे प्रतिपादन स्वीकारले, तर तेजस्विता जाऊन मागे उरते ते त्या स्त्रीचे एक असहाय व्यक्तिमत्त्व! येसूबाई नावाची इतिहासाच्या प्रवाहात पडलेली एक अगतिक व्यक्ती! स्वातंत्र्ययुद्धाच्या पर्वातील महाराणी येसूबाईंच्या भूमिकेचे हे मूल्यमापन त्यांच्यावर खचितच अन्याय करणारे ठरेल!

प्रल्हाद निराजी व रामचंद्रपंत यांचा उल्लेख बेंद्रे एकसारखा 'राजद्रोही', 'देशद्रोही' असा करतात. तथापि, राजाराम कालात या दोन सरकारकुनांनी राजद्रोह केल्याचा एकही सबळ पुरावा तत्कालीन कागदपत्रांत उपलब्ध नाही. उलट संभाजीराजांच्या हत्येनंतर निर्माण झालेल्या भयानक संकटकालात राजाराम महाराजांनी प्रल्हाद निराजी, रामचंद्रपंत, शंकराजी नारायण, परशुराम त्र्यंबक, संताजी घोरपडे, धनाजी जाधव प्रभृतींच्याच सहकार्याने मोगल आक्रमणापासून हिंदवी स्वराज्याचे संरक्षण केल्याची इतिहासाची साक्ष आहे. ही सर्वच मंडळी शत्रूशी प्राणपणाने लढली; राजाराम महाराजांच्या ठायी त्यांनी स्वराज्याच्या निष्ठा ठेवल्या; खुद्द छत्रपतींनी त्यांच्यावर अनन्यसाधारण विश्वास ठेवून राज्याचा सर्व भार त्यांच्यावर टाकला; उच्च पदे व पदव्या देऊन त्यांना गौरविले, हा इतिहास नजरेआड करून कसे चालेल! प्रल्हाद निराजीस प्रतिनिधीपद, रामचंद्रपंतास अमात्यपदाशिवाय सर्वाधिकार देणारा 'हुकमतपन्हा' हा किताब, शंकराजी नारायणास सचिवपदाशिवाय

राजाचे अधिकार प्रदान करणारा 'राजाज्ञा' हा किताब या राजाराम महाराजांच्या कृत्यांचा अर्थबोध काय होतो? राजाराम महाराजांनी अशा राजद्रोही इसमांवर विश्वास टाकून त्यांचा गौरव केला असे समजायचे काय? आणि असे समजून घेतले तर अशा राजद्रोही व्यक्तींचा गौरव करणारे राजाराम महाराज दोषमुक्त राहू शकतील काय? खुद्द छत्रपतीच या राजद्रोह्यास सामील होते, असा चमत्कारिक निष्कर्ष काढावा लागेल व तो इतिहासाला धरून होणार नाही.

बेंद्रे यांचा शेवटचा मुद्दा, औरंगजेबाने 'राजा' ही किताबत राजाराम महाराजांस न देता ती शाहूराजास दिली व त्यामुळे हिंदवी स्वराज्यात क्रांती करण्याचे साधन निर्माण झाले, यावर फारसे भाष्य करण्याची गरज नाही; कारण औरंगजेबाने शाहूराजास बहाल केलेला 'राजा' हा किताब म्हणजे खरेखुरे राजपद नव्हते. तो एक दरबारचा सन्मान होता. त्या पदवीला तत्कालीन राजकारणात फारशी किंमत नव्हती. पुढे शाहूराजे मोगली कैदेतून सुटून स्वराज्यास आल्यावर मराठे सरदारांनी त्यांची बाजू उचलून धरली. त्यास औरंगजेबाचा हा किताब उपयोगी ठरलेला नाही. तेव्हा अशा नामधारी किताबांनी हिंदवी स्वराज्यात क्रांती होण्याचा प्रश्न उद्भवणार नव्हता.

राजाराम महाराजांची विलोभनीय भूमिका

या सर्व घडामोडींत राजाराम महाराजांची भूमिका कोणती होती, येसूबाई व शाहूराजे यांच्याविषयी त्यांच्या मनात कोणत्या भावना होत्या, या प्रश्नांच्या उत्तरातही मराठ्यांच्या मसलतीचे खरे स्वरूप कसे होते, याचे उत्तम दिग्दर्शन होते. सुदैवाने या कालातील खुद्द राजाराम महाराजांचे अस्सल पत्र उपलब्ध झाले असून ते वाचल्यावर त्यांच्या मनात येसूबाई व शाहूराजे यांच्याविषयी किती ममत्वाची भावना होती, हिंदवी स्वराज्याचे छत्रपतिपद स्वीकारत असताना त्यांच्या मनात काही स्वार्थी भावना होती की कसे, इत्यादी अनेक बाबींवर प्रकाशझोत टाकला जातो. राजाराम महाराज लिहितात,

'चिरंजीव (शाहूराजे) कालेकरून तरी श्री देशी आणील तेव्हा संकटी जी माणसे उपयोगी पडली त्यांच्या तशनसी आम्ही करविल्या... ते (शाहूराजे) मुख्य सर्व राज्यास अधिकारी आम्ही करितो तरी त्यासाठीच आहे. प्रसंगी सर्व लोकास तिकडेच (शाहूराजांकडेच) पाहाणे येईल व (त्या प्रो) वागतील. हे कारण ईश्वरी नेमले आहे...'[८]

हिंदवी स्वराज्यांचे खरे स्वामी शाहूराजे, ईश्वरी कृपेने ते एक ना एक दिवस स्वराज्यात परत येतील, त्या वेळी सर्वांनाच त्यांच्या आज्ञेत राहावे लागेल. दरम्यान, आपण एक विश्वस्त म्हणून राज्याचा हा भार सांभाळत आहोत, हे राजाराम

महाराजांचे शाहूराजांविषयीचे व हिंदवी स्वराज्याविषयीचे विचार त्यांच्या निरपेक्ष व उदात्त भावनांचे दर्शन घडवितात! हे विचार म्हणजे राजारामकालीन मराठी राजनीतीचा एक प्रकाशमान पैलूच आहे. रामायणात जसे भरताच्या निरपेक्ष वृत्तीचे विलोभनीय दर्शन घडते, तसे महाराष्ट्राच्या इतिहासात राजाराम महाराजांच्या या उदात्त भूमिकेचे दर्शन कुणाही इतिहासाभ्यासकासह विस्मित केल्याशिवाय राहत नाही!

हिंदवी स्वराज्य वाचविणारी महान मसलत

उपरोक्त चर्चेवरून एक गोष्ट स्पष्ट व्हावी की संभाजी महाराजांच्या हत्येनंतर जे महाराष्ट्रात घडले ते मूठभर राजद्रोही सरकारकुनांचे कटकारस्थान नव्हते तर ती मोगली आक्रमणाच्या विळख्यातून हिंदवी स्वराज्याला वाचविणारी महान मसलत होती! आणि ही महान मसलत म्हणजे महाराणी येसूबाई, छत्रपती राजाराम महाराज, प्रल्हाद निराजी, रामचंद्रपंत अमात्य, संताजी घोरपडे, धनाजी जाधव, प्रभृतींनी उभारलेली केवळ राजनैतिकच नव्हे तर लष्करी आघाडी होती. या आघाडीत सर्वच जण राष्ट्रीय संकटाशी मुकाबला करण्यासाठी एक झाले होते. परिस्थितीचा दबावच असा प्रचंड होता की मराठ्यांना दक्षिणेत एक स्वतंत्र राजकीय सत्ता म्हणून अस्तित्व टिकवावयाचे असेल तर आपसातील बेकी नष्ट करून एकीचा मार्ग धरल्याशिवाय गत्यंतर नव्हते! मराठ्यांनी तो मार्ग धरला आणि कोसळलेल्या राष्ट्रीय संकटावर मात केली.

'महाराष्ट्राचे महाभारत' म्हणून ज्या कालखंडाचा इतिहासकार गौरव करतात तो हा कालखंड आहे. त्यास 'स्वातंत्र्ययुद्धाचा कालखंड' असेही म्हटले जाते. हे युद्ध 'स्वातंत्र्य' निर्माण करण्यासाठी नव्हते, तर शिवछत्रपतींनी निर्माण केलेल्या 'स्वातंत्र्या'च्या रक्षणासाठी होते! मराठ्यांचे हे स्वातंत्र्य जेवढे महान होते, तेवढीच त्यांची हे स्वातंत्र्यरक्षण करणारी मसलतही महान होती.

संदर्भ

१. Storia Do Mogor Vol. II, pp.312

२. कित्ता, पृ. ३१३-३१४

३. Martin's Memories, Vol. III, pp.234-235

४. मराठे व औरंगजेब, पृ. ४३

५. चिटणीसविरचित छत्रपती राजाराम महाराज यांची बखर, पृ. २३

६. श्री छत्रपती राजाराम महाराज, पृ. २७-३२, ४९-५३, ६०-६१, २६१

७. शिवचरित्र प्रदीप, पृ. ३४

८. मराठ्यांच्या इतिहासाची साधने, खं. १५, पृ. २९४-२९७

◆

मराठ्यांची जंगी मोहीम : सर्जाखानाचा पाडाव

संभाजी महाराजांच्या हत्येनंतर महाराष्ट्रावरील औरंगजेब बादशहाचे आक्रमण अधिकच तीव्र होत गेले. इतके की नवे छत्रपती राजाराम महाराज यांना आपल्या काही सहकाऱ्यांसह कर्नाटकात आश्रय घ्यावा लागला. कर्नाटकात जाताना त्यांनी महाराष्ट्रातील स्वराज्याचा कारभार रामचंद्रपंत, शंकराजी नारायण, संताजी घोरपडे व धनाजी जाधव या चौघांवर सोपविला होता. या चौघांनी संभाजी-हत्येने खचून गेलेल्या मराठ्यांत पुन्हा शत्रूशी लढण्याचा उत्साह पैदा केला आणि हळूहळू मोगलांच्या ताब्यात गेलेला मुलूख सोडविण्यास प्रारंभ केला. ते विजयांपाठीमागून विजय मिळवीत गेले. प्रस्तुतचा सर्जाखानाच्या पाडावाचा प्रसंग हा अशाच मराठ्यांच्या विजयांपैकी एक प्रारंभीचा महत्त्वाचा विजय होय. या विजयामुळे मराठ्यांचा आत्मविश्वास अनेक पटींनी वाढून 'मराठी राज्य जिवंत' असल्याची जाणीव मराठ्यांनी औरंगजेबास करून दिली!

मराठ्यांची पहिली जंगी मोहीम

राजाराम महाराज जिंजीच्या मार्गावर असताना रामचंद्रपंताने पन्हाळ्यापासून वसंतगडापर्यंत लष्करी मोहीम काढून स्वराज्यातील मोगलांनी जिंकून घेतलेली अनेक गडकोटठाणी सोडविली होती. तथापि, मोगलांनी पुन्हा जोर करून आपल्या फौजा या प्रदेशात घुसवून काही गडकोट व ठाणी ताब्यात घेतली होती. शेख निजाम या कोल्हापूरच्या मोगल ठाणेदाराने पुढे होऊन पुन्हा तळकोकणातील संगमेश्वर हे ठाणे जिंकले होते. आता मराठ्यांनी ही गडकोटठाणी आपल्या कब्जात आणण्यासाठी एक जंगी मोहीम आखली. या मोहिमेचे नेतृत्व रामचंद्रपंत, शंकराजी नारायण, संताजी घोरपडे आणि धनाजी जाधव अशा चौघांनी केले. या मोहिमेचा पहिला टप्पा म्हणजे मोगलांनी जिंकून घेतलेले संगमेश्वर पुन्हा ताब्यात आणणे हा होता. ही कामगिरी शंकराजी नारायणाने पार पाडली. त्याने संगमेश्वरवर

स्वारी करून तेथील मोगल ठाणेदारास पळवून लावून तेथे मराठी ठाणे घातले व तो पुन्हा देशावर येऊन मोहिमेच्या मुख्य सैन्यास मिळाला.

खंडभट शाळिग्रामने सुमुहूर्त काढून दिला!

या मोहिमेसंबंधी मराठी कागदपत्रांत काही महत्त्वाचे उल्लेख मिळतात. त्यातील एक म्हणजे या मोहिमेसाठी मराठ्यांच्या राजमंडळाचा आश्रित असणारा खंडभट शाळिग्राम याने सुमुहूर्त काढून दिल्याचे एक पत्र उपलब्ध आहे. हे पत्र म्हणजे मोहीम यशस्वी झाल्यानंतर मराठा राजमंडळाने खंडभटावर खूश होऊन वर्षासन नेमून दिले, त्या संदर्भात आहे –

'पत्र वर्षासन वेदशास्त्रसंपन्न राजश्री खंडभट शाळिग्राम आश्रित राजमंडळ, सुरसन इहिदे तिसैन अलफ. वेदमूर्ती बहूत थोर योग्य आहेत. यांसी पहिले वर्षासन एकशे होन करून ठेविले. ऐसीयास सालगुदस्ता शेख निजामाने ठाणे संगमेश्वरी घातले होते व सर्जाखान सातारीयास वेढा घालून बैसला होता. त्याला मारून काढावे हा विचार केला. यावरी वेदमूर्तीनी सुमुहूर्तही दिल्हा. त्या मुहूर्तेच राजश्री पंतसचीव जमावानिशी स्वार होऊन, संगमेश्वरीच्या ठाणीयावरी गेले. तेथे युद्धप्रसंग करून, गनीम पराभवाने पावविला. तसेच सातारीयास सर्जाखानावरी लष्करानिशी गेले. तेथेही युद्धप्रसंग करून सर्जाखान अगदी कबिल्यादेखील पाडाव केला. त्यामुळे कुली मुलुख व कितेक गडकोट हस्तगत जाले. यास्तव वेदमूर्ती योग्य भले जाणोन वर्षासन देखील कदीम सरंजामी केली. सालीन होन पादशाही –

कदीम वर्षासन सालीन १०० होन. ५०० बेरजेचे.

एकूण पाचशे होन सालीना रास जाजाती वर्षासन सालीना होन ४०० यांसी छ. मजकुरी पाठवून

एकूण वर्षासन सालीना होन यासी पाचशे रास केले असेत. इस्तकबील छ मजकुरापासून कदीम व जाजती मिळोन आश्रिताच्या दंडके माहे दरमाहे पावेल. परवानगी हुजूर.'[१]

या पत्रातील 'राजश्री पंत सचिव' म्हणजे शंकराजी नारायण सचिव हा होय. तो पुढे मराठ्यांच्या मुख्य फौजेस येऊन मिळाल्याचे सांगून झालेच आहे.

सर्जाखान ऊर्फ रस्तुमखान याचा साताऱ्यास वेढा

सर्जाखान हा विजापूरच्या आदिलशाहीचा नामांकित सरदार होता. औरंगजेबाने आदिलशाही खालसा केल्यावर तो मोगलांच्या चाकरीत आला. औरंगजेबाने त्यास रस्तुमखान हा किताब देऊन त्यास मराठी मुलूख जिंकण्याच्या कामगिरीवर नियुक्त केले होते (सन १६८६).[२] संभाजी महाराजांच्या कारकिर्दीत हा सातारा भागात

वाईच्या प्रदेशात वावरत होता. त्याच्याशी लढताना सेनापती हंबीरराव मोहिते तोफेचा गोळा लागून ठार झाला होता! असा मोठा नामांकित व पराक्रमी सरदार आता साताऱ्याचा प्रसिद्ध किल्ला जिंकून घेण्याच्या इराद्याने साताऱ्याच्या पायथ्याशी छावणी करून होता. त्यास धडा शिकवण्यासाठी मराठ्यांचे प्रमुख प्रधान व सेनानी यांनी या मोहिमेची कामगिरी अंगावर घेतली होती.

सर्जाखानाशी ही जी लढाई घडून आली तिच्याविषयी मोगलांचा इतिहासकार ईश्वरदास नागर याने विस्तारपूर्वक माहिती दिली आहे.[३] ईश्वरदासाचा वृत्तान्त हेच ही लढाई कशी झाली हे समजण्याचे एकमेव साधन आहे. त्या दृष्टीने ईश्वरदासाच्या वृत्तान्तास फार महत्त्व आहे.

मराठ्यांची सर्जाखानाशी गनिमी काव्याची लढाई

या वेळी मराठ्यांच्या फौजेत उपरिनिर्दिष्ट चौघांशिवाय मानाजी मोरे, पारखे इ. अनेक नामांकित सेनानी होते. मराठ्यांनी आपल्या फौजेचे दोन-तीन विभाग करून काही विभाग राखीव ठेवले होते. हे राखीव सैन्य युद्धभूमीपासून काही अंतरावर लपून राहणार होते आणि याचा वापर मराठे योग्य समयी करणार होते. सर्जाखानाच्या फौजेत गजदल होते. विशेष म्हणजे मराठ्यांनीही या मोहिमेत गजदल घेतले होते. मराठ्यांनी या गजदलाचा अचूक वापर केला, तर मोगलांचे गजदल त्यांनाच मारक ठरले. कसे ते पाहा. ईश्वरदास म्हणतो, "मराठे सरदार संताजी घोरपडे व जाधव, पारखे इत्यादी आपल्या प्रचंड सैन्यासहित रस्तुमखानावर चालून आले. रस्तुमखानाने आपला मुलगा गालिबखान याजबरोजर पाच हजार सैन्य व पाच हत्ती देऊन त्याला आपल्या सैन्याच्या आघाडीवर ठेविले. अजून युद्धाला तोंड लागले नव्हते तोच मराठ्यांच्या बर्कदाजांनी. (बंदुकी चालविणारे पायदळ) मोगल फौजेवर बंदुकींचा मारा केला.

"मोगल सैन्याच्या आघाडीला हत्ती उभे करण्यात आले होते. बंदुकीच्या गोळ्यांचा त्यांच्यावर वर्षाव होऊ लागताच ते मागे फिरून आपल्याच सैन्यात पळू लागले. मोगलांचे काही सैनिक मराठ्यांच्या बंदुकीच्या माऱ्याने जखमी झाले होते. मागे पळत सुटलेल्या आपल्याच हत्तीच्या पायाखाली कित्येक मोगल सैनिक चिरडले गेले. हे पाहून रस्तुमखान आपल्या सैनिकांसहित पुढे धावला. इतक्यात मराठ्यांच्या सैन्यातील गजदलाने मोगल सैन्यावर चाल केली. याचा परिणाम असा झाला की मोगल स्वारांचे घोडे घाबरून उधळले. मोगल स्वारांनी त्यांना आवरून मराठ्यांशी लढावे असा प्रयत्न केला. पण काही केल्या घोडे मैदानात टिकेनात. असे असले तरी रस्तुमखान हा आपल्याबरोबर राहिलेल्या सैनिकांना घेऊन शत्रूशी शौर्याने लढत राहिला. त्यांच्या हल्ल्यापुढे मराठ्यांची आघाडीवर असलेली पथके

मागे हटली. तोपर्यंत रस्तुमखानाचे पांगलेले सैन्य पुन्हा एकत्र आले. मोगलांनी आता मराठ्यांच्या मुख्य सैन्यावर हल्ला केला. या सैन्यात संताजी घोरपडे व पारखे हे होते. मोगलांच्या हल्ल्याने मराठ्यांचे सैन्य पळू लागले. मोगलांनी त्यांचा पाठलाग करून अनेकांना ठार मारले.''

सर्जाखान बायकामुलांसह कैद!

लढाई ऐन रंगात आली असता मराठे अचानक पळ काढीत. अशा वेळी शत्रूस वाटे की मराठे घाबरून रणांगणातून पळ काढीत आहेत. तेव्हा शत्रूस मोठा चेव चढून त्यांच्या फौजेचा मोठा भाग पाठलाग करीत रणभूमी सोडून दूर जात असे. त्याच बरोबर शत्रूचा मुख्य सेनापती पाठलागावर जाईच असे नाही. ते काम आपल्या हाताखालच्या सेनानीवर सोपवून पाठलागावर गेलेल्या आपल्या सैन्याच्या विजयाच्या वार्तेची तो प्रतीक्षा करीत थांबत असे. बरोबर याच क्षणाची मराठ्यांची राखीव तुकडी प्रतीक्षा करत असे. ती अचानकपणे रणभूमीवर चाल करून येई. या लढाईच्या प्रसंगी असेच घडले.

ईश्वरदास म्हणतो, ''या सुमारास मराठ्यांच्या दुसऱ्या तुकडीने मोगलांवर हल्ला केला. या हल्ल्यामुळे काही मोगल सैनिक जखमी झाले. मराठ्यांनी मोगलांचे झेंडे हस्तगत केले. त्यामुळे चिडून रस्तुमखानाने आपला हत्ती मराठ्यांवर घातला. याच सुमारास मराठ्यांच्या गोळीबारामुळे रस्तुमखानाच्या अंगावरील कपड्यांनी पेट घेतला. मराठ्यांचे कर्नाटकी-बर्कदाज सैन्याच्या आघाडीला होते. ते मोगलांच्या पिछाडीवर तुटून पडले आणि त्यांनी मोगलांची छावणी लुटण्यास सुरुवात केली. यामुळे मोगलांचा धीर सुटून ते पळू लागले. रस्तुमखानाला बाणाच्या आणि बंदुकीच्या गोळ्यांच्या जखमा लागून तो बेशुद्धावस्थेत आपल्या हत्तीवरून खाली जमिनीवर पडला. मराठा सरदार मानाजी मोरे याने रस्तुमखानाला पकडून मराठा फौजेत नेले. रस्तुमखानाचा मुलगा गालिबखान याने आपल्या सैन्यासहित मराठ्यांवर हल्ला केला. या युद्धात बाणांच्या व भाल्यांच्या जखमा लागून गालिबखान हा मैदानात पडला. त्या वेळी मोगल सैन्यातील दीड हजार माणसे ठार झाली. मराठ्यांची पण अनेक माणसे ठार व जखमी झाली.''

मराठ्यांनी सर्जाखानाच्या फौजेची अशी दाणादाण उडविण्याचे काम जोरात सुरू ठेवले असतानाच साताऱ्याच्या किल्ल्यातून हंबीरराव मोहिते सरलष्कर (दुसरा) हा मराठा सरदार ससैन्य बाहेर पडला व त्याने मोगलांच्या फौजेवर शेवटचा प्रहार केला! त्याने सर्जाखानाच्या बायकांना कसे वाचविले, याचा वृत्तान्त देताना ईश्वरदास म्हणतो– ''हे होत असता हंबीरराव हा पाच हजार स्वार व पायदळ घेऊन सातारच्या किल्ल्यातून बाहेर पडला. त्याने मोगलांच्या फौजेवर हल्ला केला. रस्तुमखानाच्या

बायका आणि कुटुंबातील इतर स्त्रियांनी हे संकट पाहून खंजीर हातात घेऊन आत्महत्या करण्याचा बेत केला, पण हंबीररावाने ओरडून सांगितले की, 'रस्तुमखान जिवंत आहे. मी तुमच्यावर हल्ला करीत नाही. तुम्ही आत्महत्येचा विचार करू नका.' हे बोलणे चालू असतानाच मराठ्यांची एक तुकडी रस्तुमखानाच्या छावणीत घुसली. त्यांनी रस्तुमखानाची आई, बायको आणि मुलगी यांना पकडून साताऱ्याच्या किल्ल्यावर नेले.''

सर्जाखानाच्या दोन बेगमा निसटल्या!

मराठ्यांनी सर्जाखानाच्या मुख्य तळावरच जेव्हा हल्ला केला तेव्हा त्यांच्या जनानखान्यात मोठा हाहाकार उडाला असणार. मराठ्यांनी खानाची मुख्य बेगम, आई व मुलगी यांना कैद केले; पण त्याच्या इतर दोन बेगमांनी व दोन मुलांनी मात्र मराठ्यांनाही चकविले. ईश्वरदास म्हणतो– ''मराठ्यांनी रस्तुमखानाच्या छावणीवर हल्ला केला त्या वेळी या बायका आणि मुले यांनी जुने कपडे अंगावर घालून आम्ही रस्तुमखानाच्या दासदासी आहोत असे मराठ्यांना सांगितले. त्यामुळे मराठे त्यांच्या वाटेस गेले नाहीत. मग संधी साधून ती माणसे पळून रानावनात लपून राहिली. रात्र झाल्यावर त्यांनी फकिराचा वेष केला आणि रात्रंदिवस रानावनातून प्रवास करीत ते शेवटी बादशाही मुलुखात पोहोचले.''

सर्जाखानाची ही बायका-मुले बादशाही छावणीजवळ आल्याचे समजताच बादशहाने त्यांना आणण्यासाठी आपला गुर्जबदार (हुजऱ्या) मीर हसन यास पालखी व चार घोडे यासह पाठविले; आणि मराठ्यांच्या कैदेत असणाऱ्या खानाकडे निरोप पाठविला, ''तुझ्या दोन बायका आणि दोन मुलेही छावणीत पोहोचली आहेत. त्यांची व्यवस्था करण्यात येत आहे. तुझी सुटका करण्यासाठी फौजा तैनात करण्यात आल्या आहेत.''

सर्जाखानाकडून लाख होन खंडणी!

बादशहाने सर्जाखानाकडे निरोप पाठविला खरा, पण त्यापूर्वीच खानाने मराठ्यांना एक लाख होन खंडणी कबूल करून व ती देईपर्यंत आपली आई व मुलगा मराठ्यांकडे ओलीस ठेवून आपली सुटका करून घेतली होती. साताऱ्याहून सुटून मजल दरमजल करीत खानमजकूर पंढरपूर जवळच्या सांगोल्यास पोहोचला व तेथे मुक्काम करून त्याने आपल्या शोचनीय अवस्थेची हकिकत बादशहाकडे धाडली. तथापि, खानाने अशा प्रकारे नामुष्की पदरात घेऊन खंडणी देण्याचे कबूल करावे व आपली सुटका करून घ्यावी, ही गोष्ट बादशहास रुचली नाही. त्याने खानास फर्माविले, ''सध्या तुम्ही आहात तेथेच राहा.''

या लढाईचे नेतृत्व संताजी घोरपडे, धनाजी जाधव, मानाजी मोरे, हंबीरराव मोहिते इ. मराठा सेनानींनी केल्याचे ईश्वरदास नागर म्हणतो. तो रामचंद्रपंत व शंकराजी नारायणची नावे देत नाही. पण जेधे शकावलीमधील नोंदीत या दोघांची नावे येतात. ती नोंद अशी आहे– 'वैशाख वद्य द्वादशी सातारीयास सर्जाखानाने वेढा घातला होता त्यावरी राजश्री रामचंद्र पंडित सचीव[४] व राजश्री शंकराजी पंडित राजाज्ञा व संताजी घोरपडा व धनाजी जाधव जाऊन लडाई करून चार हजार घोडी व हत्ती अट पाडाव जाले. सर्जाखान पाडाव जाला. लाख रुपया घेतला आणि सोडला. प्रतापगड व वाई प्रांतीचे किले रोहिडा, राजगड, तोरणा इ. किल्ले राजश्री रामचंद्र पंडित व राजश्री शंकराजीपंत यानी घेतले.'[५]

सदर नोंदीमुळे या लढाईत मराठ्यांच्या हाती चार हजार घोडी, हत्ती व उंट पकडल्याचे व सर्जाखानाकडून लाख रुपये मराठ्यांनी घेतल्याचे म्हटले आहे. (लाख रुपये की होन? ईश्वरदास लाख होनांचा निर्देश करतो.)

सर्जाखानाचा पाडाव केव्हा झाला?

उपरिनिर्दिष्ट जेधे शकावलीमधील नोंदीत सर्जाखानाच्या पाडावाची तारीख 'वैशाख वद्य द्वादशी' म्हणजे २५ मे १६९० अशी दिली आहे. प्रसिद्ध इतिहासकार रियासतकार सरदेसाई व सर जदुनाथ सरकार यांनी हीच तारीख आपल्या ग्रंथात घेतली आहे.[६] तथापि, तत्कालीन काही अस्सल कागदपत्रांचा बारकाईने अभ्यास करता जेधे शकावलीमधील ही तारीख चुकीची आहे असे दिसून येते.

जेधे शकवलीमधील नोंदीप्रमाणे सर्जाखानाला मराठ्यांनी कैद केल्यावर त्यांनी प्रतापगड, वाई, राजगड, तोरणा इत्यादी ठिकाणे काबीज केली; या विधानास तत्कालीन जमाबंदीचा एक अस्सल कागद साक्ष आहे.[७] या संदर्भात आणखी दोन अस्सल पत्रे उपलब्ध आहेत. त्या पत्रात रामचंद्रपंत म्हणतो, "आम्ही स्वारी करून वाईस आलो. वाईचा कोट रगडून घेतला. प्रतापगड आदिकरून किल्ले हस्तगत केले."[८] या दोन्ही पत्रांवर एकच तारीख म्हणजे 'सु ।।तिसैन आलफ... छ ६ साबान' (म्हणजे ६ मे १६९०) अशी आहे.

वाई-प्रतापगड ही ठिकाणे सर्जाखानाच्या पाडावानंतर घेतली गेली हे सत्य असल्याने सर्जाखानाच्या पाडावाची तारीख रामचंद्रपंताने ही उपरिनिर्दिष्ट दोन पत्रे लिहिण्यापूर्वी येते, ही गोष्ट उघड आहे. दुसऱ्या शब्दांत सर्जाखानाचा पाडाव जेधे शकावली सांगते त्याप्रमाणे २५ मे १६९० रोजी झाला नसून ६ मे १६९० पूर्वीच केव्हा तरी म्हणजे मे १६९० च्या प्रारंभीच घडून आला होता, हे सिद्ध होते.

मराठ्यांच्या जंगी मोहिमेची सांगता

मोगलांचा नामांकित सरदार सर्जाखान ऊर्फ रुस्तुमखान यांचा मराठ्यांनी पराभव करून त्यास त्याच्या बायकोमुलांस कैद केले ही घटनाच इतकी जबरदस्त होती की, त्यामुळे सह्याद्रीच्या परिसरातील मोगली ठाणेदार व किल्लेदार यांचे अवसान गळून गेले. साताऱ्याच्या रणमैदानावरून विजयाने बेहोश झालेल्या मराठी फौजा तशाच वाईवर गेल्या आणि त्यांनी वाईचा कोट 'रगडून' घेतला! रामचंद्रपंताने आपल्या पत्रात वापरलेल्या 'रगडून' या शब्दप्रयोगावरून मराठ्यांचा जोश व मोगली ठाणेदारांची घबरहाट ध्यानी येते. मागे उल्लेखलेला जमाबंदीचा कागद मोगलांच्या बाजूचा आहे. त्यामध्ये मराठ्यांच्या या मोहिमेचा वृत्तान्त देताना म्हटले आहे– 'रस्तुमखान सातारेखाली वेढा घालून बैसले होते. त्यावरी गनीम संताजी घोरपडे व धनाजी जाधव नि ॥ राजाराम भोसले यांनी स्वारी करून लढाई जाली. खाने अजमाचे फौजे कुल बुडविली. त्यावरी गनीम वाईस गेले. वाईचा किल्ला पाडून टाकिले. किलेदार लुटून सोडून दिले व जागा जागा ठाणी होती ती घेतली.'[१]

मराठ्यांनी वाईचा कोट केवळ घेतला नाही तर तो जमीनदोस्त केला! किल्लेदारास लुटून चालवून दिले! मराठ्यांच्या फौजा मग तशाच प्रतापगडाकडे आल्या. असे दिसते की मराठ्यांना या किल्ल्यास वेढा देऊन हल्ला करावा लागलाच नाही. मराठ्यांची सरशी पाहून मोगलांच्या प्रतापगडच्या किल्लेदाराने तो त्यांच्या हवाली केला असावा. प्रतापगड हाती पडताच मराठी फौजांचा उत्साह दुणावला आणि त्यांनी सह्याद्रीच्या त्या बिकट प्रदेशातील इतर अनेक ठाणी आणि किल्ले एका मागून एक याप्रमाणे जिंकण्यास सुरुवात केली. वाई-प्रतापगडच्या उत्तरेकडील सह्याद्रीच्या रांगांमधील रोहिडा, राजगड, तोरणा इत्यादी किल्ले या मोहिमेच्या सपाट्यात मराठ्यांनी काबीज करून स्वराज्याचा पुणे प्रांतातील मुलूखही जिंकून घेतला.

मोहिमेचे खरे फलित

राजाराम महाराजांच्या कारकिर्दीत मराठ्यांची ही पहिली मोठी मोहीम होय. या मोहिमेचे एक महत्त्वाचे वैशिष्ट्य म्हणजे तिचे नेतृत्व रामचंद्रपंत अमात्य, शंकराजी नारायण-सचिव, संताजी घोरपडे, धनाजी जाधव, मानाजी मोरे, हंबीरराव मोहिते अशा मराठ्यांच्या अनेक मुलकी आणि लष्करी अधिकाऱ्यांनी केले होते. यानंतर स्वातंत्र्ययुद्धाच्या कालखंडात मोगलांविरुद्ध अनेक मोहिमा काढल्या गेल्या. पण अशा प्रकारे एखाद्या मोहिमेत मराठ्यांचे वरिष्ठ मुलकी व लष्करी अधिकारी इतक्या मोठ्या संख्येने एकत्र आल्याचे दिसून येत नाही. कदाचित रामचंद्रपंत अमात्यासारख्या

ज्येष्ठ मुत्सद्द्यास संताजी-धनाजीनी अशी तसदी पुन्हा दिली नसेल. पण या मोहिमेच्या वेळची परिस्थितीच अशी होती की संताजी-धनाजी बरोबर आपणही मराठी फौजांचे नेतृत्व करावे, असे रामचंद्रपंत-शंकराजी नारायण यांसारख्या ज्येष्ठ मुलकी अधिकाऱ्यांनाही वाटले. काळाची ती गरजही होती. पंतासारखी ज्येष्ठ व्यक्ती जेव्हा मोहिमेत सामील झाली असेल तेव्हा मराठी फौजांचा उत्साह दुणावला असेल हे निश्चितच. या उत्साहित झालेल्या फौजांनीही तसाच मोठा पराक्रम या मोहिमेत करून दाखविला.

तथापि, या मोहिमेचे सर्वांत मोठे फलित म्हणजे बादशहा औरंगजेबाला मराठ्यांनी घडविलेले एका कटू सत्याचे दर्शन! आणि ते म्हणजे संभाजीराजाच्या हत्येने अथवा रायगडाच्या पाडावाने दक्षिणेतील शिवछत्रपतींचे हिंदवी स्वराज्य बुडाले नाही! मराठे मनात आणतील तर त्यांच्या भूमीवर नाचणाऱ्या शत्रूच्या फौजांना ते केव्हाही खडे चारू शकतात! शत्रूची ठाणी व किल्ले रगडून ते काबीज करू शकतात! शत्रूच्या भल्याभल्या सेनानींना कैद करून त्यांच्याकडून लाखोंची खंडणी वसूल करू शकतात. सारांश, मराठ्यांच्या सत्तेचे समूळ उच्चाटन करणे दिसते तेवढे सोपे नाही! या पुढे मराठ्यांनी हे विदारक सत्य औरंगजेबाच्या ध्यानी वारंवार आणून दिले, त्याचा प्रारंभ या मोहिमेने झाला होता!

(पूर्वप्रसिद्धी : नवभारत, वर्ष २२, ऑगस्ट १९६९-सुधारित)

संदर्भ-टिपा

१. सनदापत्रांतील माहिती, पृ. १६७

२. मराठे व औरंगजेब, पृ. ३३

३. मोगल-मराठा संघर्ष, पृ. ४१-४३

४. राजाराम महाराजांच्या कारकिर्दीच्या प्रारंभीच्या काही दिवसांत रामचंद्रपंताकडे स्वराज्याचे सचिवपद होते हे खरे, पण या मोहिमेच्या वेळी शंकराजी नारायण हा सचिवपदावर होता, हे तत्कालीन एका पत्रावरून सिद्ध होते. दि. २३ जानेवारी १६९० रोजी शंकराजी नारायण याने लिहिलेल्या पत्रात त्याने स्वत:ला सचिवपद लावले आहे– पाहा : शिवचरित्र साहित्य, खं. ५, पृ. २०१

५. शिवचरित्र प्रदीप, पृ. ३६

६. मराठी रियासत, खंड २, पृ. १७८
History of Aurangzib, Vol. V. p. 22

७. भा.इ.स. मंडळ - त्रैमासिक, वर्ष ८, अंक ३, पृ. १५६

८. शिवचरित्र साहित्य, खं. ६, पृ. ७७

९. भा.इ.सं. मंडळ - त्रैमासिक, वर्ष ८, अंक ३, पृ. १५६

◆

दिल्ली जिंकण्याची महत्त्वाकांक्षा बाळगणारा मराठा राजा छत्रपती राजाराम

छत्रपती राजाराम महाराज म्हणजे श्री शिवछत्रपतींचे धाकटे पुत्र. छत्रपती संभाजी महाराजांचे धाकटे बंधू. शिवछत्रपतींच्या अकाली निधनानंतर संभाजी महाराज मराठ्यांच्या गादीवर आले. त्यांनी ८/९ वर्षे मोगल बादशहा औरंगजेबाशी निकराची झुंज देऊन 'हिंदवी स्वराज्या'चे संरक्षण केले. पण दुर्दैवाने ते फेब्रुवारी १६८९ मध्ये शत्रूकडून कैद झाले. पुढे औरंगजेबाने आपल्या छावणीत त्यांची क्रूर हत्या केली. हिंदवी स्वराज्यास प्रचंड धक्का बसला.

स्वराज्याची बिकट अवस्था

छत्रपती राजाराम महाराजांच्या कारकिर्दीची सुरुवातच मुळी अशा दुर्दैवी संकटाने झाली. याच वेळी राजधानी रायगडास शत्रूचा वेढा पडला होता. गडावर राणी येसूबाई, राजपुत्र शाहू राजे, राजाराम महाराज आदी परिवार होता. स्वराज्यातील प्रमुख अधिकारीही एकत्र आले होते. अशा परिस्थितीत राणी येसूबाईंनी मोठ्या धीरोदात्तपणे आपल्या पुत्रास गादीवर न बसविता आपल्या दिरास– राजाराम महाराजांस मंचकारोहण करून छत्रपती म्हणून जाहीर केले; आणि सर्व स्वराज्यातील प्रमुख अधिकाऱ्यांना एकत्र बोलावून मसलत सांगितली की, राजाराम महाराजांनी गडाबाहेर पडून शत्रूशी लढत राहावे. आणि महाराष्ट्रात जर निभाव लागला नाही तर जीव वाचविण्यासाठी कर्नाटकात निघून जावे; पण रायगडावर सर्वांनी अडकून राहू नये. या मसलतीनुसार राजाराम महाराज आपल्या प्रमुख सहकाऱ्यांनिशी रायगडाबाहेर पडले.

राजाराम महाराज प्रथम प्रतापगडावर गेले. शत्रूस हे समजताच त्याही गडास वेढा पडला. तेव्हा त्यांनी तेथून कूच करून सातारा-वसंतगड असे करीत पन्हाळा गाठला. तेथेही शत्रुफौजा चालून आल्या. पन्हाळ्यासही त्यांचा वेढा पडला. याच

वेळी शत्रूच्या अन्य फौजा हिंदवी स्वराज्यात सर्व बाजूंनी घुसून धुमाकूळ माजवीत होत्या. मराठ्यांचे नीतिधैर्य पूर्णपणे खचले होते. स्वराज्यातील गडकोट व ठाणी एकामागून एक याप्रमाणे शत्रूच्या स्वाधीन होत होती. रायगड तसेच पन्हाळा येथील वेढे आवळत चालले होते. अशा परिस्थितीत राजाराम महाराजांनी कर्नाटकात जिंजीकडे जाण्याचा निर्णय घेतला आणि तिकडे गुप्तपणे प्रयाण केले– (२६ सप्टेंबर १६८९). मार्गात अनंत अडचणी आल्या. शत्रूने अनेक ठिकाणी रोखून धरले. पण हे सर्व धोके पार करून ते शेवटी जिंजीस पोहोचले– (१ नोव्हेंबर). इकडे महाराष्ट्रात रायगड पडला. राणी येसूबाई व शाहूराजे कैद झाले. त्यांना औरंगजेबासमोर हजर करण्यात आले. औरंगजेबाने त्यांना जीवदान देऊन आपल्याच छावणीत त्यांची व्यवस्था केली. स्वराज्याची अवस्था अशी बिकट झाली. पन्हाळा, विशाळगड, गगनगड, रांगणा असे काही सह्याद्रीच्या बिकट प्रदेशातील किल्ले सोडल्यास स्वराज्यातील सर्व किल्ले व ठाणी मोगलांनी काबीज केली. राजा नाही, राजधानी नाही, खजिना नाही, फौजा नाही, राज्ययंत्रणा नाही अशी मराठा राज्याची अवस्था बनली.

राज्याचा मामला थाटत चालला

पण ही अवस्था फार काळ टिकली नाही. मराठ्यांनी अवघ्या सहा महिन्यांत आपणास सावरले. शिवछत्रपतींचे स्वराज्य नष्ट झाले असले तरी त्यांनी मराठ्यांच्या ठिकाणी निर्माण केलेले स्वातंत्र्यप्रेम नष्ट झाले नव्हते. ते या संकटप्रसंगी उफाळून वर आले. गावागावांतून, परगण्या-परगण्यांतून सैनिकांच्या तुकड्या एकत्र येऊ लागल्या. रामचंद्रपंत अमात्य, शंकराजी नारायण, संताजी, धनाजी, परशुराम त्र्यंबक प्रभृतींच्या नेतृत्वाखाली पंचवीस-पंचवीस हजारांच्या फौजा उभारल्या गेल्या; आणि मग या मराठी फौजांनी शत्रूच्या फौजांना पराभूत करून त्यांनी जिंकून घेतलेली गड-कोट-ठाणी पुन्हा काबीज करावयास प्रारंभ केला. अंधारात डुबलेला मराठ्यांचा स्वातंत्र्यसूर्य पुन्हा उगवला. आम मराठी जनतेचा आत्मविश्वास प्रतिपदेच्या चंद्राप्रमाणे वाढत गेला. याचे प्रत्यंतर मराठी कागदपत्रांत पाहावयास मिळते. तत्कालीन कागदांत अनेक ठिकाणी 'स्वराज्याचा मामला थाटत चालला आहे,' असे आत्मविश्वासाचे उद्‌गार मराठ्यांनी काढल्याचे आढळून येते.

राजधानी जिंजी प्रतिकारास सज्ज

तिकडे कर्नाटकात जिंजी किल्ल्यात राजाराम महाराजांनी मराठ्यांची नवी राजधानी स्थापन केली. अष्टप्रधान मंडळ निर्माण केले. राज्ययंत्रणा उभी केली. फौजा तयार होऊन त्या मोहिमांवर जाऊ लागल्या. एवढेच नव्हे तर महाराजांनी

कर्नाटकातील नायक व पाळेगारांची एकी करून त्यांची एक संयुक्त राजकीय व लष्करी आघाडी औरंगजेबाविरुद्ध निर्माण केली. महाराज जिंजीस पोहोचल्यावर त्यांना पकडण्यासाठी औरंगजेबाने आपला सरसेनापती जुल्फिकारखान याच्या नेतृत्वाखाली मोठी फौज तिकडे पाठविली होती. या फौजेचा वेढा पडला असता मराठे वेढ्यास जुमानत नव्हते. महाराष्ट्रातून महाराजांना भेटावयास जाणारे सरदार हा वेढा फोडून किल्ल्यात जात व बाहेर येत. अशा सरदारांच्या फौजा कर्नाटकात जाताना व येताना शत्रूचा प्रदेश फन्ना करीत. नाशिकपासून जिंजीपर्यंत मराठ्यांच्या अशा फौजा धुमाकूळ घालू लागल्या. त्यांचा प्रतिबंध करण्यासाठी कुठेकुठे म्हणून फौजा पाठवाव्यात, अशी चिंता औरंगजेबास लागून राहिली. मराठ्यांची राणी व राजपुत्र पकडल्यानंतर मराठ्यांचे राज्य संपले असे त्याला वाटले होते. पण हे राज्य संपले तर नाहीच, उलट मराठ्यांची लष्करी शक्ती दिवसेंदिवस वाढत चालली आहे, असे चित्र त्याच्या दुर्दैवाने त्याला पाहावे लागले. आता मराठ्यांच्या रणनीतीची व राजनीतीची सूत्रे जिंजीहून हलू लागली.

ऑगस्ट १६९० मध्ये जिंजीचा वेढा सुरू झाला. पण हा किल्ला तीन किल्ल्यांचा मिळून बनलेला असल्याने त्यास वेढा घालणे ही सोपी गोष्ट नव्हती. तेव्हा जुल्फिकारखानाने औरंगजेबाकडून ज्यादा कुमक मागविली. दरम्यान, महाराष्ट्रात व कर्नाटकात मराठ्यांची बाजू लष्करीदृष्ट्या बळकट झाली होती. आता स्वराज्य बुडत नाही हे लक्षात येताच मोगलांना यापूर्वी जाऊन मिळालेले नेमाजी शिंदे, माणकोजी पांढरे, नागोजी माने प्रभृती मराठा सरदार वेढा घालून बसलेल्या मोगली लष्करातून निघून जिंजीत आले व राजाराम महाराजांच्या सेवेत रुजू झाले.

दिल्ली जिंकण्याची महत्त्वाकांक्षा

आता मराठी फौजा महाराष्ट्र-कर्नाटकाच्या विस्तीर्ण प्रदेशावर बेधडकपणे संचार करू लागल्या. सर्वत्र उत्साहाचे वातावरण निर्माण झाले. मराठ्यांचा आत्मविश्वास उदंड वाढला. केवळ एक वर्षापूर्वीच अशी स्थिती होती की शिवछत्रपतींचे हिंदवी स्वराज्य पत्त्यांचा बंगला कोसळावा तसे जमीनदोस्त झाले होते. औरंगजेबाने आदिलशाही, कुतुबशाहीबरोबर मराठेशाहीही जिंकली, अशी सर्वांची मनोभावना झाली होती. परंतु अवघ्या वर्षाच्या आतच शिवछत्रपतींच्या वारसदारांनी हे चित्र पालटून टाकले. इतके की महाराष्ट्रातील स्वराज्यच नव्हे, दक्षिणेतील पूर्वीचा आदिलशाही-कुतुबशाही प्रदेशच नव्हे, तर उत्तरेतील मोगलांची राजधानी आपण जिंकू शकू असा प्रचंड आत्मविश्वास त्यांच्या ठिकाणी निर्माण झाला. मराठ्यांची ही फुललेली अस्मिता म्हणजे केवळ सांगोवांगीची कथा नव्हती. सुदैवाने त्यास तत्कालीन अस्सल कागदपत्रांत भक्कम पुरावा मिळाला आहे.

४ जून १६९१ रोजी जिंजी किल्ल्यातून राजाराम महाराजांनी मोगलांच्या सेवेत असणाऱ्या पण पुन्हा स्वराज्याच्या सेवेत येऊ इच्छिणाऱ्या हणमंतराव घोरपडे व कृष्णाजी घोरपडे या दोन बड्या मराठा सरदारांना लिहिलेले एक पत्र उपलब्ध झालेले आहे. ते पत्र इतिहासप्रेमींनी मुळातूनच वाचायला हवे.

'वजारतमाब राजेश्री हणमंतराव घोरपडे गोसवी अखंडितलक्ष्मी आलंकृत राजमान्य राजेश्री –प्रती राजाराम छत्रपति उपरि. तुमचे विशई राजश्री नागोजी माने येही विनंती केली. तुमचा मुदा स्वामींच्या राज्यात यावयाचा आहे. स्वामीने त्याज योग्य भाग्य दिधलिया त्या प्रांती राजश्री रामचंद्रपंडित अमात्य याजकडे येतील म्हणौन विदीत केले. त्यावरून तुमचा मनोदेये कलला, की महाराष्ट्र धर्म पूर्ण रक्षावा यैसा कलप स्वामींनी जाणून तुम्हावरी (व) राजश्री कृस्णाजी घोरपडे उभयतास भाग्ये होन पा। ६००००० दिल्हे आहे. खासा तुम्हास भाग्य होत ५००००० (व) कृस्णाजी घोरपडे यास भाग्य पा दोन १००००० (पुढे तपशील आहे).

'येणेप्रमाणे चालवावयाचा निश्चय करून दिधला असे. धड घोडे धड माणूस ठेऊन स्वामीसेवा करावी. यास सरंजाम द्यावयाचा तर –

खासा तुम्हास

होन पा।

६२,५००	**रायगड प्रांत कबज जालिया उपरी सरंजाम**
६२,५००	**विजापूर हस्तगत जाल्यावर द्यावे**
६२,५००	**भागानगर घेतल्यास**
६२,५००	**औरंगाबाद घेतल्यावर**
२,५०,०००	**दिल्ली घेतल्यावरी**
५,००,०००	**राजश्री कृस्णाजी घोरपडे**
१२,५००	**रायगड प्रांत कबज (जालिया उपरी)**
१२,५००	**विजापूर हस्तगत जाल्यावर**
१२,५००	**भागानगर घेतल्यावर**
१२,५००	**औरंगाबाद घेतल्यावर**
५०,०००	**दिल्ली घेतलेवरी**
१,००,०००	

येणेप्रमाणे सहा लक्ष होन पा। चा सरंजाम करून द्यायचा निश्चय केला आहे. नवे स्वाराचा जमाव माफिक सरंजाम करून देऊ. येकनिस्टपणे सेवा करावी. स्वामी तुमचे बहुत प्रकारे चालवितील. गनिमाकडील लुटीमधे जो जिनस येईल त्यापैकी निमे द्रव्य व हत्ती व निशाण व दमामा यैसे स्वामीचे. वरकड घोडीसहित तुम्हास

माफ असे.’[१]

हणमंतराव व कृष्णाजी या दोघा पितापुत्रास एकूण ६ लक्ष पादशाही होनांचे भाग्य म्हणजे सरंजाम महाराजांनी बहाल केला आहे. पैकी पाच लक्ष होन हणमंतरावास व एक लक्ष होन कृष्णाजीस नेमले होते. प्रथम त्यांनी रायगड प्रांत काबीज करायचा, त्यानंतर अनुक्रमे विजापूर, गोवळकोंडा व दौलताबाद व शेवटी मोगलांची राजधानी दिल्ली असा हा अखिल हिंदुस्थान काबीज करण्याचा आराखडा होता. दिल्ली अखिल देशाची राजधानी, म्हणून दिल्लीवरील विजयासाठी हणमंतरावास अडीच लक्ष होनांचा, तर कृष्णाजीस पन्नास हजार होनांचा सरंजाम बहाल केला जाणार होता.

उपरोक्त पत्रात नमूद केलेले विजयाचे टप्पे आणखी एका दृष्टीने महत्त्वाचे आहेत. त्यांचा बारकाईने अभ्यास केल्यावर उमजते की मराठ्यांना प्रथम स्वराज्य मोगलांच्या ताब्यातून सोडवायचे होते. नंतर पूर्वीच्या आदिलशाही राज्याचा प्रदेश व गोवळकोंड्याच्या राज्याचा प्रदेश जिंकायचा होता. त्यानंतर दक्षिणेत असणारे मोगलांचे राज्य घेऊन ते नर्मदा पार करून दिल्लीकडे धाव घेणार होते. असा हा पराक्रमाचा आराखडा विजयोत्सुक मराठ्यांसमोर राजाराम महाराजांनी ठेवला होता. हे मराठा लोकांच्या क्षात्रतेजाचे, विजिगीषु वृत्तीचे द्योतक होते.

भवानीमातेस दिल्ली विजयाचे साकडे

पुढे जिंजीचा वेढा आठ वर्षे चालला. अशा प्रकारे दीर्घकाळ चाललेला वेढा हिंदुस्थानच्या इतिहासात नाही. वेढ्याच्या काळात संताजी, धनाजी, प्रभृती मराठा सेनानींनी भीम पराक्रम करून सर्जाखान, इस्माईलखान, अलीमर्दानखान, कासीमखान, हिंमतखान आदी कित्येक मोगल सेनानीना धूळ चारली. त्यापैकी अनेकांना एकतर कैद करून खंडण्या वसूल केल्या किंवा लढायात कंठस्नान घातले. मोगली फौजानाच नव्हे तर खुद्द औरंगजेब बादशहाला त्यांनी दहशत लावली. सर्व दक्षिणभर मराठे टोळमुंग्याप्रमाणे पसरले आहेत, असे औरंगजेबाचा तत्कालीन चरित्रकार भीमसेन सक्सेनाने म्हटले आहे. तिकडे कर्नाटकात सन १६९७ च्या अखेरीस जुल्फिकारखानाने जिंजी किल्ला सर केला खरा; पण तत्पूर्वीच मराठ्यांचा राजा आपल्या कबिल्यासह किल्ल्यातून निसटून बाहेर पडला होता. राजाराम महाराजांना पकडण्याचे औरंगजेबाचे सर्व प्रयत्न अशा प्रकारे वाया गेले.

राजाराम महाराज महाराष्ट्रात येताच मराठ्यांच्या उत्साहास उधाण आले. खुद्द महाराज व महाराणी ताराबाई किल्लोकिल्ले फिरून स्वराज्याची संरक्षण व्यवस्था मजबूत करीत होते. कर्नाटकातून आल्यावर उभयता राजाराणीने कोकणात स्वारी काढल्याचा व स्वारीवरून परत येत असता प्रतापगडी भवानीमातेचे दर्शन घेतल्याचा

उल्लेख यादव दप्तरात सापडतो – (जून १६९९). या वेळी दसऱ्याच्या नवरात्र महोत्सवात देवीसमोर शतचंडीचे अनुष्ठान करावे, अशी आज्ञा प्रतापगडाच्या येसाजी पानसरे या हवालदारास महाराजांनी दिली. पुढे महाराजांनी हरी विठ्ठल मुजुमदार व बाळोजी लाड या दोन नोकरांबरोबर ९०० दाभोळी लारीचा ऐवज (लारी एक नाणे) नवरात्र महोत्सवाच्या व शतचंडीच्या अनुष्ठानाच्या खर्चासाठी पाठवून दिला. पुढे नवरात्राचा महोत्सव हुजूर आज्ञेप्रमाणे यथासांग पार पडला. या खर्चाचा हिशेब येसाजी पानसरे याने पुढे ताराबाई राणीकडे पाठवून दिला. सुदैवाने हा हिशेब पाठविल्याचे पत्र उपलब्ध आहे. या पत्रात येसाजी लिहितो, 'स्वामीच्या आज्ञेप्रमाणे नवरात्रामध्ये शतचंडी अनुष्ठान व होम व श्रीदेवीस अभिषेक व ब्राह्मणभोजन व दाम्पत्यपूजन व मराठियाकडील सोवासिणी व गोंधळ इत्यादिक पूजा मोहछाये (महोत्सव) विजयादशमीपरियेत यथासांग येथाविध सांग अनुष्ठान भले ब्राह्मण श्री क्षेत्रीचे आणून वेदमुहूर्ती राजश्री विश्वनाथ भट श्रीक्षेत्र व निळकंठभट पूजक श्री याच्या विद्यमाने श्रीस प्रार्थना करूनी दुष्ट पराभव होऊन दिली (दिल्ली) परियेत राज्य हस्तगत होऊन सर्व राज्यासहित स्वामींचे कल्याण उत्तरोत्तर (व्हावे) म्हणौन शतचंडी अनुष्ठान करविले.'[२]

नऊ वर्षांपूर्वी घोरपडे पितापुत्रास लिहिलेल्या पत्रातील दिल्ली जिंकण्याची कल्पना पुन्हा येथे प्रकट झाली आहे.

दिल्लीची पातशाही पालथी घालील

दिल्ली जिंकण्याची भाषा केवळ राजाराम महाराजांच्या कारकिर्दीतच झाली असे नाही. त्याचे मूळ महाराजांचे पिते श्रीशिवछत्रपती यांच्या राजारामजन्माच्या प्रसंगीच्या उद्‌गारात होते. समकालीन बखरकार कृष्णाजी अनंत सभासद राजारामजन्माची कथा अशी सांगतो – "राजियांनी (शिवाजी महाराजांनी) एकूण साहा स्त्रिया केल्या. त्यामध्ये मोहित्यांची कन्या सोईराबाई गरोदर होती. तीस पुत्र जाहला. तो पालथा उपजला. राजियास वर्तमान सांगितले. राजे म्हणू लागले की, दिल्लीची पातशाही पालथी घालील."[३] जन्मप्रसंगी खुद्द पित्याने काढलेला हा उद्‌गार अनेकांनी राजाराम महाराजांना ऐकवला असेल. हा उद्‌गार सामान्य नव्हता. तो एका राजपुत्राचे व्यक्तिमत्त्व घडविणारा, अखिल हिंदवी स्वराज्याच्या विस्ताराची भावी वाटचाल सूचित करणारा विजिगीषु उद्‌गार होता.

मराठे अटकेपार

दिल्ली जिंकण्याची भाषा म्हणजे राजाराम महाराजांचा केवळ कल्पनाविलास नव्हता. तो एक हिंदुपातशाहीच्या वाटचालीतील अंतिम टप्पा होता. त्या दिशेने

राजाराम कालातच मराठ्यांची पावले पडत होती. या काळात मराठा शिलेदारांनी विजापूर, गोवळकोंडा, औरंगाबाद हे प्रदेश तर आपल्या घोड्यांच्या टापाखाली आणलेच पण आपले घोडदळ नर्मदा पार करून माळव्यासारख्या मोगली साम्राज्याच्या हृदयस्थानी घुसविले. याची साक्ष समकालीन भीमसेन सक्सेना यांनी दिली आहे. तो म्हणतो, ''या सुमारास (सन १७००) कृष्णा सावंत हा मराठा सरदार पंधरा हजार स्वारांनिशी नर्मदा पार झाला. त्याने धामुनी गावाजवळच्या प्रदेशात धामधूम उडविली. मुसलमान सुलतानाच्या काळापासून (सन १२०६) मराठे कधीच नर्मदापार झाले नव्हते!''[४] नर्मदापार करण्याचा पहिला मान राजाराम छत्रपतींच्या सेवेत असणाऱ्या कृष्णा सावंत या मराठा वीराने मिळवून तो मराठ्यांच्या इतिहासात अमर झाला.

याचा अर्थ राजाराम महाराजांच्या कारकिर्दीतच मराठ्यांनी पाचशे वर्षांत प्रथमच नर्मदापार करून दिल्लीच्या दिशेने धाव घेतली होती. पुढे महाराणी ताराबाई यांच्या कारकिर्दीत मराठ्यांच्या फौजा तापीपार करून गुजरातेत, नर्मदापार करून माळव्यात व वैनगंगा पार करून ओरिसात राजरोसपणे संचार करू लागल्या. ताराबाईकालात मराठ्यांच्या स्वाऱ्या माळव्यातून दिल्लीच्या रोखाने व ओरिसातून डाक्क्याच्या रोखाने होऊ लागल्या, असे समकालीन इटालियन प्रवासी मनुची याने म्हटले आहे. यानंतरच्या अर्धशतकात मराठ्यांनी दिल्ली तर काबीज केलीच, पण त्यापुढे जाऊन अटकेपार मराठी साम्राज्याचे निशाण फडकाविले. या अटकेवरील झेंड्याचे मूळ राजाराम महाराजांच्या उपरोक्त दिल्ली जिंकण्याच्या महत्त्वाकांक्षेत होते.

(पूर्वप्रसिद्धी : दै. सकाळ, मार्च २०००)

संदर्भ

१. शिवचरित्र साहित्य, खं. ५, पृ. १०-१२
२. द. वा. पोतदार स्मारक ग्रंथ, पृ. ३४-३७
३. छत्रपति शिवाजीराजे यांची बखर, पृ. ६९
४. मोगल मराठा संघर्ष, पृ. १४३

◆

ताराबाई-राजसबाई जिंजीस केव्हा पोहोचल्या?

संभाजी-हत्येनंतर महाराष्ट्रात निर्माण झालेल्या अभूतपूर्व संकटकालात राजाराम महाराजांना महाराष्ट्रातून निसटून कर्नाटकात आश्रय घ्यावा लागला. ही घटना मराठ्यांच्या इतिहासात 'जिंजीचा प्रवास' या नावाने प्रसिद्ध आहे. या प्रवासात राजाराम महाराजांनी आपल्याबरोबर प्रल्हाद निराजी, खंडो बल्लाळ, बहिर्जी घोरपडे यांसारखी काही मोजकीच मंडळी बरोबर घेतली होती. तत्कालीन परिस्थितीच इतकी गंभीर होती की महाराजांना आपल्या राण्यांना या प्रवासात नेणे धोक्याचे वाटत होते; आणि पुढे मार्गात महाराजांना ज्या संकटांना सामोरे जावे लागले ती पाहता त्यांनी राण्यांना मागे महाराष्ट्रात ठेवण्याचा जो निर्णय घेतला तोच अधिक सुज्ञ होता, असे म्हणावे लागेल.

जिंजीत आपले बस्तान बसल्यावर व दक्षिणेतील मोगलांचा जोर थोडा ओसरल्यावर राण्यांना महाराष्ट्रातून जिंजीत आणण्याचा राजाराम महाराजांचा विचार होता. त्याप्रमाणे पुढे रामचंद्रपंत अमात्याने महाराजांचा हा कबिला महाराष्ट्रातून कर्नाटकात पाठविला; त्या कामी खंडो बल्लाळचे मामा लिंगो शंकर व विसाजी शंकर यांनी मोठे कष्ट घेतल्याचे तत्कालीन कागदपत्रे सांगतात.

चर्चेचा मुख्य मुद्दा

प्रस्तुत लेखात चर्चेचा मुख्य मुद्दा हा आहे की राजाराम महाराजांचा हा कबिला निश्चितपणे कोणत्या साली (शक्य झाल्यास त्या सालाच्या कोणत्या महिन्यात) जिंजीत पोहोचला. रियासतकार गोविंद सखाराम सरदेसाई यांनी आपल्या ग्रंथात नमूद केले आहे की राजाराम महाराजांचा जनानखाना (कबिला) १९ ऑक्टोबर १६९४ रोजी महाराष्ट्रातून जलमार्गाने निघून जिंजीस पोहोचला.[१] रियासतकारांची उपरोक्त तारीख ग्राह्य मानली तर पुढील दोन गोष्टीही ग्राह्य मानाव्या लागतात : १) राजाराम महाराजांचा कबिला त्यांच्या कर्नाटक गमनानंतर पाच वर्षे महाराष्ट्रात

वास्तव्य करून होता. २) हा कबिला जिंजीला सुरक्षित आणण्याइतके स्वास्थ्य व सामर्थ्य मराठ्यांना सन १६९४ पर्यंत लाभू शकले नव्हते.

रियासतकारांच्या समोरचे पुरावे

राजाराम महाराजांचा कबिला जिंजीत पोहोचल्याची जी उपरिनिर्दिष्ट तारीख रियासतकारांनी दिली आहे, त्यास दोन पुरावे असून त्यांनी ते उद्धृतही केले आहेत. पहिला पुरावा म्हणजे (राजाराम महाराजांचा) कबिला कोरीगडावर असल्याची सन १६९४ ची जेधे शकावलीमधील एक नोंद; आणि दुसरा पुरावा म्हणजे महाराजांचा कबिला जिंजीत सुखरूप आणल्याबद्दल दामाजी अनंत व लिंगो शंकर यांना दि. १९ ऑक्टोबर १६९४ रोजी मिळालेली सनद. दोन्हीही साधने अस्सल असून ती तत्कालीनही आहेत. दोन्हीतील मजकूरही ऐतिहासिकदृष्ट्या सत्य आहे. साहजिक राजाराम महाराजांचा कबिला सन १६९४ साली जिंजीस पोहोचला, असा निष्कर्ष रियासतकारांनी काढला. यात काही त्यांची चूक झाली नाही. तथापि, नव्यानेच प्रकाशित झालेल्या यादव दप्तरातील कागदपत्रांनी या घटनेवर अधिक प्रकाश टाकला असून हा कबिला सन १६९४ साली नव्हे तर सन १६९१ च्या मार्चपूर्वीच जिंजीस सुखरूप पोहोचला होता, अशी नवी माहिती उजेडात येत आहे. पण तिकडे वळण्यापूर्वी प्रथम कोरीगडावरील कबिल्याच्या कथेचा परामर्ष घेऊ.

कोरीगड हा पुण्याच्या परिसरातील एक किल्ला. जुन्नरचा मोगल फौजदार अली बेग याने हा किल्ला सन १६९४ साली फितुरीने घेतला. त्या वेळी किल्ल्यावर असलेले कबिले घेऊन मराठे पसार झाले. त्याची हकिकत देताना जेधे शकावली म्हणते, "किल्ले कोरीवगडावर राजश्री त्रिंबकपंत मुतालिक होते. त्या समागमे राजश्री यादो सामराज व राजश्री माहादाजी बाजी होते. ते समई रायाजी बहूळकर याच्या हाते भेद करून जुन्नरकर बेग[२] मोगलाकडील येऊन किल्ला सिड्या लाऊन घेतला. यादव सामराज व माहादाजी बाजी कबिले परश्चम दरवाजेयाने घेऊन भोरपेस गेले. राजश्री त्रिंबकपंत व मोरो नारायेण (यासी) बेग्याणी धरिले. आबाजीपंत लंबेचा सबनिस होता तो पडिला. वरकड सिपाई गिरजोजी निंबाळकर, दिनकरराव इत्यादि लोक पडिले."[३]

कोरीगडावर झालेल्या फितुरीच्या हल्ल्याचा वृत्तान्त देताना रियासतकार म्हणतात, "वर सांगितलेले कबिले बहुधा राजारामाचेच असू शकतील. पन्हाळा मोगलास हस्तगत झाला तेव्हा राजारामाचा जनानखाना गुप्तपणे कोरीगडावर ठेवला असावा; आणि हा जनानखानाच हस्तगत करण्याचा अली बेगचा प्रयत्न असावा; परंतु हा प्रयत्न सफळ झाला नाही."[४]

कोरीगडावरील 'कबिला' म्हणजे तो राजाराम महाराजांचाच असावा असा तर्क

करण्यास रियासतकारांच्या समोर दुसरा एक पुरावा होता आणि तो म्हणजे मागे निर्देशलेली राजाराम महाराजांची दि. १९ ऑक्टोबर १६९४ ची सनद. ही सनद दामाजी अनंत व लिंगो शंकर (खंडो बल्लाळचा मामा) यांना दिलेली आहे. त्यामध्ये राजाराम महाराज म्हणतात, ''स्वामी (राजाराम) कर्नाटक प्रांते आलियावर राणीवास दुसरा वाडा (ताराबाई)[५] यांची रवानगी रामचंद्रपंतांच्या पत्रावरून तुम्ही केली. तांब्रांची (मोगलांची) ठाणी प्रांतात बसली असता कोठे उमज पडो नेदिता युक्तीने संकट प्रसंगामध्ये आपले जहाज व लोक देऊन समुद्रातून येकीरीच्या (बेदनूर) राज्यातून होनावरास पाठविलेत, ती स्वामीसंनिध सुखरूप पावली. तुम्ही एकनिष्ठता धरून राणीवासाची सेवा बहुतप्रकारे केली. हे वर्तमान रामभट पटवर्धन व गणोजी झेंडे राणीवासाकडे होते, त्यांनी विदित केले.''[६]

या पत्रावरून एक गोष्ट स्पष्ट होते की रामचंद्रपंताच्या पत्रावरून दामाजी अनंत व लिंगो शंकर या दोघांनी आपले जहाज व माणसे देऊन राजाराम महाराजांच्या कबिल्याची रवानगी कोकण किनाऱ्यावरून होनावरापर्यंत व तेथून खुष्कीच्या मार्गाने जिंजीपर्यंत सुखरूपपणे केली आणि अशा प्रकारे एक मोठी नाजूक कामगिरी कौशल्याने पार पाडली. या पत्राची तारीख १९ ऑक्टोबर १६९४ अशी आहे. त्याच दिवशी हा कबिला जिंजीस पोहोचला, असे रियासतकारांनी मानले आहे.

नवीन साधनांचा प्रकाशझोत

आता नव्याने प्रकाशित झालेली कागदपत्रे या घटनेवर काय प्रकाशझोत टाकतात ते पाहू : शिवाजी विद्यापीठाने प्रकाशित केलेल्या 'ताराबाईकालीन कागदपत्रे, खं.१' या साधनग्रंथात कोल्हापूरच्या यादव घराण्याची अनेक कागदपत्रे प्रसिद्ध केली गेली आहेत. त्यामध्ये करवीरकर संभाजी महाराज यांच्या कारकिर्दीतील सन १७१६चे एक विभाजनपत्र असून ते स्वरूपजी यादव व गिरजोजी यादव या भावाभावांत झालेले आहे. या विभाजनपत्रात उभयबंधूंनी मराठी राज्यासाठी आपापल्या परीने कसकशी सेवाचाकरी बजावली याचा वृत्तान्त येतो. पैकी गिरजोजी यादव हा छत्रपती घराण्याच्या खास विश्वासातील माणूस होता (जिज्ञासू वाचकांनी प्रस्तुत ग्रंथातील त्याच्यावरील खास लेख वाचावा.) राजाराम महाराजांनी त्यास अंत:पूरचा सरहवालदार म्हणून नेमले होते. ताराबाईंच्या कारकिर्दीत तर तो त्यांच्या 'दिवाणगिरी' वर होता! असा हा गिरजोजी आपल्या तकरीरीत काय म्हणतो पाहा–

''त्याउपरी आपणास राजश्री स्वामींनी अंत:पुरीचा सरहवाला सांगितला. ते सेवा करीत असता मातुश्री राजसबाईसाहेबांचे (राजाराम महाराजांची क्रमांक तीनची राणी) उदरी सोयराबाईचा[७] जन्म जाहला. हे संतोश वर्तमान आपण राजेश्री स्वामीस श्रृत केले. त्यावरून राजेश्री स्वामी संतोसी होऊन आपण विशेष बक्षीस द्यावे

म्हणऊन बोलिले. ते समई बाजी कदम, खंडाजी दाभाडे याणी अर्ज केला. यास साहेब बक्षीस देता ते न द्यावे; पा । कऱ्हाडीचे देशमुखीचे वतन याचे यास द्यावे म्हणऊन बोलिले. यावरून राजेश्री स्वामी बोलिले की पा । मा । चे देशमुखीपैकी ता । उंबरज व ता । तारगाऊ या दोन्ही माहालीचे देशमुखीचे वतन दिल्हे असे म्हणऊन बोलोन वतनपत्रास आज्ञा दिल्ही. ते प्रसंगी वतनाचे सेरणीस होन प्रलेघाटी २००० दोन हजार व दरबारखर्चास होन ४५०० साडेचार हजार यैसे होन साडेसाहा हजार मकाजी यादव पाटील मौजे कविटे याचे गुजरातीने वेचून उंबरज-तारगाऊ या दोन माहालीचे वतनाची पत्रे करून घेतली...''[८]

सोयराबाईच्या जन्मप्रसंगी खूश होऊन राजाराम महाराजांनी गिरजोजी यादवास कऱ्हाड प्रांतातील ता । उंबरज व ता । तारगाव यांची देशमुखी दिली. हे वतनपत्र केव्हा देण्यात आले, हे जर समजू शकले तर सोयराबाईचा जन्म जिंजीत केव्हा झाला हेही समजू शकते हे उघड आहे. सुदैवाने गिरजोजीस उपरोक्त महालांची देशमुखी केव्हा दिली गेली हे सांगणारे एक अस्सल पत्र यादव दप्तरातच अंतर्भूत आहे. हे पत्र म्हणजे राजाराम महाराजांनी सेनापती संताजी घोरपडे यास लिहिलेले आज्ञापत्र असून त्यात हे वचन यादवांना दिल्याचा निर्देश आहे. ते पत्र असे –

'स्वस्तिश्री राज्याभिषेक शके १८ प्रजापतिनाम संवत्सरे माघ शु । ७ सप्तमी भृगुवासर क्षत्रियकुलावतंस श्रीराजाराम छेत्रपति याणी... राजश्री संताजी घोरपडे सेनापति यासी आज्ञा केली, ऐसीजे - पिराजी बिन चौंडाजी यादव व गिरजोजी बिन मुधोजी यादव... याणी चंजीचे (जिंजी) मुकामी स्वामीसंनीध येऊन विनंती केली की आपली देशमुखी उंबरज महाल देहे ३० तीस व तारगाव महाल देहे २४ चोविस पूर्वी परंपरेने चालिली होती... यास्तव यादव मजकुरीवरी स्वामी कृपाळू होऊन यापासून सेरणी होन २००० दोन हजार घेऊन तपे उंमरज माहाल ३० तीस गाव तपे तारगाव माहाल चोवीस गांव या दोन माहालाची देशमुखी यास आजरामऱ्हामत करून वतन दिल्हे असे...'[९]

मागे उल्लेखलेल्या विभाजनपत्रातील व सदर आज्ञापत्रातील कऱ्हाड प्रांतातील तर्फ उंब्रज व तर्फ तारगाव यांच्या देशमुखीच्या वतनासंबंधीचा व शेरणीदाखल दरबारात भरलेल्या २००० होनांचा मजकूर एकच असल्याचे दिसून येते. सदर आज्ञापत्राची तारीख १५ जानेवारी १६९२ अशी आहे. या तारखेच्या दरम्यान म्हणजे जानेवारीच्या दुसऱ्या आठवड्यात सोयराबाईचा जन्म झाला असे मानले तर तिची माता राणी राजसबाई जिंजीस किमान मार्च १६९१ पूर्वी आली असणार हे अधिक स्पष्ट सांगण्याची गरज नाही. याचा अर्थ राजाराम महाराजांच्या राण्यांचा कबिला (ज्यामध्ये ताराबाई, राजसबाई व अंबिकाबाई अशा तीन राण्यांचा समावेश होता तो) सन १६९४ साली जिंजीस न जाता तो सन १६९१ च्या प्रारंभी कदाचित

त्याही पूर्वी काही दिवस जिंजीस आला असावा हे स्पष्ट आहे.

राज्याचा मामला थाटत चालला...!

आता सन १६९० साली मराठी राज्याची कशी परिस्थिती होती, याचा विचार करू. या वेळी संभाजीहत्येनंतरचा मोगली आक्रमणाचा जोर ओसरला होता. मराठ्यांनी आपणास सावरून शत्रूने जिंकून घेतलेले किल्ले व ठाणी पुन्हा काबीज करण्याचा सपाटा लावला होता. सर्जाखानासारखे मातबर मोगली सरदार मराठ्यांकडून पराभूत होऊन पाडाव होऊ लागले होते. एक प्रकारचे नवे चैतन्य मराठ्यांच्या गोटात उत्पन्न झाले होते. या चैतन्याची साक्ष राजाराम महाराजांनी २२ मार्च १६९० रोजी पाठविलेल्या एका पत्रात दिसून येते. त्यामध्ये महाराज म्हणतात–

''गनिमाचा हिसाब काय आहे? तुम्ही लोक जेव्हा मनावरी धरिता तेव्हा गनीम तो काय आहे? गनिमाला तुम्ही लोकी केला आहे! ते तुम्हीच लोक या राज्याची पोटतिडीक धरिता तेव्हा औरंगजेबाचा हिसाब धरत नाही.''[१०]

अशा प्रकारे औरंगजेबाचा हिसाब न धरण्याची भाषा आता मराठ्यांच्या तोंडी आली होती. ही गोष्ट यांचा आत्मविश्वास वाढल्याची द्योतक होती. संभाजीहत्येनंतर ढासळलेले हिंदवी स्वराज्य पुन्हा जोमाने उभे राहत होते. त्यामुळेच 'हली श्रीकृपेने आपल्या राज्याचा मामला थाटत चालला आहे,' असे उद्‌गार तत्कालीन कागदपत्रांत पाहावयास मिळतात. तात्पर्य, संभाजीहत्येनंतरच्या एक वर्षाच्या कालावधीतच मराठ्यांनी असे सामर्थ्य पुन्हा प्राप्त केले होते की त्यांच्या राजाचा कबिला महाराष्ट्रातून कर्नाटकात पाठविणे त्यांना सहज शक्य झाले!

(पूर्वप्रसिद्धी : भारतीय इतिहास आणि संस्कृती, पुस्तक ३०, १९७१-सुधारित)

संदर्भ-टिपा

१. मराठी रियासत : स्थिरबुद्धि राजाराम, पृ. १०, ५६
२. जेधे शकावलीच्या नोंदीमधील 'दोगे' हा शब्द चुकीच्या वाचनाने आला आहे. 'दोगे' ऐवजी 'बेग' असे पाहिजे. हा बेग म्हणजेच जुन्नरचा मोगल अधिकारी अली बेग होय.
३. शिवचरित्र प्रदीप, पृ. ३७-३८
४. स्थिरबुद्धि राजाराम, पृ. ५४
५. राणीवास पहिला वाडा म्हणजे राजाराम महाराजांची पहिली राणी जानकीबाई रायगडाच्या पाडावानंतर येसूबाई व शाहूराजे यांच्या बरोबर मोगलांच्या कैदेत गेली होती. ताराबाई या क्रमांक दोनच्या राणी. म्हणून त्यांचा उल्लेख येथे राणीवास दुसरा वाडा असा आला आहे. पुढे जानकीबाई येसूबाईसमवेत कैदेतच राहिल्या.
६. स्थिरबुद्धि राजाराम, पृ. ५५-५६

७. आतापर्यंत सोयराबाई ही जानकीबाईंची कन्या होती असे मानले जात असे, कित्ता पृ. ५७. पण यादव दप्तरातील कागदपत्रांत सोयराबाई ही राजसबाईंची कन्या होती, हे स्पष्ट नमूद केले आहे.

८. ताराबाईकालीन कागदपत्रे, खं. १, पृ. ४७४-४७५

९. स्थिरबुद्धि राजाराम, पृ. ४९

१०. शिवचरित्र साहित्य, खं. ६, पृ. ७७-७८

◆

सेनापती संताजी घोरपड्याचा खून : मराठेशाहीतील एक शोकांतिका!

सेनापती संताजी घोरपडे हे मराठ्यांच्या इतिहासातील एक पराक्रमी पण मनस्वी व्यक्तिमत्त्व आहे. संभाजी महाराजांच्या हत्येनंतर स्वराज्यात जी आपत्कालीन परिस्थिती निर्माण झाली, त्या परिस्थितीवर छत्रपती राजाराम महाराजांच्या नेतृत्वाखाली ज्या कर्तबगार पुरुषांनी मराठ्यांची सत्ता सुरक्षित ठेवण्याची कामगिरी केली, त्यांमध्ये संताजी घोरपडे हा प्रमुख होय. ज्या वेळी समस्त मराठी समाज संभाजीराजांच्या दुर्दैवी हत्येने दिङ्मूढ झाला होता; शिवछत्रपतींचे स्वराज्य नष्ट झाले, या पराभूत भावनेने खचून गेला होता, त्या वेळी संताजीने आपल्या पराक्रमी कृत्यांनी मराठ्यांमध्ये शत्रूशी लढण्याची जिद्द व प्रचंड आत्मविश्वास निर्माण केला. स्वातंत्र्ययुद्धाच्या कालखंडातील ही सर्वांत मोठी कामगिरी होती.

असा सेनापती होणे नाही!

संताजीने शेकडो लढाया दिल्या. त्यापैकी आज फार थोड्या इतिहासाला ज्ञात आहेत. पण ज्या ज्ञात आहेत, त्या पाहिल्या तर लक्षात येते की मराठ्यांच्या या सेनानीने मोगलांसारख्या प्रबळ शत्रूशी संघर्ष करताना धावपळीच्या लढाईचे एक विशिष्ट युद्धतंत्र आत्मसात केले होते. या युद्धतंत्राच्या साहाय्यानेच संताजीने खुद्द मोगल बादशहा औरंगजेबाच्या छावणीवरच हल्ला करून त्याच्या राहुटीचे कळस कापून आणले. या युद्धतंत्राच्या डावपेचांनीच त्याने जाननिसारखान, मतलबखान, सर्जाखान, अलीमर्दानखान, कासिमखान, खानाजादखान, हिंमतखान इत्यादी अनेक नामांकित मोगल सेनानींना एकतर पराभूत केले अथवा कैद केले. अनेकांना त्याने युद्धभूमीवर ठार केले; अनेकांकडून लाखो रुपयांच्या खंडण्या वसूल केल्या; सर्वांत महत्त्वाचे म्हणजे समस्त मोगलांना संताजीने जबर धास्ती लावली! धास्ती अशी की संताजीचे केवळ नाव ऐकल्याबरोबर नरव्याघ्राप्रमाणे असलेल्या भल्याभल्या अनुभवी

मोगल योद्ध्यांचीही हृदये कंपायमान होत![१]

ही आमच्या मराठी बखरकाराची दर्पोक्ती नाही! ही आहे मोगलांचा इतिहासकार खाफीखान याची खुल्या दिलाची कबुली! आणि अशा प्रकारची शत्रुपक्षीयाची 'कबुली' एकटे शिवछत्रपती सोडल्यास मराठ्यांच्या इतिहासात अन्य कोणा मराठा सेनानीच्या वाट्याला आलेली नाही! असा हा महान सेनानी मराठ्यांच्या अंतर्गत भांडणांचा बळी ठरावा, ही मराठ्यांच्या इतिहासातील एक मोठी शोकान्तिकाच आहे. ही शोकान्तिका कशी घडून आली हे पाहण्यापूर्वी, तिच्याकडे संताजीची कशी वाटचाल झाली, हे प्रथम थोडक्यात ध्यानात घेणे आवश्यक आहे.

राजाराम महाराजांशी बिघाड

सन १६९५ च्या दसऱ्याच्या सुमुहूर्तावर रामचंद्रपंत अमात्याच्या नेतृत्वाखाली मोगली मुलखावरील जंगी मोहिमांची आखणी झाली होती. संताजी व धनाजी यांनी आपल्या फौजा घेऊन जिंजीस राजाराम महाराजांच्या दर्शनास जाण्याचा मनोदय व्यक्त केला होता. मार्गात मोगलांची ठाणी व फौजा यांचा समाचार घेत हे दोन सेनानी जिंजीत दाखल होणार होते. त्याप्रमाणे त्यांनी पंताचा निरोप घेऊन मोहिमेवर प्रस्थानही केले होते.

औरंगजेब बादशहा या वेळी भीमेच्या काठी ब्रह्मपुरीवर छावणी करून होता. त्याच्या कानावर मराठ्यांच्या या मोहिमांच्या योजनेची वार्ता जाताच त्याने कर्नाटकातील आपल्या सरदारांना सावध राहून या मोहिमांचे खच्चीकरण करण्याचे हुकूम सोडले होते. सर्वांत जास्त धोकेबाज संताजी होता. त्यास मार्गातच अडवून नष्ट करण्याचा हुकूम बादशहाने उत्तर कर्नाटकातील मोगलांचा सुभेदार कासिमखान या नामांकित सरदाराकडे धाडला होता. एवढेच नव्हे तर त्याने आपल्या छावणीच्या खास फौजेतील खानाजादखान, सफशिकनखान, सय्यद असालतखान व महंमद मुरादखान या सरदारांबरोबर मुबलक सैन्य व तोफखाना देऊन त्याच्या मदतीस पाठविले होते.

पण बादशहाच्या दुर्दैवाने संताजीने आपल्या अप्रतिम गनिमी काव्याच्या हालचालींनी या सर्व सरदारांचा जबरदस्त पराभव करून त्यांना दाती तृण धरून शरणागती स्वीकारायला लावली. या बेइज्जतीने सरदार कासिमखान याने तर आत्महत्येचा मार्ग धरला! बाकीच्या खानांनी लाखो रुपयांची खंडणी कबूल करून संताजीकडून जीवदान पदरात पाडून घेतले! मोगली फौजेचे सर्व सामानसुमान मराठ्यांनी लुटून घेतले. पण त्याहीपेक्षा मोगलांची प्रतिष्ठा मराठ्यांनी धुळीला मिळवली, ही मोठीच नामुष्कीची गोष्ट घडून आली![२] (नोव्हें. १६९५).

या मोठ्या विजयानंतर संताजीने अवघ्या दोन महिन्यांच्या आत बादशहाचा दुसरा नामांकित सरदार हिंमतखान बहादूर याला बसवापट्टणच्या लढाईत ठार करून

कर्नाटकातील मोगली सत्तेस आणखी एक जबरदस्त धक्का दिला – (२० जानेवारी १६९६). आता मोगलांवर दिङ्मूढ होण्याची पाळी आली होती! या वेळी मराठे संपूर्ण कर्नाटक जिंकून काढल्याशिवाय राहणार नाहीत, अशी हवा दक्षिणेत उत्पन्न झाली. मद्रासकर इंग्रज या वेळी लिहितात की, जिंजीला वेढा घालून बसलेल्या जुल्फिकारखानाकडे बादशहाने तातडीने सैन्याची कुमक पाठविली नाही, तर इकडील मद्रास किनारपट्टीचा प्रदेश मराठ्यांच्या ताब्यात गेल्यातच जमा आहे![३] इंग्रजांच्या लिहिण्यात अतिशयोक्ती मुळीच नव्हती. या वेळी कर्नाटकातील सर्व मोगली फौजांनी बचावात्मक पवित्रा घेतला होता. खुद्द जुल्फिकारखानाने जिंजीचा वेढा उठवून अर्काटच्या किल्ल्याचा आश्रय घेतला होता.

अशा विजयी पार्श्वभूमीवर संताजी आपल्या २०/२५ हजार फौजेनिशी मोठ्या दिमाखाने राजाराम महाराजांच्या दर्शनासाठी जिंजी किल्ल्यात दाखल झाला – (८ मे १६९६). धनाजीही याच सुमारास दरबारात पोहोचला. तथापि, संताजीस मिळाली तशी मोठी शिकार त्याला मिळाली नव्हती. तरीही त्याची जिंजी दरबारातील प्रतिष्ठा संताजीच्या तोडीची होती. विशेषत: राजाराम महाराजांची त्याच्यावर खास मर्जी होती. निदान संताजीस तर तसे वाटत होते. कदाचित या भावनेतूनच छत्रपतींच्या दरबारात पोहोचल्यानंतर त्याच्या हातून असे काही वर्तन घडले की राजाराम महाराजांसारख्या समतोल बुद्धीच्या, शांत व संयमी राज्यकर्त्यासही कठोर निर्णय घेऊन आपल्या सेनापतीस त्याच्या पदावरून हटवावे लागले! असे काय घडले? कसे घडले? या प्रश्नांवर इतिहास मौन बाळगून आहे. तो एवढेच सांगतो की मराठ्यांच्या या पराक्रमी सेनापतीकडून दरबारात 'nondutiful behaviour' घडून आली![४]

संताजीची खुद्द छत्रपतींशी लढाई !

दरबारात राजाराम महाराजांशी वितुष्ट येताच संताजी आपल्या २०/२५ हजार फौजेसह जिंजीबाहेर पडला – (मे १६९६ अखेर). अशी मोठी फौज आपल्या बंडखोर सेनापतीजवळ असणे ही महाराजांना मोठी धोकादायक गोष्ट वाटत होती; स्वाभाविकच संताजीच्या पारिपत्याचा विचार करून त्यांनी धनाजी जाधव, अमृतराव निंबाळकर, हणमंतराव घोरपडे इ. मराठा सरदारांसह जिंजीबाहेर पडून त्याच्याशी लढाई दिली.

ही अभूतपूर्व लढाई कांचीपुरमजवळ आयेवारकुटी या गावाजवळ घडून आली. या लढाईचा निकालही मोठा विस्मयजनक लागला! खुद्द महाराजांचा पराभव होऊन ते संताजीचे कैदी बनले! नवा सेनापती धनाजी हा त्याच्या सहकाऱ्यांसह रणांगणातून पळून गेला! त्याचा एक सहकारी अमृतराव निंबाळकर कैद होऊन संताजीच्या हाती

पडला! क्रोधाच्या भरात संताजीने यास हत्तीच्या पायी देऊन ठार केले.

दुसरे दिवशी स्वत: संताजी आपले हात बांधून महाराजांसमोर उभा राहिला. आपल्या हातून घडलेल्या अपराधाबद्दल क्षमायाचना करीत तो म्हणाला, ''मी तुमचा सेवक आहे. तुम्ही धनाजीला माझ्या बरोबरीचा दर्जा देऊ इच्छित होता... म्हणून मला असे उद्धटपणे वागणे भाग पडले. आपण आता जी आज्ञा कराल त्याप्रमाणे मी वागेन.''[५]

या लढाईचा निर्णय कसाही लागला असता तरी तो दु:खद राहणार होता. पण त्यातही तो खुद्द छत्रपतींच्या विरुद्ध लागण्याने तो अधिक दु:खद बनला. मराठ्यांच्या या अंतर्गत यादवीची परिणती अशा दुर्दैवी घटनेत व्हावी, ही गोष्ट मराठी राज्याच्या दृष्टीने फारच घातक ठरली!

संताजीस आपल्या गोटात ओढण्याचा मोगलांचा प्रयत्न

अशा अंतर्गत यादवीचा फायदा मराठ्यांचे शत्रू मोगल न घेतील तरच मोठे आश्चर्य होते. कर्नाटकातील मोगलांचा मुख्य सेनापती जुल्फिकारखान याने किंचितही वेळ न दवडता संताजीशी संधान बांधण्याची हालचाल सुरू केली.

सुरतकर इंग्रजांचे बातमीपत्र म्हणते की, संताजीने राजाराम महाराजांस कैद केल्यानंतर त्यांना आपल्या ताब्यात द्यावे म्हणून जुल्फिकारखानाने बादशहाच्या वतीने मोठे इनाम देऊ केले; एवढेच नव्हे तर खुद्द बादशहाने संताजीस बारा हजारी उमराव करतो म्हणून आश्वासन दिले; पण मोगली आक्रमणाच्या धोक्याने मराठ्यांना पुन्हा एक केले आणि राजाराम महाराजांना मुक्त करण्यात आले.[६]

ही सुरतकर इंग्रजांची बातमी सर्वस्वी ग्राह्य मानली तर बादशाही मनसबीच्या व इनामाच्या मोबदल्यात शत्रूच्या ताब्यात छत्रपतीस न देता त्यांना सुखरूपपणे जिंजीस पोहोचविले, ही संताजीची कामगिरी लाख मोलाची मानली पाहिजे. कारण या वेळी छत्रपती मोगलांच्या हाती पडले असते, तर हिंदवी स्वराज्याचा सारा ग्रंथच आटोपला असता! या ठिकाणी आणखी एका मुद्द्याचा विचार करावयास पाहिजे. तो म्हणजे तो काळच असा होता की मोठमोठे नामांकित मराठे सरदार व वतनदार बादशाही कृपेच्या मेहरबानीखातर बिनदिक्कत मोगलांना जाऊन मिळत. क्षुद्र स्वार्थापोटी त्यांना स्वराज्यावरील प्रेम फिके वाटत असे. या पार्श्वभूमीवर संताजीने दाखविलेली स्वराज्यनिष्ठा असामान्य कोटीतील होती, असे म्हणण्यात प्रत्यवाय नाही!

संताजी एकाकी व असहाय पडला!

आयेवारकुटीच्या लढाईच्या प्रसंगी संताजीकडे मोठी फौज होती. या फौजेच्या जोरावरच त्याने राजाराम महाराज व धनाजी जाधव यांचा पराभव केला होता.

तथापि, फौजेचे हे बळ संताजीकडे फार काळ राहिले नाही. महाराजांनी मोठ्या कौशल्याने संताजीच्या फौजेतील सरदारांना त्यांच्या सैन्यासह आपल्याकडे आणले. संताजीहून छत्रपतींचा अधिकार किती तरी मोठा होता.

स्वाभाविकच छत्रपतींच्या आवाहनास प्रतिसाद देऊन संताजीचे बहुसंख्य सहकारी त्याला सोडून गेले. पण अशाही अवस्थेत तो मराठ्यांचे शत्रू मोगल यांच्याशी लढत राहिला, हे मोठे विस्मयजनक होते! छत्रपतींविरुद्ध बंडखोरी, पण त्याच वेळी स्वराज्यावर निस्सीम निष्ठा व्यक्त करून शत्रूच्या आमिषास बळी न पडण्याचा निर्धार मनाशी करून शत्रूशी अखेरपर्यंत लढत राहणारा हा मराठ्यांचा सेनानी म्हणजे एक अजब व्यक्तिमत्त्व होते.

आयेवारकुटीच्या लढाईनंतर संताजीच्या कर्नाटकात जुल्फिकारखानाशी अनेक लढाया झाल्या. पण शेवटी सैन्यबल दिवसेंदिवस कमीकमी होत गेल्याने निरुपाय होऊन संताजीने महाराष्ट्रात परतण्याचा निर्णय घेतला. महाराष्ट्रातील शंभूमहादेवाचा डोंगर हे त्याचे मूळ आश्रयस्थान होते. तिकडे तो आपल्या मोजक्या सहकाऱ्यांनिशी व रोडावलेल्या फौजेबरोबर येऊ लागला!

खाफीखानाचे संताजीस शिव्याशाप

संताजी दुर्दैवाच्या फेऱ्यात सापडून कर्नाटकातून महाराष्ट्रात येत असता त्याच्या मागावर मोगल शत्रू तर होतेच, पण स्वकीय शत्रूही होते. संताजीचा राजाराम महाराज व धनाजी जाधव यांसारख्या स्वकीयांशी झालेला संघर्ष व त्यातून पुढे घडून आलेला दुःखान्त शेवट ही घटनाच इतकी जबरदस्त होती की, तत्कालीन प्रत्येक इतिहासकाराला तिचे वर्णन करण्याचा मोह झाला होता. अर्थात, सर्व इतिहासकारांची वर्णने सारखी नसणे स्वाभाविक होते. ज्याला जशी माहिती मिळाली तसे तो लिहीत गेला. पण लिहीत असतानासुद्धा खाफीखानासारखा शत्रूचा इतिहासकार संताजीविषयीची कमालीची द्वेषाची भावना त्याच्या मृत्यूनंतरही विसरला नव्हता, ही गोष्ट नमूद करण्यासारखी आहे.

खाफीखान म्हणतो, ''संताजीचा मृत्यू ही या वर्षी बादशहाच्या नशिबाने एक चांगली घटना घडून आली. दुष्ट संताजीची पाळेमुळे खणून निघाली; आणि तो नरकात प्रविष्ट झाला. त्या नालायक कुत्र्याच्या मारल्या जाण्याबद्दल भिन्नभिन्न हकिकती आहेत. पण त्या वेळी लष्करात हजर असलेल्या विश्वसनीय लोकांकडून जे ऐकण्यात आले ते लिहीत आहे.''[७]

मोगलांशी लढत असता संताजीने मोगली फौजांवर जे जबरदस्त आघात केले व नामांकित अशा मोगल सरदारांना मातीस मिळविले, त्या पार्श्वभूमीतून खाफीखानाचे हे विषारी फूत्कार निर्माण झाले आहेत, हे ध्यानी घेतले पाहिजे. खाफीखानाचे सर्वांत

जास्त शिव्याशाप संताजीच्या वाट्यास आले आहेत! कारण मोगलांची सर्वांत जास्त फटफजिती संताजीनेच केली होती. पण असा हा खाफीखान संताजीच्या पराक्रमाचे नकळत वर्णन करून जातो, तेव्हा त्याची साक्ष लाख मोलाची ठरते.

गाजिउद्दीन फिरोजजंग पांढराफटक पडला!

संताजी कर्नाटकातून महाराष्ट्राकडे येत असल्याच्या बातम्या बादशाही छावणीत पोहोचल्या होत्या. संताजीस मार्गातच अडवून त्यास नेस्तनाबूत करण्यासाठी बादशहाने गाजिउद्दीनखान बहादूर फिरोजजंग[८] याची नेमणूक केलेली होती. गाजिउद्दीनखान फिरोजजंग हा मोगल दरबारातील एक प्रतिष्ठित, अनुभवी व पराक्रमी सरदार होता. या सुमारास तो विजापूरजवळ छावणी करून होता. संताजीही विजापूरच्या प्रदेशातूनच महाराष्ट्रात येत होता.

सर्जाखान, कासिमखान, खानाजादखान, हिंमतखान, जुल्फिकारखान इत्यादी नामांकित मोगल सरदारांची हैराणगत करणारा संताजी आपल्या छावणीच्या प्रदेशाजवळ आल्याचे समजताच गाजिउद्दीखान फिरोजजंगची गाळण उडाली. संताजी कुठे दूरवरच्या प्रदेशात असता तर त्याचा पाठलाग करण्यात खानास काही टंगळमंगळ करण्यास अवकाश होता. पण आता संताजी साक्षात त्याच्या प्रदेशातच हजर झाल्याने त्याची बेइज्जत होण्याचा बाका प्रसंग पुढे उभा राहिला होता. संताजीशी न लढता पुढे कुठून पळून जावे तर बादशाही दरबारात आपली बेअब्रू होईल; लढावयास जावे तर संताजी आपली धडगत ठेवणार नाही; बहुतेक आपण त्याच्या हातून मारले जाणार, या विचाराने खानाच्या मनावर जबरदस्त पगडा बसविला. पण या अडचणीवर मात करणारी एक पळवाट त्याने शोधून काढली.

ती कशी ते खाफीखान सांगतो, "दुष्ट संताजीचा उच्छाद कमालीचा वाढला. त्याचा व इतर शत्रूंचा पाडाव करण्यासाठी गाजिउद्दीखान बहादूर फिरोजजंग हा विजापूरपासून चार-पाच मजलांवर मुक्काम करून होता... या सुमारास बातमी आली की, नालायक संताजी... आठ-नऊ कोसावर आला आहे. भलेभले नामांकित वीर संताजीचे नाव ऐकताच घाबरून जात. त्यांचे अवसान गळून जाई. (संताजी आल्याची बातमी ऐकताच) गाजिउद्दीनखान याचा चेहरा पांढराफटक पडला. त्याच्यापाशी फौज थोडी होती. त्याने आपण संताजीवर चालून जातो असा पुकारा केला. पुढील मजल नीट करून आपला गोट तिकडे हलविण्यासाठी त्याने एका अधिकाऱ्याची नेमणूक केली; आणि स्वत: आडवाटेने विजापूरचा रस्ता धरला!"[९]

खाफीखानाने संताजीच्या विलक्षण दराऱ्याविषयी इतके स्पष्ट व स्वच्छ लिहिलेले आहे की त्यावर अधिक टीकाटिपणीची आवश्यकता नाही. पण गाजिउद्दीन फिरोजजंग हा मोठा सुदैवी होता. त्याला संताजीच्या भीतीने विजापुरात आश्रय घेण्याची

यातायात करावी लागली नाही. विजापूरपासून आठ-नऊ कोसांवर असतानाच त्यास बातमी लागली की, संताजीचा काटा परस्पर निघाला आहे!

धनाजी-हणमंतरावाकडून संताजी पराभूत

आयेवारकुटीच्या लढाईत संताजीच्या हातून सपाटून पराभव खाऊन धनाजीस जिंजीकडे पळून जावे लागले होते. लवकरच राजाराम महाराजही जिंजीत आले; आणि संताजीच्या हाताखालची फौज आपल्याकडे आणण्यात ते यशस्वी झाले हे सांगून झालेच आहे. अशा परिस्थितीत संताजीचा पाठलाग करून त्यास पराजित करणे ही गोष्ट आता सुलभ झाली होती. स्वाभाविक, संताजी कर्नाटकातून महाराष्ट्राकडे मार्गस्थ होताच राजाराम महाराजांनी धनाजी व हणमंतराव निंबाळकर या दोघा सरदारांना त्याच्या पाठलागावर पाठविले. हणमंतराव हा अमृतराव निंबाळकराचा बंधू संताजीच्या हातून अमृतरावाच्या झालेल्या वधाने व्यथित झालेला व सुडाच्या भावनेने स्वाभाविकपणेच पेटून उठलेला होता. धनाजीने हणमंतरावाच्या या भावनेचा पुरेपूर उपयोग करून घेतला. हणमंतरावास आपल्या फौजेच्या आघाडीवर ठेवून धनाजी झपाट्याने संताजीच्या पाठलागावर निघाला. कर्नाटक-महाराष्ट्राच्या सीमाप्रदेशात त्याने संताजीस गाठले. हणमंतरावाच्या आघाडीच्या सैन्याने संताजीवर हल्ला चढविला.

खाफीखान या लढाईचे वर्णन करताना म्हणतो, ''हणमंतराव नावाचा एक प्रसिद्ध सरदार होता. त्याला धनाजीने इशारा दिला. संताजीचे सरदार धनाजीला मिळाले होतेच. (आता) हणमंतरावाने धनाजीच्या सूचनेनुसार संताजीवर हल्ला केला. धनाजीची फौजही त्याच्याबरोबर होती. संताजीची फौज मोडली. त्याचे सामानसुमान बाजारबुणगेही लुटले गेले. त्याचे बरेच स्वार राऊत हणमंतरावाला येऊन मिळाले. संताजीची अनेक माणसे जखमी अगर मृत झाली. संताजी असहाय होऊन डोंगराळ भागात असलेल्या आपल्या घराकडे निघाला.''[१०] (नोव्हें-डिसेंबर १६९६).

संताजीची ही शेवटची लढाई. खरे म्हणजे त्याच्या जीवनाची शेवटची लढाई तो खेळत होता आणि आता तो पावलापावलाला हरत होता. त्याचे बहुतेक सहकारी त्यास सोडून गेले होते. फौज मोडली होती. सामानसुमान, बाजारबुणगे लुटले गेले होते. अशा स्थितीत काही जिवाभावाचे सहकारी व काही मोजके सैनिक यांच्यासह तो पळत पळत सातारा भागात आला.

आता गाजिउद्दीनखान फिरोजजंग संताजीच्या पाठलागावर

संताजीशी सामोरे जाऊन लढण्याचा प्रसंग तर आला नाहीच, उलट मराठ्यांच्या आपसातील यादवी युद्धामुळे त्याचा परस्पर काटा निघाला; ही वार्ता गाजिउद्दीनखान फिरोजजंगाच्या फौजेत येताच सर्वांना विलक्षण आनंद झाला. आता गाजिउद्दीनखान

फिरोजजंग संताजीच्या पाठलागाची योजना आखू लागला. पाठलाग कसा करायचा याविषयी तो आपल्या सहकाऱ्यांशी सल्लामसलत करीत असतानाच त्यास बादशहाचा हुकूम हाती पडला. बादशहाने खानास लिहिले होते, 'मराठे सरदारांच्या आपापसातील भांडणावरून असे दिसते की, दुष्ट संताजी लवकरच आपल्या कर्माची शिक्षा पावेल. तरी तुम्हीही त्याचा पाठलाग करून त्या दुष्टाचा नाश करण्याचा प्रयत्न करा. म्हणजे त्याचे श्रेय तुम्हाला मिळून तुमचे नाव काळाच्या पानावर नोंदले जाईल; आणि शत्रू एकत्र येऊ शकणार नाही.'[११]

बादशाही हुकूम मिळताच गाजिउद्दीनखान फिरोजजंगाने आपली फौज घेऊन संताजीचा पाठलाग सुरू केला. जेधे शकावलीमधील या घटनेसंबंधीची नोंद कालदृष्ट्या अत्यंत महत्त्वाची आहे. त्यात म्हटले आहे की, चैत्र मासी म्हणजे मार्च-एप्रिल १६९७ मध्ये संताजी सातारा प्रदेशात आला आणि त्याचा पाठलाग करीत गाजिउद्दीन मागून आला.[१२] गाजिउद्दीन फिरोजजंगाच्या फौजेस बळकटी यावी म्हणून बादशहाने शहाजादा बेदारबख्त व हमीदुद्दीखान यांच्या फौजेतील सैन्याच्या काही तुकड्या त्याच्याकडे पाठवून दिल्या होत्या. मतलबखान हा खास अंमलबजावणीचा अधिकारी म्हणून गाजिउद्दीनखानाकडे नेमला गेला होता.[१३]

धनाजीने संताजीचा लढाईत पुरता मोड केला तरी त्याचा पाठलाग सोडलेला नव्हता. म्हणजे एका बाजूने धनाजी तर दुसऱ्या बाजूने गाजिउद्दीनखान फिरोजजंग अशा प्रकारे संताजीची साताऱ्याच्या भागात कोंडी केली गेली. खाफीखान लिहितो, 'एकीकडून बादशाही फौज आणि दुसरीकडून धनाजी जाधवाची फौज याप्रमाणे त्या सावजाला मृत्यूच्या जाळ्यात पकडण्यात आले. संताजीची फौज मोडली. त्याची व त्याच्या सैन्याची फारकत झाली.'[१४]

साताऱ्याच्या भागात संताजीशी शेवटच्या चकमकी गाजिउद्दीनखान फिरोजजंग याच्या न होता त्या धनाजीच्या झाल्या, असे दिसते. साकी मुस्तैदखान सांगतो, "त्या भागात संताजीची व धनाजीची गाठ पडून अनेक संघर्ष झाले. या खेपेस संताजीस दैव प्रतिकूल झाले. संताजीचा प्रचंड पराजय झाला. काही निवडक लोकांसह तो विपन्न अवस्थेत पळाला."[१५] रियासतकार सरदेसाई यांनी म्हटले आहे की, धनाजीच्या लष्करातील हणमंतराव निंबाळकरांची संताजीशी शेवटची चकमक साताऱ्याच्या प्रदेशातील दहिगावजवळ (अकलूजच्या पश्चिमेस १५ मैल) झाली[१६] (एप्रिल १६९७).

शंभूमहादेवाचा डोंगर : संताजीचे आश्रयस्थान

साताऱ्याच्या प्रदेशात पश्चिम बाजूवर सह्याद्रीच्या उंच उंच पर्वतरांगा आहेत. सातारा किल्ला हा अशाच एका पर्वत रांगेवर उभा आहे. पण सह्याद्रीशिवाय या प्रदेशात अनेक लहानमोठ्या डोंगररांगा आहेत. त्यापैकी वाई-साताऱ्याच्या पूर्वेस व

फलटणच्या दक्षिणेस पूर्व पश्चिम पसरलेली एक मोठी डोंगररांग आहे. तिला शंभूमहादेवाचा डोंगर असे म्हणतात. हा डोंगर खंडाळ्यापासून सुरू होतो व तसाच सोलापूर जिल्ह्यात जातो. या डोंगराच्या एका रांगेत उंच ठिकाणी शिखरशिंगणापूर हे शंभूमहादेवाचे तीर्थक्षेत्र आहे. या देवाच्या नावावरून या डोंगरास शंभूमहादेवाचा डोंगर असे म्हटले जाते. पंढरपूर, तुळजापूर, जोतिबा यांसारखे हे महाराष्ट्रातील बहुजन समाजाचे मोठे श्रद्धास्थान आहे. छत्रपती घराण्याचीही या देवावर मोठी श्रद्धा होती.

शंभूमहादेवाच्या डोंगराच्या पठारातून माण नदी उगम पावते. तिच्या काठी दहिवडी, म्हसवड ही मोठी गावे वसली असून तिच्या प्रदेशाला माणदेश असे म्हटले जाते. राजाराम महाराजांच्या कारकिर्दीत या शंभूमहादेवाच्या डोंगरास मोठे महत्त्व प्राप्त झाले. कारण संताजी, धनाजी इत्यादी मराठा सरदारांच्या फौजा शत्रूच्या प्रदेशांत मोहिमेवर जाण्यापूर्वी तेथेच छावणी करून राहत असत. शिखर शिंगणापूरच्या महादेवास साकडे घालून संताजी-धनाजी यांनी अनेक वेळा येथूनच शत्रूच्या प्रदेशांवर प्रहार करण्यासाठी कूच केले होते. मराठी फौजांचा माग काढीत अनेक वेळा मोगली फौजा या प्रदेशात येत असत आणि मग कित्येक दिवस धावपळीच्या लढाया घडून येत. मराठ्यांची ही मायभूमीच असल्याने त्यांना या डोंगराळ प्रदेशाच्या भौगोलिक ज्ञानाचा गनिमीयुद्धासाठी मोलाचा उपयोग होई.

संताजीने आतापर्यंत ज्या शंभूमहादेवाच्या डोंगरातच मोठमोठ्या मोहिमांचे मनसुबे रच्चले होते, त्याच ठिकाणी तो आता शेवटी असहाय अवस्थेत आश्रयासाठी आला होता. शंभूमहादेवाचा डोंगर आपणास दगा देणार नाही, असा त्याला विश्वास वाटत होता. पण निसर्गापेक्षा माणसेच अधिक दगलबाज असतात, हे तो विसरला होता!

संताजीने शंभूमहादेवाच्या डोंगरात ज्या ठिकाणी आश्रय घेतला होता, ते ठिकाण म्हसवडच्या उत्तरेस सुमारे १०/१२ मैल आहे. (म्हसवड-साताऱ्याच्या पूर्वेस ५० मैलांवर येते.) हा प्रदेशच मुळात कमी पावसाचा असल्याने डोंगररांगा उघड्याबोडक्या बनल्या आहेत. त्यातच आजूबाजूच्या विस्तीर्ण नापीक माळरानांनी प्रदेश अधिक रुक्ष व ओसाड बनला आहे. शिवकालात या डोंगरदऱ्यात काही झाडी असावी. आज ती अभावानेच दिसते.

महादेवाच्या डोंगरातील संताजीच्या एके काळच्या निवासस्थानाकडे पोहोचण्यासाठी दोन-तीन मैल डोंगरदऱ्यांतून पायी बिकट वाटेने प्रवास करावा लागतो. संताजीचे राहण्याचे ठिकाण म्हणून जवळजवळ असणाऱ्या दोन गुहा दाखविल्या जातात. आज गुहांच्या तोंडावर बरीच पडझड होऊन मातीच्या ढिगारा साचला आहे. पण त्या कालात त्या राहण्यायोग्य असणार हे उघड आहे. सभोवतालच्या उंच डोंगरदऱ्या यांनी या निवासस्थानास नैसर्गिक संरक्षण दिले आहे. त्या भागातील माहीतगार माणसाशिवाय संताजीच्या या निवासस्थानाची माहिती बाहेर पडणे अवघड होते.

संताजीच्या खुनाचे ठिकाण

संताजी या गुहांसमोर मारला गेला नाही. त्याच्या खुनाची जागा गुहांपासून सुमारे दोन फर्लांग दूर आहे. त्या ठिकाणी जाण्यासाठी गुहांसमोरच्या दरीतूनच वळसे घेत जावे लागते. गुहांसमोरून वाहणारा दरीतील ओढाच तेथे जातो. या ओढ्यात स्नान करीत असता शत्रूने अचानक हल्ला करून त्यास ठार केले. शिवकालात या ठिकाणी बोरी करवंदीच्या दाट जाळ्या असाव्यात. या जाळ्यांसमोर ओढ्यात संताजी मारला गेला. म्हणून आजही हे ठिकाण 'संताजी बाबाजी जाळी' म्हणून ओळखले जाते.

संताजीच्या गुहांसमोरूनच ओढा वाहत असता तो इतक्या दूरवर स्नानासाठी का गेला असावा, असा प्रश्न साहजिकच उत्पन्न होतो. पण स्थानिक मंडळींनी या शंकेचे केलेले निरसन विचारात घेण्यासारखे आहे. संताजीच्या गुहांसमोरच्या ओढ्यात उभे राहिले असता स्नानानंतर सूर्याला अर्घ्य द्यायचे म्हटले तर सूर्योदय झाल्यानंतरही समोरच्या उंच डोंगरामुळे दीड दोन तास सूर्यदर्शन होऊ शकत नाही. याउलट उपरोक्त बावाच्या जाळीच्या ठिकाणी पूर्वेकडील डोंगर बसका आहे. तेथे सूर्योदयानंतर सूर्यदर्शन लवकर होऊ शकते. केवळ याच कारणासाठी संताजी गुहांपासून इतक्या दूर अंतरावर स्नानासाठी आला असावा!

नागोजी माने याचे राजकीय चरित्र

संताजीचा खून स्वकीयांपैकी ज्या नागोजी माने याने केला, त्याचे राजकीय चरित्र आणि चारित्र्य याची माहिती करून घेणे आवश्यक आहे. नागोजी हा म्हसवडचा देशमुख; साताऱ्याच्या प्रदेशातील हे शिवकालातील एक प्रतिष्ठित व घरंदाज मराठे घराणे. आदिलशाही दरबारचे ते एकनिष्ठ सेवक होते. शिवकालात आदिलशाही दरबारच्या वतीने शिवाजी महाराजांच्या सत्तेला पायबंद घालण्यासाठी साताऱ्याच्या प्रदेशात म्हसवडकर मान्यांची स्थापना आदिलशहाने केलेली होती. सन १६६५ सालच्या मिर्जा राजा जयसिंगाच्या विजापुरावरील स्वारीत नागोजीचा पिता रतोजी माने याने आदिलशाही सेनापती सर्जाखान याच्या लष्करात राहून मोठा पराक्रम केल्याचे म्हसवडकर मान्यांच्या कागदपत्रांत नमूद आहे. रतोजीच्या या पराक्रमावर खूश होऊन आदिलशहाने त्यास अनेक गावांची देशमुखी व सरदेशमुखीची वतने बहाल केली होती.[१७]

शिवकालात ही सरदार-वतनदार मंडळी रक्ताच्या नात्याने एकमेकांशी बांधली गेली असत. नागोजीस प्रसिद्ध निंबाळकर घराण्यातील अमृतराव व हणमंतराव निंबाळकर यांची बहीण राधाबाई ही दिलेली होती. नागोजी हा आपल्या पित्याप्रमाणे किंबहुना त्याच्याहून अधिक पराक्रमी निघाला. पण तो नुसता पराक्रमी सेनानी नव्हता,

तर तो राजकीय डावपेच खेळणारा राजकारणी सरदार होता. आपल्या पित्याप्रमाणे तो आदिलशाही दरबाराशी एकनिष्ठ राहिला, असे वाटत नाही. आदिलशाही बुडण्यापूर्वीच सन १६७८ साली त्याने मोगलांकडे संधान बांधले होते.[१८]

पण तो लगेच मोगली चाकरीत गेला नाही. पुढे लवकरच औरंगजेब बादशहा दक्षिणेत आला. संभाजीराजांशी संघर्ष केल्यानंतर काही कालाने तो विजापूर जिंकण्यासाठी वळला. एप्रिल १६८५ मध्ये विजापूरला मोगलांनी वेढा दिला. विजापूर जिंकून घेण्याचा बादशहाचा निर्धार पक्का होता. तेव्हा विजापूर पडल्यावर मोगलांना मिळण्यापेक्षा तत्पूर्वीच त्यांना मिळावे असा राजकारणी विचार करून नागोजीने मार्च १६८५ मध्येच मोगलांची चाकरी स्वीकारली. बादशहाने त्यास म्हसवड परगण्यात १३ लक्ष ५० हजार दामांची[१९] जहागीर बहाल केली; तसेच त्यास म्हसवडची ठाणेदारीही दिली गेली – (१० मार्च १६८५).[२०]

आदिलशाही आता बुडणार हे लक्षात येताच चाणाक्ष नागोजीने परिस्थितीचा अशा प्रकारे अंदाज घेऊन तत्पूर्वीच मोगलांची चाकरी स्वीकारली. पुढे लवकरच सप्टेंबर १६८६ मध्ये आदिलशाहीचा अवतार समाप्त झाला. त्यानंतर गोवळकोंड्याची कुतुबशाही घेतली गेली. मोगली फौजा मराठी राज्यात सर्व बाजूंनी हल्ला करू लागल्या. अशा संकटकालात खुद्द छत्रपती संभाजी महाराजच मोगलांच्या हाती सापडले आणि त्यांची क्रूरपणे हत्या करण्यात आली. त्यानंतर स्वराज्यातील ठाणी व किल्ले एकामागून एक याप्रमाणे मोगलांच्या ताब्यात गेले. अनेक सरदार-वतनदारांचा धीर खचून गेला. त्यांच्यापैकी बहुतेकांनी स्वार्थापोटी अथवा परिस्थितीच्या दबावाखाली मोगलांपुढे शरणागती स्वीकारून मोगली चाकरी स्वीकारली. नागोजी तर यापूर्वीच मोगलांना मिळाला होता. आता त्याच्यात व वतनदारांत फारसा फरक राहिला नव्हता.

पण अशाही परिस्थितीत मोगलांना न मिळालेली रामचंद्रपंत, संताजी, धनाजी यांसारखी काही जिद्दीची मंडळी होती. ती नव्या छत्रपतींभोवती जमली आणि त्यांनी मोडलेले स्वराज्य सावरले. मराठे गेलेली ठाणी व किल्ले परत जिंकू लागले. मोगली फौजा पराभूत होऊ लागल्या. स्वराज्य नष्ट न होता पुन्हा जोमाने वाढत आहे, हे लक्षात येताच मोगलांना मिळालेले हे सरदार वतनदार स्वगृही परतू लागले. राजाराम महाराजांनी त्यांच्या पूर्वीच्या अपराधाकडे दुर्लक्ष करून त्यांना स्वराज्य रक्षणाच्या कार्यास जुंपले.

या वेळी मोगलांना सोडून स्वराज्यात येण्याची एक लाटच निर्माण झाली होती. या लाटेचाच एक भाग म्हणजे जिंजीच्या समोर प्रत्यक्ष जुल्फिकारखानाच्या फौजेत मोर्चे बांधून बसलेले नेमाजी शिंदे, माणकोजी पांढरे, नागोजी माने ते तीन पराक्रमी सरदार मोगलांना पारखे होऊन जिंजीत राजाराम महाराजांच्या पायाशी रुजू झाले! (नोव्हेंबर १६९०).[२१] अर्थात स्वराज्यात येत असता या सरदारांना त्यांची पूर्वीची

वतने तर परत दिली गेलीच, शिवाय काही नवीन वतने, इनामे, जहागीर अशीही बक्षिसे राजाराम महाराजांनी बहाल केली.

१२ एप्रिल १६९१ रोजी राजाराम महाराजांनी असेच एक बारा महालांच्या सरदेशमुखीचे वतन नागोजी मान्यास बहाल केलेले दिसते. सरदेशमुखीच्या सनदेत राजाराम महाराज म्हणतात, ''तुम्ही पूर्वी तांब्राकडे (मोगलांकडे) होतेत. ऐसियासी स्वामीचे राज्य म्हणजे देवता भूमी. या राज्यास तांब्राचा उपद्रव न व्हावा, मराठ धर्म रहावा, स्वामींच्या राज्याची अभिवृद्धी व्हावी या उद्देशे स्वामींच्या पायापासी येकनिष्ठता धरून कर्नाटकात चंदीचे (जिंजीच्या) मुक्कामी स्वामीपासी आलेती; येऊन विनंती केली की आपणास देश्यात सरदेशमुखीचे वतन करून दिल्हे पाहिजे. ते बितपसील (यापुढे बारा महालांची नावे दिलेली आहेत.) एकूण माहाल बारा. १२ माहालाचे वतन करून द्यावयासी आज्ञापत्र देविले पाहिजे म्हणोन विदित केले. ऐसीयासी तुम्ही स्वामी सेवेवरी येक चित्ते वर्तत आहा. तुम्हावर स्वामी कृपाळू होऊन नूतन वतन सरदेशमुखीचे वतन सरदहू बारा माहालांचे करून दिल्हे असे...''[२२]

मोगलांची चाकरी सोडून स्वराज्यात आल्यावर नागोजीने राजाराम महाराजांकडून १२ महालांची ही सरदेशमुखी घेतली, यात काही वावगे केले नाही. त्या कालात सर्वच वतनदारांना पूर्वी शिवाजी महाराजांनी जप्त केलेली वतने परत करण्यात आली. एवढेच नव्हे तर त्यांच्यापैकी नागोजीसारखे जे पराक्रमी वतनदार होते त्यांना नूतन वतने बहाल केली गेली. नागोजीची आणखी एक कामगिरी नमूद केली पाहिजे. ती म्हणजे मोगलांच्या चाकरीत गेलेल्या अनेक मराठा सरदारांना त्याने स्वराज्यात आणले. हणमंतराव घोरपडे वजारतमाब व कृष्णाजी घोरपडे हे मोगलांकडे होते. सन १६९१ साली ते नागोजीच्या मध्यस्थीने राजाराम महाराजांकडे आले.[२३]

नागोजी माने म्हणजे काही सामान्य वतनदार नव्हता. तो फौजबंद पराक्रमी व कर्तबगार सेनानीही होता. जिंजीला वेढा घालून बसलेल्या मोगली लष्कराशी लढताना त्याने मोठी तलवार गाजविली. खुद्द छत्रपती त्याजवर इतके प्रसन्न झाले होते की, त्यांनी त्यास नांदेड औरंगाबादपासून वऱ्हाडपर्यंतचा मुलूख जिंकण्याचा स्वतंत्र कार्यभाग सांगितला होता. १८ मार्च १६९३ रोजी राजाराम महाराजांनी रामचंद्रपंतास लिहिलेल्या एका पत्रात नागोजीचा मोठा गौरव केला असून त्याच्यावर सोपविलेल्या या उपरिनिर्दिष्ट कामगिरीचा उल्लेख केलेला आहे.

महाराज म्हणतात, ''राजेश्री नागोजी माने यांनी स्वामींच्या राज्याकारणे बहुतश्रम करून गनिमास पराभवाते पावविला. स्वामीस संतोशी केले. याकरिता याजवरी स्वामी अतिशयेसी कृपा करून याचे चालवीत आहेत. यैशास हे थोरा करिनियाचे कार्यकर्ते. याला स्वतंत्र कार्यभाग सांगितलियाने बहुत थोर कार्य करून देतील. मामला थाटितील. यैसे जाणोन सरकार नांदेड व औरंगाबाद तहद वराडपावेतो

नामजाद सुभा सांगोन पाठविले आहे. तरी हे त्या प्रांते जमावानशी जाऊन प्रांत कबज करतील व कितेक देशांत खंडणिया घेतील. आणि काही जमाव पोख्ता करून गनिमास गर्देस मेलवितील. स्वामींचे राज्यावृद्धीस पावऊन आपलाही नामोश (किर्ती) करून घेतील...''[२४] नागोजीस 'थोरा करिनियाचे कार्यकर्ते' असे गौरवून राजाराम महाराजांनी या पराक्रमी पुरुषापासून किती मोठ्या कामगिरीची उमेद बाळगली होती, हेच या पत्रावरून स्पष्ट होते.

नागोजीप्रमाणे त्याचा पुत्र सुभानजी हाही शूर होता. या दोघा पिता-पुत्राबद्दल राजाराम महाराजांनी आपल्या अनेक पत्रांत मोठ्या आस्थेने लिहिले आहे. सन १६९५-९६ पर्यंत नागोजी राजाराम महाराजांशी पूर्णपणे एकनिष्ठ राहिलेला दिसतो. पण नंतर त्याच्या मनात चलबिचल निर्माण होऊन तो पुन्हा मोगलांशी आतून संधान बांधण्याच्या प्रयत्नात लागल्याचे दिसून येते. संताजीच्या खुनाच्या सुमारास तर मोगलांची कृपा संपादन करण्यासाठी त्याचा पत्रव्यवहारही चालू होता. त्याची चर्चा पुढे येईलच.

संताजीच्या खुनाच्या निरनिराळ्या हकिकती

शेकडो लढाया गाजविणाऱ्या अनके नामांकित मोगल सरदारांना धुळीस मिळविणाऱ्या संताजीचा शेवटी पराभव होऊन असहाय अवस्थेत अंत झाला. ही घटना समस्त मोगलांना सुटकेचा निःश्वास टाकावयास लावणारी होती. स्वाभाविकच अशा खळबळजनक घटनेबद्दल निरनिराळ्या हकिकती व आख्यायिका सर्वत्र प्रसृत न झाल्यास नवल नव्हते. त्या सर्वांमधून ऐतिहासिक सत्याचा मागोवा घेणे, ही अभ्यासकाच्या दृष्टीने कठीण कामगिरी आहे. तथापि, सुदैवाने या संदर्भात तत्कालीन अस्सल कागदपत्रे आपल्या साहाय्याला येत असल्याने ऐतिहासिक सत्याच्या जवळ पोहोचणे शक्य होते आहे.

तत्कालीन इतिहास लेखकांमधील खाफीखान, साकी मुस्तैदखान व भीमसेन सक्सेना या तिघांनीही संताजीच्या मृत्युविषयक हकिकती दिल्या आहेत. त्या जशा कानावर आल्या तशा त्यांनी निवेदन केलेल्या आहेत. या तिघांपैकी खाफीखान थोडी सविस्तर माहिती देतो-

''नागो मान्य (माने) नावाचा एक मोठा सरदार होता. काही दिवस बादशहाच्या चाकरीत राहून तो परत आपल्या लोकांकडे गेला होता. तो त्या भागातच राहत होता. काही वर्षांपूर्वी संताजीने त्याच्या भावाला (येथे मेव्हण्यास असे पाहिजे) हत्तीच्या पायी दिले होते. त्यामुळे संताजी आणि नागोजी यांच्यात भयंकर हाडवैर होते. त्यात नागोजीच्या बायकोने (राधाबाईने) त्याला साथ दिली. त्याने आपल्या माणसांना बरोबर घेऊन संताजीचा पाठलाग केला. तो त्याच्या ठिकाणावर पोहोचला त्या वेळी थकून आणि असहाय बनून संताजी एका ओढ्यावर अंघोळ करीत होता.

त्याने गाफील संताजीवर हल्ला करून त्याला ठार मारले; आणि त्याचे डोके कापून एका तोबऱ्यात घातले. त्याने तो तोबरा घोड्याला बांधला. आपल्या बायकोपाशी किंवा काहींच्या मते धनाजी जाधवापाशी तो ते डोके घेऊन निघाला. वाटेत तोबरा निसटून जमिनीवर पडला. फिरोजजंगाचे (गाजिउदीन फिरोजजंगाचे) स्वार व हरकारे (हेर) संताजीचा पाठलाग करीत त्या डोंगराळ भागात फिरत होते. संताजीचे डोके असलेला तोबरा त्यांच्या हाती पडला. त्यांनी संताजीचे शिर ओळखले. लुत्फुल्लाखान हा फिरोजजंगाच्या आघाडीच्या तुकडीवर होता. संताजीचे डोके त्याच्याकडे नेण्यात आले. लुत्फुल्लाखानाने ते फिरोजजंगाकडे आणले. परमेश्वरानेच ही फत्ते आपणास दिली म्हणून ते परस्परांचे अभिनंदन करू लागले. आनंदसूचक नगारे वाजविण्यात आले.

"नंतर ख्वाजाबाबा तुराणी याजबरोबर संताजीचे डोके बादशहाकडे पाठविण्यात आले. बादशहाने त्या काफराचे डोके नजरेखाली घातले. परमेश्वराकडून ही देणगी मिळाल्याबद्दल बादशहाने त्याचे आभार मानले. नगारेनौबती वाजविण्याची त्याने आज्ञा केली. ख्वाजाबाबाला खुशखबरखान अशी पदवी देण्यात आली. बादशहाने आज्ञा केली की, संताजीचे डोके लष्करातून व दक्षिणेच्या काही शहरांतून मिरवावे." या प्रकरणाबद्दल इतरही काही आख्यायिका आहेत. खरे काय ते परमेश्वर जाणे![२५]

संताजीस मारल्यानंतर त्याचे डोके तोबऱ्यात घालून नागोजी निघाला; पण वाटेत तोबरा निसटून खाली पडला व संताजीचे डोके लुत्फुल्लाखानाच्या हाती पडले; ही खाफीखानाच्या कानावर आलेली एक आख्यायिका होती. पण त्यात फारसे तथ्य आहे, असे वाटत नाही. याचे कारण नागोजीसारखा एक हुशार सेनानी एवढा गलथानपणा दाखवील असे वाटत नाही.

तथापि, खाफीखानाच्या वृत्तान्तातून काही महत्त्वाच्या बाबी स्पष्ट होतात त्या अशा- १) नागोजीने हे कृत्य मेव्हण्याच्या वधाच्या सुडाच्या भावनेने प्रेरित होऊन केले. या कामी त्याची बायको राधाबाई हिची साथ त्याला मिळाली. २) संताजी गाफील स्थितीत ओढ्यावर अंघोळ करीत असता नागोजीने त्याच्यावर हल्ला करून त्यास ठार केले. ३) शंभूमहादेवाच्या डोंगराच्या परिसरात या वेळी गाजिउद्दीनखान फिरोजजंगाची माणसे संताजीच्या मागावर होती. फिरोजजंगाच्या लष्कराच्या आघाडीवर असलेल्या लुत्फुल्लाखान या सरदाराच्या हाती संताजीचे डोके आले; त्याने ते फिरोजजंगाकडे व फिरोजजंगाने ते बादशहाकडे पाठविले. ४) संताजीचे डोके पाहून बादशहास इतका आनंद झाला की, त्याने परमेश्वराचे आभार मानून ही बातमी आणणाऱ्या ख्वाजाबाबास खुशखबरखान ही पदवी दिली. ५) बादशाही आज्ञेने संताजीचे डोके बादशाही छावणीतून व दक्षिणेतील प्रमुख नगरांतून मिरविण्यात आले.

आता औरंगजेबाचा दुसरा चरित्रकार साकी मुस्तैदखान संताजीच्या मृत्यूबद्दल काय हकिकत सांगतो ते पाहू : "(धनाजीशी संघर्ष झाल्यानंतर) नागोजी माने याच्या

गावी संताजी पोहोचला. नागोजीने त्याला आश्रय दिला. पण त्याने नागोजीच्या मेव्हण्याचा वध केला होता. म्हणून नागोजीच्या बायकोने आणि तिच्या दुसऱ्या भावाने ठरविले की, संताजीला जिवंत म्हणून सोडावयाचे नाही. नागोजीने संताजीस उदार मनाने निरोप दिला. पण त्याची बायको व तिचा भाऊ हे त्याचा पाठलाग करून त्याचा निकाल लावण्याची संधी पाहत होते.

"पुढे काय घडले याबद्दल मतभेद आहेत. एक मत असे आहे की, तो (संताजी) खान फिरोजजंगाच्या हाती सापडला आणि त्याला ठार मारण्यात आले. दुसरे मत असे आहे की, त्याच्या दावेदारांनी त्यास ठार मारले. संताजीचे डोके फिरोजजंगाच्या सैनिकांच्या हाती सापडले. ते बादशहाकडे पाठविण्यात आले. बादशहाने फिरोजजंगाची प्रशंसा करून त्याला बक्षिसे दिली."[२६]

संताजीसारखा स्वाभिमानी सेनापती आपल्याशी हाडवैर असणाऱ्या शत्रूच्या घरी आश्रयास जाईल, हे संभवनीय वाटत नाही. नागोजी त्यास आश्रय देतो व नंतर सुखरूपपणे निरोप देतो, या साकी मुस्तैदखानाच्या कानावर पडलेल्या आख्यायिकेत काही तथ्य नाही. पण साकी मुस्तैदखानाच्या लिखाणातही काही विचारात घेण्यासारखे मुद्दे आहेत. १) खाफीखानाप्रमाणे साकी मुस्तैदखानही या प्रकरणात नागोजीच्या बायकोचे म्हणजे राधाबाईचे नाव घेतो. २) साकी मुस्तैदखान संताजीस नागोजीने मारले असे न म्हणता दावेदारांनी मारले असे एक मत देतो. त्याच्या लिखाणावरून हे दावेदार म्हणजे राधाबाई व तिचा भाऊ हणमंतराव निंबाळकर असे ध्वनित होते. ३) संताजीचे डोके फिरोजजंगाकडून बादशाही छावणीत पोहोचते झाल्याचा साकी मुस्तैदखानाचा वृत्तान्त खाफीखानाच्या वृत्तान्ताशी जुळणारा आहे.

औरंगजेबाच्या पदरी असणारा तिसरा मोगल इतिहासकार भीमसेन सक्सेना या घटनेबद्दल फारच त्रोटक माहिती देतो. या वेळी भीमसेन कर्नाटकात जुल्फिकारखानाच्या फौजेत होता. त्याच्या कानावर गेलेली हकिकत अशी– "(कर्नाटकात धनाजीस पराभूत केल्यावर) संताजीने आपल्या सहकाऱ्यांना आपापल्या घरी जाण्यासाठी निरोप दिला. त्याच्याबरोबर थोडी माणसे राहिली. त्यांना बरोबर घेऊन तो निघाला. जवळच अमृतराव निंबाळकर याचे गाव होते. अमृतराव हा संताजीच्या सैनिकांच्या हातून मारला गेला होता. नागोजी माने हा मोगलांचा पाच हजारी मन्सबदार होता. अमृतराव निंबाळकराची बहीण नागोजीला दिली होती. अमृतराव निंबाळकर आणि नागोजी माने यांची माणसे एक झाली आणि त्यांनी संताजीवर तुटून पडून त्याचे डोके धडापासून वेगळे केले. संताजीचे डोके बादशहाकडे पाठविण्यात आले."[२७]

भीमसेन सक्सेना म्हणतो की, संताजी हा अमृतराव निंबाळकरांच्या गावाजवळ (दहिगाव) मारला गेला. पण संताजी म्हसवडजवळ महादेव डोंगरात मारला गेला. हे अनेक पुराव्यांवरून सिद्ध होते. भीमसेन म्हणतो त्याप्रमाणे दहिगावजवळ नागोजीच्या

व अमृतरावाच्या माणसांची संताजीशी चकमक झाली असणे व त्यात तो पराभूत होऊन म्हसवडच्या उत्तरेस महादेव डोंगराकडे पळाला असणे अधिक संभवनीय वाटते.

मोगलांप्रमाणे मराठ्यांच्या बाजूवर या कालात इतिहास लिहिले गेले नाहीत. पण नंतरच्या कालखंडात काही घराण्यांच्या हकिकती लिहिल्या गेल्या. अशीच एक निंबाळकर घराण्याची हकिकत इतिहाससंग्रह मासिकात प्रसिद्ध झालेली आहे ती अशी– '(घोरपडे) दहा-बारा रावतांनिशी म्हसवडास आले. घोरपड्यांचे व अमृतराव निंबाळकरांचे वाकडे. अमृतरावाची बहीण राधाबाई म्हसवडकर नागोजी मान्याची बायको. अमृतरावास संताजीने ठार मारले होते. भावाच्या मृत्यूचा सूड घेण्याच्या भावनेने तिने संताजीशी कारखाळ्याच्या[२८] रानात दबा ठेवून मारामार केली. त्यात घोरपडे मृत्यू पावले.'[२९]

भावाच्या वधाच्या सुडाने पेटलेल्या राधाबाईने 'दबा ठेवून मारामार केली' आणि संताजीस ठार केले, हा या हकिकतीमधील मजकूर साकी मुस्तैदखानाच्या हकिकतीशी थोडा जुळणारा आहे. ही हकिकत संताजीस नागोजीने मारले असे म्हणत नाही; राधाबाईने त्यास ठार मारण्याची तजवीज केल्याचे म्हणते.

मान्यवर इतिहासकारांची मतमतांतरे

मराठ्यांच्या इतिहासातील या दुर्दैवी घटनेबद्दल अनेक इतिहासकारांनी आपापली मते प्रतिपादन केलेली आहेत. त्यांतील काही मान्यवर इतिहासकारांच्या मतांची येथे दखल घेणे सयुक्तिक ठरावे.

रियासतकार गो. स. सरदेसाई यांनी या घटनेचा वृत्तान्त देताना म्हटले आहे, "संताजीचा पाठलाग चालला असता थकून गेल्यामुळे जवळ कोणी शत्रू नाही असे समजून तो एकटाच ओढ्यावर स्नान करू लागला. इतक्यात नागोजीने दबा धरून ठेवलेले लोक पुढे आले आणि त्याचे डोके कापून जवळच ब्रह्मपुरी येथे बादशहाकडे आणले. त्याबद्दल बादशहाने नागोजीची वाखाणणी करून त्यास मनसब दिली."[३०]

संताजी-धनाजीच्या दरम्यान वितुष्ट येण्यास बादशहा कारण नसला तरी संताजीचा खून बादशहाच्या कारवाईनेच नागोजी माने याने केला, असे सांगून रियासतकार म्हणतात : "नागोजी माने सन १६९० ला बादशहास सोडून स्वराज्यात आला. परंतु त्याचे चित्त इकडे स्थिर झाले नाही. संताजी पळू लागल्यावर नागोजी लुत्फुल्लाखानास भेटला आणि त्याचे मार्फत पुन्हा बादशहाची कृपा संपादण्याकरिता त्याने संताजीचे शिर कापून ते बादशहास नजर केले. हे कृत्य केवळ त्याने बायकोच्या शिकवणीने केले असे म्हणवत नाही. मराठशाहीपेक्षा बादशाहीची सेवा लोकास जास्त फायदेशीर वाटत होती."[३१] रियासतकार सरदेसाई यांच्याप्रमाणेच सेतुमाधवराव पगडी, स. मा. गर्गे इत्यादी इतिहासकारांनी संताजीच्या खुनास

नागोजीसच जबाबदार धरले आहे.[३२]

तथापि, औरंगजेबाचे आधुनिक कालातील सुप्रसिद्ध इतिहासकार सर जदुनाथ सरकार यांनी मात्र साकी मुस्तैदखानाची हकिकत ग्राह्य मानून आपल्या 'History of Aurangzib' या ग्रंथात लिहिले आहे :

'संताजी सर्वस्व गमावून बसला. त्याच्या सैन्यानेही त्याची साथ सोडली. अशा अवस्थेत आपल्या काही मोजक्या साथीदारांसह रणांगण सोडून तो नागोजी मान्याच्या म्हसवड गावी आला. नागोजीच्या बायकोच्या भावाला– अमृतराव यास संताजीने ठार केले होते. रक्ताच्या नात्यातील कलहाचा सूड घेण्यापेक्षा आश्रयार्थ आलेल्याचे आदरातिथ्य करणे हे नागोजीस आपले पवित्र कर्तव्य वाटले. त्याने संताजीस आश्रय दिला. अन्नाची सोय केली आणि काही दिवसांनी त्यास सुरक्षितपणे जाण्यास निरोप दिला. पण नागोजीच्या बायकोने– राधाबाईने आपल्या स्त्रीसुलभ भयंकर सूडबुद्धीने आपल्या भावाच्या हत्याऱ्याचा पाठलाग केला. आश्रयास आलेल्या संताजीस ठार करावे म्हणून तिने नवऱ्याची मिनतवारी केली होती. पण नागोजीने त्यास नकार दिला होता. आता संताजी सुखरूपपणे निसटतो आहे हे पाहून त्याला पकडण्यासाठी तिने आपला दुसरा भाऊ पाठविला.'

प्रत्यक्षात संताजी कसा मारला गेला आणि त्याचे शिर बादशाही छावणीकडे कसे पाठविण्यात आले हे सांगण्यासाठी सरकारांनी या पुढे खाफीखानाचा वृत्तान्त दिला आहे आणि तो देताना नागोजी माने ऐवजी निंबाळकर वाचावे, अशी वाचकास सूचना केली आहे. विशेष म्हणजे या संदर्भातील जेधे शकावलीमधील नोंदही त्यांनी अग्राह्य ठरविली आहे.[३३]

संताजीसारखा स्वाभिमानी व करारी सेनापती असाहाय्य होऊन नागोजीच्या घरी आश्रयास गेल्याची साकी मुस्तैदखानाची हकिकत सरकारांसारख्या नामवंत इतिहासकाराने ग्राह्य मानावी हे मोठे आश्चर्य आहे.

साकी मुस्तैदखानाच्या कथेवर भाष्य करताना स. मा. गर्गे यांनी म्हटले आहे : "ऐवारकुटीच्या लढाईत खुद्द नागोजीचा मेव्हणा संताजीकडून मारला गेला. अशा स्थितीत संताजी नागोजीच्या आश्रयास जातो आणि नागोजी त्यास उदारमनाने निरोप देतो असे समजणे म्हणजे मानवी स्वभावाविषयी अज्ञान व्यक्त करण्यासारखे आहे."[३४] गर्गे यांचे मत योग्य आहे असे वाटते.

आणखी एक इतिहास संशोधक डॉ. वि. गो. खोबरेकर (महाराष्ट्र सरकारच्या पुराभिलेख विभागाचे माजी संचालक) यांच्या विधानाची येथे दखल घेणे आवश्यक आहे. महाराष्ट्र सरकारच्या वतीने शिवराज्याभिषेक त्रिशतसांवत्सरिक महोत्सवानिमित्त शिवकालीन कागदपत्रांचा Records of Shivaji Period हा एक साधनग्रंथ प्रकाशित केला गेला आहे. या ग्रंथात शिवकालासंबंधी महत्त्वाची पत्रे प्रकाशित

झालेली आहेत. विशेषत: त्यामधील म्हसवडकर माने व पाटणकर या दोन घराण्यांची कागदपत्रे मराठ्यांच्या इतिहासात मोलाची भर टाकणारी आहेत. म्हसवडकर मान्यांच्या कागदपत्रांवर टीका-टिपणी करताना ग्रंथाच्या प्रस्तावनेत डॉ. खोबरेकरांनी नागोजी माने याच्यावर आलेल्या संताजीच्या खुनाचा ठपका दूर करण्याचा प्रयत्न आहे. ते लिहितात : 'सन १६९६ मध्ये नागोजीचे काही मराठा सरदारांशी भांडण झाले आणि मग तो मोगलांना जाऊन मिळाला. मोगलांची चाकरी करीत असता जून १६९७ मध्ये त्याने मराठा सेनानी संताजी घोरपडे याचा पराभव करून त्याला पळवून लावले (put to flight) आणि बादशहाच्या परवानगीने त्याने त्याचे घोडे, उंट, बैल इत्यादी आपल्या ताब्यात घेतले. ही कागदपत्रे आपल्याला सांगतात की, नागोजी मान्याने संताजीला ठार केले नाही. फक्त त्याने त्याला पळवून लावले!''[३५]

डॉ. खोबरेकर म्हणतात त्याप्रमाणे काही मराठा सरदारांशी (संताजी नव्हे!) वितुष्ट आल्याने नागोजीने राजाराम महाराजांची बाजू सोडून मोगली चाकरी स्वीकारली हे खरे नाही. मोगलांना मिळण्याचे हे कारण नव्हते. याची चर्चा पुढे येईलच. दुसरे असे की, डॉ. खोबरेकरांच्या विधानावरून असा समज होतो की मोगलांची चाकरी करण्याच्या कर्तव्यनिष्ठेने नागोजीने संताजीशी लढाई दिली व त्या लढाईत त्याने संताजीस नुसते पळवून लावले; मारले नाही. दुसऱ्या शब्दांत त्यांच्या मते संताजीच्या खुनाचा ठपका नागोजीवर ठेवता येणार नाही!

खरोखरच नागोजी निर्दोष आहे काय?

अशा प्रकारची इतिहासकारांची मतांतरे पाहिल्यावर अभ्यासकाच्या मनात नेमके ऐतिहासिक सत्य काय असावे, याविषयी संभ्रम निर्माण होणे स्वाभाविक आहे. तथापि, हा संभ्रम दूर करण्यास डॉ. खोबरेकरांनी संपादित केलेली खुद्द म्हसवडकर मान्यांची कागदपत्रे साहाय्यास येतात ही या सर्व प्रकरणातील विशेष महत्त्वाची गोष्ट आहे. पहिले पत्र आहे बादशहाचा नागोजी माने याच्या नावाने दिलेला कौलनामा. कौलनामा म्हणजे अभयपत्र. ते असे –

बादशहाच्या उजव्या हाताचा ठसा.

त्याच्या उजव्या बाजूस सैफखानाचा शिक्का.

कौलनामा - नागोजी माने

'तुम्ही दरबारची सेवा करण्यासाठी शत्रूकडून (मराठ्यांकडून) निघाला व संताजीच्या पळून जाण्याबाबत उत्कृष्ट कामगिरी केली. त्याबाबत तुमच्यासाठी फर्मान पाठवून व गुन्ह्याची क्षमा करून तुमच्या मागण्या हुजूर पाठविल्या तेव्हा तुम्ही रणदुल्लाखानाच्या (म्हसवडचा ठाणेदार) फौजेत जाऊन मिळावे व नंतर तुम्हाला

तुमचे गुन्हे माफ केल्याचे फर्मान व मागण्या व इनाम वगैरे लिहिल्याप्रमाणे दिले जाईल. यातच तुमचे कल्याण उत्कर्ष आहे व त्याप्रमाणे तुम्ही वागावे. तुमच्या प्राणापलीकडील निष्ठेबद्दल योग्य ते चीज होईल.

तेरीख २९ जिल्हेज जुलूस ४१'[३६]

जेधे शकावलीप्रमाणे नागोजी माने याने संताजीस 'आषाढ मासी' (म्हणजे ९ जून ते ८ जुलै १६९७ च्या दरम्यान) मारले, अशी माहिती मिळते. हा कौलनामा ९ जुलै १६९७ चा आहे. याचा अर्थ संताजीचा खून ९ जुलैपूर्वी बहुधा जुलैच्या पहिल्या आठवड्यात घडून आला असावा. या कौलनाम्यानुसार नागोजीने यापूर्वीच स्वराज्याची सेवा सोडली होती आणि मोगली चाकरीसाठी तो प्रयत्न करीत होत प्रत्यक्षात त्याला अद्यापि मोगली मन्सब मिळाली नव्हती तरी तो मोगलांना मिळाल्यातच जमा होता.

या कौलनाम्यात 'संताजीच्या पळून जाण्याबाबत उत्कृष्ट कामगिरी केली' हे एक महत्त्वपूर्ण वाक्य आहे. या वाक्यावर आधारूनच डॉ. खोबरेकरांनी पूर्वोक्त विधान केलेले आहे. केवळ या एकाच पत्रावर भिस्त ठेवून नागोजीसंबंधी निवाडा करायचा झाल्यास तो संताजीच्या खुनाच्या दोषातून सहीसलामत सुटतो, हे खरे. तथापि, याच तारखेचा आणखी एक कौलनामा यापूर्वीच्या एका साधनग्रंथात प्रकाशित झाल्याने नागोजीची या दोषातून मुक्तता होणे कठीण होऊन बसले आहे.

पाऊणशे वर्षांपूर्वी इतिहास संशोधक मावजी व पारसनीस यांनी संपादित केलेल्या 'सनदापत्रातील माहिती' या ग्रंथात बादशहाचा एक सरदार लुत्फुल्लाखान याचा ९ जुलै याच तारखेचा एक कौलनामा प्रसिद्ध झालेला आहे. लुत्फुल्लाखान हा फिरोजजंगाच्या आघाडीच्या पथकात असून या सुमारास तो म्हसवड भागात फिरत होता; हे मागे सांगून झालेच आहे. मूळ फारसीत असणाऱ्या या कौलनाम्याचा मागाहून केलेला हा मराठी अनुवाद आहे, तो असा–

'कौलनामा - लुत्फुल्लाखान अलमगीर पादशहा यांचे कारभारी यांचे नकसपंज्यासुद्धा[३७] नागोजी माने यांचे नावाचा. तुम्ही निश्चयेकरून आमचे दौलतीचा आश्रय करून हुजूर रुजू जाहला व दुस्मानासही दूर केला व संता याचा रस्ता पळावयाचा तो तुम्ही बंद केला. त्यास पळून जाऊन दिल्हे नाही. तुम्ही सरकारची नौकरी एकनिष्ठेने बहुत चांगली केली. तुम्ही पेशजी (पूर्वी) विनंती केली ती व हल्ली विनंती केली ती कबूल झाली आहे. तुमचे नावे फर्मान यावयाकरिता व तुमचे अपराध[३८] क्षमा व्हावयाकरिता व आणखी तुमची विनंती असेल ती करून द्यावयाकरिता सरकारांत लिहिले आहे. तुम्ही स्वस्थ असावे व आमचे खताची (पत्राची) वाट पहावी की, आमचे खत सरकारांत पोचल्यावर तुमचे नावचे फर्मान व तुमचे अपराध क्षमा व्हावयाकरिता व तुमचे मनसब इनामची सनद लिहून येईल. रणदुल्लाखान यांचे

समागमे तुम्ही लष्करात यावे. तुमचा मोठेपणा व इतबार तुमचे उत्तम होणेबद्दल हल्ली व पुढे जरूर आहे. ते होऊन येईल. तुम्ही चाकरी केली याबद्दल पादशहाची मेहरबानी व इनायत होऊन येईल. तारीख छ. २९ जिल्हेज सन ४१ जुलूस.'[३९]

सदर कौलनामा काळजीपूर्वक वाचला तर हे स्पष्ट होते की, नागोजीने संताजीचा पळावयाचा रस्ता बंद करून (म्हणजे सर्व बाजूंनी कोंडी करून) त्या 'दुस्मनासही दूर केला.' नागोजीच्या या कामगिरीबद्दल लुत्फुल्लाखानाने 'तुम्ही सरकारची नौकरी एकनिष्ठेने बहुत चांगली केली,'' असा त्याचा गौरव केला आहे. कौलनाम्यातील 'तुम्ही पेशजी (पूर्वी) विनंती केली ती' या वाक्यावरून संताजीस ठार मारण्यापूर्वीच नागोजीचा लुत्फुल्लाखानाशी पत्रव्यवहार चालू होता हे उघड होते. उपरिनिर्दिष्ट कौलनाम्याने हे सिद्ध होते की, नागोजी मान्याने संताजीस नुसते पळवून लावले असे नाही, तर त्याचा पळावयाचा रस्ता बंद करून सर्व बाजूंनी कोंडी करून त्यास हल्ला करून ठार मारले!

लवकरच म्हणजे ३० जुलै १६९७ रोजी नागोजी माने याने आपले गुन्हे माफ होऊन आपणास कशा प्रकारचा सरंजाम मिळावा, याविषयी एक अर्ज बादशहाच्या दरबारात पाठविला :

'नागो मान्या बादशहास अर्ज करितो व आशा करितो की खालील तपशीलाप्रमाणे मागण्या कबूल व्हाव्यात. २१ मोहरम जुलूस ४१

माझ्या गुन्ह्याची माफी होऊन कौल व पंजाचे फर्मान मिळावे, हत्ती, पोशाख, सोन्याचा साज असलेला घोडा (सोन्याच्या साखळीसह), सांगोल्याच्या गढीत ठेवण्यासाठी सैन्य, तीस हजार रुपये इनाम, ७० हजार रुपये मदत (५० हजार माझ्यासाठी व वीस हजार रुपये भाऊबंदांसाठी) देणेची कृपा व्हावी.

खाली दिलेल्या तपशीलाप्रमाणे त्या ठाण्यांची ठाणेदारी : गढी पतंगा, गढी परजणे, माजरा, गढी आटपाटी, गढी सांगोला, गढी नातेपोते, गढी, तहबोर या ठाण्यांमध्ये पूर्वीप्रमाणे जो दारूगोळा वगैरे सामान आहे ते बहाल व्हावे.

सात हजार स्वार, सात हजार जात यांनी कृपा व्हावी. यापैकी चौथा हिस्सा घोड्यास डाग देणे मोजदाद तसेच दो घोड्यांचा खुराक माफ व्हावा व नगारा द्यावा. जामीन माफ व्हावा.

तनख्यासाठी जागीर म्हणून खालील महाल तेथील फौजदारीसुद्धा द्यावेत.

परगणे	परगणे
पा॥ सांगोला	चिंचोली
कासेगाव	माजरा
इस्लामपुरी	आयलापूर
आटपाडी	असदनगर
दहिगाव	मंगलगी
मंगळवेढा	कालगी

सरकार परंड्यातून पाच परगणे सरकार बिदर येथून दोन महाल[४०]

नागोजी माने मराठ्यांची बाजू सोडून मोगली बाजूवर आला होता. याच्या मोबदल्यात तो बादशाहाकडून कोणकोणत्या गोष्टींची मागणी करीत होता, याची कल्पना आपणास त्याचा वरील विनंती अर्ज पाहिल्यानंतर येते. नागोजीने हत्ती, सोन्याचा साजशृंगार केलेला घोडा, पोशाख यांशिवाय सप्तहजारी मनसबदारी, अनेक ठाण्यांची ठाणेदारी व अनेक महालांचा सरंजाम मागितला आहे.

बादशहाने नागोजीच्या या सर्व मागण्या लगेच मान्य केल्या असे नाही. दरम्यान असे दिसते की, बादशहाने त्यास ब्रह्मपुरी येथील आपल्या छावणीकडे भेटीसाठी बोलाविले. तेव्हा संताजीस मारल्यानंतर हाती लागलेली घोडी, उंट व बैल वगैरे घेऊन नागोजी बादशाही छावणीकडे निघाला. मार्गात कासेगाव (पंढरपूरजवळ) मुक्कामी असता त्याने आपला वकील दरबारात पाठवून बादशहासमोर आपला पुढील अर्ज पेश केला– 'नागोजी मान्याच्या वकिलाचा विनंती अर्ज दरबारास आला की, नागोजी मान्या हुकुमाप्रमाणे कासेगावास पोहोचला. हुजूराजवळ येऊन पोहोचला आहे. संत्या नर्कवासी (संताजी) यास मारल्यानंतर त्याच्या (नागोजीच्या) लोकांच्या हाती घोडे, उंट व बैल वगैरे आले आहेत. नागोजी आशा करितो की, कोतवालीच्या मुत्सद्यांच्या (अधिकाऱ्यांच्या) नावे हुकूम व्हावा की, त्यांनी अडथळा आणू नये. हुकूम झाला की, त्यांनी अडथळा आणू नये. ता. १९ शाबान जु. ४१' (२१ फेब्रुवारी १६९८)[४१]

सदर पत्रातील 'संत्या नर्कवासी यास मारल्यानंतर' हे शब्द प्रस्तुत चर्चेच्या दृष्टीने मोलाचे आहेत. संताजीस मारल्याचे कृत्य नागोजीकडूनच झाले, हे स्पष्ट सांगणारे हे पत्र खुद्द म्हसवडकर मान्यांच्याच दप्तरातील आहे, हे पुन्हा एकदा येथे आवर्जून सांगावेसे वाटते.

पुढे दोनच दिवसांनी नागोजी ब्रह्मपुरीस बादशाही छावणीत पोहोचला. दरबारातील एक अधिकारी तरबियतखान याच्यामार्फत त्याने आपले गुन्हे माफ होऊन आपल्यावर बादशाही कृपा व्हावी म्हणून दरबारात अर्ज केला. या वेळी नागोजीही खुद्द बादशहास भेटला. बादशहाने कृपावंत होऊन त्यास पुढील फर्मान बहाल केले-

(औरंगजेबाचा वर्तुळाकार शिक्का)

'नागो मान्याने यावेळी तरबियतखानाच्या मार्फतीने अर्ज केला की, त्यास त्याच्या चुकीचा पश्चाताप होत असून आता तो बादशहा सेवा इमाने इतबारे करण्याची प्रार्थना करीत आहे व त्यास त्याचे पूर्वीचे गुन्हे माफ व्हावेत, या कारणास्तव बादशाही कृपा होऊन त्यास क्षमा करण्यात आली असून त्याबद्दल त्याने धन्यवाद देऊन बादशाही उंबरठ्यास सलाम करण्यासाठी धाऊन यावे. म्हणजे त्याजवर कृपा होऊन उत्तम मनसबीच्या योगाने त्याचे डोके वर उचलले जाईल.'[४२]

औरंगजेबाच्या या फर्मानाची भाषा कितीही अलंकारिक असली तरी ती जेत्याची

जित्यासाठी वापरलेली भाषा होती! ती गुलामांसाठी वापरलेली भाषा आहे! तिची तुलना राजाराम महाराजांच्या 'स्वामीचे राज्य म्हणजे देवताभूमी. या राज्यास तांब्राचा उपद्रव न व्हावा, मराठधर्म रहावा, स्वामीच्या राज्याची अभिवृद्धी व्हावी या उद्देशे स्वामीच्या पायापासी... आलेती' या भाषेशी होणेच शक्य नाही. ही स्वराज्याच्या छत्रपतींची भाषा आहे! मोगली गुलामगिरी तोडणाऱ्या राजाचे ते हृदगत आहे!

बादशहाने नागोजीचे गुन्हे माफ करून त्यास आपल्या चाकरीत रुजू करून घेतले तरी त्यास जहागिरीच्या रूपाने बक्षीस मिळाले ते पुढे १५ ऑगस्ट, १६९८ रोजी. 'परगणे मांडोरा सरकार नर्नाला सुबे वराडपैकी ७ लक्ष ७८ हजार दामाची अलिखानाची जागीर तगीर (रद्द) करून नागोजी माने यास तनख्यासाठी दिल्याचा हुकूम झाला. उपर्युक्त महालातील महसूल कराराप्रमाणे वसूल करून सुरक्षित ठेवावा. राजपत्रात लिहिल्या गेल्यानंतर तनखा म्हणून द्यावे. याप्रमाणे अमल करावा. ता १८ सफर. जुलूस ४२.'[४३]

पूर्वीचा जहागिरदार अलीखान याची जहागीर रद्द करून त्याच्या जागी नागोजीस वऱ्हाड सुभ्यात पावणेआठ लक्ष दामाची जहागीर बहाल केली गेली. लवकरच या जहागिरीत भर टाकून ती ११ लक्ष ४ हजार ४१० दामाची करण्यात आली.[४४]

पूर्वी मोगलांकडून स्वराज्यात आल्यावर नागोजीने मोगलांच्या चाकरीत असलेले अनेक मराठे सरदार स्वराज्यात आणले होते. नागोजी अशी माणसे वळविण्यात मोठा पटाईत होता. आता पुन्हा मोगलांना मिळाल्यानंतर साबाजी निंबाळकर या मराठा सरदारास त्याने मोगली चाकरीत आणले. काही कालाने माहादजी घाटगे व नागोजी घाटगे हे आणखी दोन सरदार त्याने मोगलांकडे आणले.[४५] खुद्द नागोजी यास ९ जानेवारी १७०० रोजी पंच हजारी मन्सब दिली गेली-

'१२ शाबान जु, ४३ हि. ११११ बहमन १५० बक्षी उल मुल्क बहरामंदखान व वाक्यानिगारीचा (बावेनिवीस) नायब हिदायतुल्लाह यांनी लिहून पाठवले की बादशाही हुकूम झाला आहे की, नागोजी माने यास पांच हजारी जात चार हजार स्वाराची मनसब दिली आहे. घोड्यास टाक देणे व निशाण करणेबद्दल माफी दिली आहे. हे जाणावे. ता. २८ रजब जु. ४३'[४६]

पण मोगली चाकरीतही नागोजी फार काल राहिला असे दिसत नाही. महाराणी ताराबाईच्या कारकिर्दीत तो पुन्हा स्वराज्यात आला. २५ डिसेंबर १७०२ रोजी ताराबाईपुत्र छत्रपती शिवाजी राजे यांनी नागोजीस कसबे म्हसवडसहित बारा वाड्यांचे इनाम दिले आहे. त्यात शिवाजी राजे म्हणतात, "नागोजी माने यांणी कैलासवासी राजश्री स्वामीची (राजाराम महाराजांची) सेवा बहुतच निष्ठेने केली. याकरिता त्याणी कृपाळू होऊन मारनिल्हेस कसबे म्हसवडदेखील बारा वाड्या इनाम दिल्हा आहे. तेणेप्रमाणे स्वामीसही चालविणे अगत्य. यास्तव हे आज्ञापत्र सादर केले असे...'[४७]

सन १६८५ सालापर्यंत वंशपरंपरेने आदिलशाहीच्या चाकरीत, त्याच साली मोगलांकडे रुजू. सन १६९० साली मोगलांना सोडून स्वराज्यात रुजू. सन १६९६ साली पुन्हा मोगलांकडे आणि शेवटी सन १७०२ साली पुन्हा स्वराज्यात ताराबाईकडे असा नागोजीचा राजकीय प्रवास आहे. राजाराम महाराज व ताराबाई यांच्या कालखंडात अशा प्रकारे अनेक मराठा सरदारांनी राजकीय प्रवास केलेला आहे. नागोजी हा काही अपवाद नाही. असे मराठे सरदार जेव्हा स्वराज्यात येत तेव्हा स्वराज्य म्हणजे 'देवता भूमी' मानली जाई. 'महाराष्ट्रधर्माचे' आवर्जून स्मरण केले जाई. पण त्यांना मोगली मन्सबीचे मृगजळ दिसले की कुठली देवता भूमी आणि कुठला महाराष्ट्रधर्म! केव्हा एकदा बादशाहाच्या दरबाराच्या उंबरठ्यास सलाम करावयास जाईन, असे त्यांना होऊन जाई!

नागोजीच्या राजकीय चरित्राची व चारित्र्याची एवढ्या विस्ताराने जी आपण चर्चा केली ती अशासाठी की, ज्या नागोजीने संताजीची हत्या केली तो कशा प्रकारचा मराठा सरदार होता हे समजून यावे. आतापर्यंत सादर केलेल्या कागदपत्रांच्या पुराव्यांवरून आपणास अशा निष्कर्षाप्रत येण्याशिवाय गत्यंतर राहत नाही की, संताजीचा खून नागोजी माने यानेच केला यात संशय नाही.

संताजीने ज्या महादेवाच्या डोंगरात आश्रय घेतला होता त्या डोंगराच्या जवळच नागोजीचे म्हसवड गाव आहे. संताजीचे आश्रयस्थान व त्याच्या हालचाली याची बित्तंबातमी नागोजीइतकी अन्य कोणास लागली असेल असे वाटत नाही. अशी बातमी हाती आल्यावर नागोजीने प्रथम आपली माणसे घेऊन संताजीच्या आश्रयस्थानावर सर्व बाजूंनी वेढा दिला व त्याचा पळावयाचा रस्ता बंद करून तो त्याचा शोध घेण्यासाठी पुढे सरसावला. ही वेळ सूर्योदयाची होती. नागोजीच्या माणसांनी असे कडे करून ती जवळ येईपर्यंत संताजीस अशा प्रकारच्या हल्ल्याची कल्पना नव्हती. ओढ्यात अंघोळ करून सूर्याला अर्घ्य देण्यासाठी संताजी डोळे मिटून नमस्कार करीत असतानाच नागोजीने आपल्या माणसांसह अचानक हल्ला करून संताजीचे शिर धडापासून वेगळे केले. धड तेथेच टाकून शिर घेऊन तो डोंगराच्या बाहेर पडला. गाजिउद्दीनखान फिरोजजंगाची माणसे त्या भागात संचार करीतच होती. त्यांपैकी आघाडीवर असणाऱ्या लुत्फुल्लाखानाच्या ताब्यात संताजीचे शिर नागोजीने दिले. लुत्फुल्लाखानाकडून फिरोजजंगाकडे व फिरोजजंगाकडून ब्रह्मपुरीस बादशहाकडे ते शिर पोहोचते झाले!

उपलब्ध कागदपत्रांच्या आधारे संताजीच्या खुनाचे जे चित्र आपल्यासमोर उभे राहते, ते असे आहे आणि मग जेव्हा जेधे शकावलीसारखे अस्सल ऐतिहासिक साधन 'आषाढ मासी संताजी घोरपडे यासी नागोजी माने याणी महादेवाजवळ दगा देऊन मारिले' अशी साक्ष देते,[४८] तेव्हा या चित्रातील व्यक्तिरेखा अधिकच ठळक

होऊन ऐतिहासिक सत्याचे स्पष्ट दर्शन घडते.

(पूर्वप्रसिद्धी : निबंधसंग्रह, इतिहास संशोधन मंडळ, मुंबई १९६७ - सुधारित)

संदर्भ-टिपा

१. मराठ्यांचे स्वातंत्र्ययुद्ध, पृ. २६
२. सेनापती संताजी घोरपडे, पृ. ८६-९९
३. कित्ता, पृ. १००-१०४
४. कित्ता, पृ. ११२
५. मराठे व औरंगजेब, पृ. ७१
६. सेनापती संताजी घोरपडे, पृ. ११५
७. मराठ्यांचे स्वातंत्र्ययुद्ध, पृ. ३६
८. चीनकिलीचखान निजामुल्मुक (हैदराबाद संस्थानचा संस्थापक) याचा हा पिता. हा तुर्क होता. औरंगजेबही तुर्क असल्याने त्यास गाजिउद्दीन फिरोजजंगाबद्दल विशेष आस्था होती.
९. मराठ्यांचे स्वातंत्र्ययुद्ध, पृ. ३७
१०. कित्ता, पृ. ३७-३८
११. कित्ता, पृ. ३८
१२. शिवचरित्रप्रदीप, पृ. ३९
१३. मराठे व औरंगजेब, पृ. ७२
१४. मराठ्यांचे स्वातंत्र्ययुद्ध, पृ. ३८
१५. मराठे व औरंगजेब, पृ. ७२
१६. मराठी रियासत, खं. २, स्थिरबुद्धी राजाराम, पृ. २३०
१७. Records of Shivaji Period, pp 123-125, 134-135
१८. कित्ता, पृ. १३६
१९. दाम : तांब्याचे एक नाणे
औरंगजेबाच्या कालात १ रुपयास ४६ दाम असे विनिमयाचे प्रमाण होते.
२०. Records of Shivaji Period, p. 137
२१. शिवचरित्रप्रदीप, पृ. ३५-३६
२२. Records of Shivaji Period, p. 144
२३. शिवचरित्र साहित्य, खं. ५, पृ. १०
२४. कित्ता, ले. ८४६
२५. मराठ्यांचे स्वातंत्र्ययुद्ध, पृ. ३८-३९
२६. मराठे व औरंगजेब, पृ. ७२
२७. मोगल आणि मराठे, पृ. १३१

२८. कारखाळे हे गाव संताजी जेथे मारला गेला त्या डोंगराच्या पायथ्याशी आहे.
२९. मराठी रियासत : खं. २, स्थिरबुद्धि राजाराम, पृ. २३०-२३१
३०. कित्ता, पृ. २३१
३१. कित्ता
३२. हिंदवी स्वराज्य आणि मोगल, पृ. १७४ कापशीकर सेनापती घोरपडे घराण्याचा इतिहास पृ. ८१-८२
३३. History of Aurangzib, Vol. V., pp. 103-104
३४. कापशीकर सेनापती घोरपडे घराण्याचा इतिहास, पृ. ६०
३५. Records of Shivaji Period : Introduction, p. XV
३६. कित्ता, पृ. १४८
३७. लुत्फुल्लाखानाच्या शिक्क्यासह.
३८. नागोजी मराठ्यांकडे होता तो बादशहाच्या दृष्टीने अपराध.
३९. सनदापत्रांतील माहिती, पृ. ८५-८६
४०. Records of Shivaji Period, pp. 151-152
४१. कित्ता, पृ. १५३
४२. कित्ता पृ. १५०
४३. कित्ता, पृ. १५४
४४. कित्ता, पृ. १५५
४५. कित्ता, पृ. १५६, १६१-१६२
४६. कित्ता, पृ. १५७
४७. कित्ता, पृ. १६३
४८. शिवचरित्रप्रदीप, पृ. ३९

संताजीचे शिर धडावेगळे करून व ते बरोबर घेऊन नागोजी दरीबाहेर पडल्यावर संताजीच्या मागे राहिलेल्या सोबत्यांनी त्याच्या धडाचे दहन डोंगराच्या पायथ्याशी असलेल्या उघड्या-बोडक्या माळावर केले असावे. कारण सध्या संताजीची म्हणून जी समाधी दाखविली जाते, ती अशाच जागी आहे. तेथे अद्यापही दगडाधोंड्याचा ढीग समाधीवर रचून ठेवलेला दिसतो. सातारा जिल्हा परिषदेने या समाधीजवळच एक सिमेंट क्राँक्रीटची इमारत (हॉल) स्मारक म्हणून बांधली आहे.

◆

संताजीच्या शोकांतिकेस जबाबदार कोण?

नागोजी व राधाबाई यांची भूमिका कोणती?

संताजीचा खून नागोजी माने याने दग्याने केला, याविषयी उपलब्ध पुराव्यावरून फारशी शंका राहत नाही. पण नागोजीच्या या कृत्यात त्याची बायको राधाबाई हिचा कितपत हात असावा, याविषयीची वस्तुस्थिती फारशी उजेडात येत नाही. खाफीखान म्हणतो की, या कृत्यात "नागोजीच्या बायकोने त्यास साथ दिली."[१]

मोगलांचा दुसरा इतिहासकार साकी मुस्तैदखान म्हणतो की, संताजीस जिवंत म्हणून सोडायचे नाही, असा नागोजीच्या बायकोने निर्धार केला होता.[२] निंबाळकर घराण्याच्या हकिकतीमध्ये तर राधाबाईनेच 'मारामार' करून संताजीस ठार केल्याचे सांगितले आहे.[३]

तथापि, नागोजी म्हसवडात असता राधाबाईस पुढे होऊन अशी 'मारामार' करण्याची आवश्यकता भासली असेल, असे वाटत नाही. तरीपण ही साधने संताजीच्या खुनाच्या प्रकरणात राधाबाईचे नाव आवर्जून घेतात. यावरून तिचा या प्रकरणी काही निश्चित हात असावा, असे वाटल्यावाचून राहत नाही.

राधाबाईचा भाऊ अमृतराव निंबाळकर हा संताजीच्या हातून आयेवारकुटीच्या लढाईत मारला गेला होता. खाफीखान सांगतो त्याच्यावर विश्वास ठेवायचा झाला तर या लढाईत पराभूत होऊन हाती सापडल्यावर संताजीने त्यास हत्तीच्या पायी देऊन ठार केले होते! नागोजीने व राधाबाईने पुढे संताजीवर असा क्रूर पद्धतीने सूड का उगविला, याची कारणपरंपरा ज्या पद्धतीने संताजीने अमृतराव निंबाळकरास ठार मारले, त्या पद्धतीत अथवा घटनेत शोधली पाहिजे.

अमृतराव संताजीशी लढत असताना मारला गेला असता, तर त्याविषयी फारसा विषाद कोणी मानला असता असे नाही. कारण युद्धात कोण केव्हा कोणाकडून मारला जाईल याचा नेम असत नाही. पण इथे तसे घडलेले दिसत

नाही. वास्तविक, शरणागतास जीवदान देणारा, एवढेच नव्हे तर त्यांना अन्नपाणी देऊन सुखरूपपणे जाऊ देणारा असा संताजी आपणास दोड्डेरीच्या लढाईत दिसतो. पण या लढाईत मात्र त्याचा संयम राहिलेला नाही. रागाच्या भरात त्याने हाती सापडलेल्या अमृतरावास हत्तीच्या पायी दिले. ही अत्यंत क्रूर शिक्षा दिली गेली, असेच म्हणावे लागेल.

ज्याने आपला भाऊ हत्तीच्या पायी दिला त्याला जिवंत म्हणून सोडायचे नाही, असा निर्धार राधाबाईने केला असेल, तर तिच्या दृष्टिकोनातून तिचा काही गुन्हा होता असे नाही. आज आपण संताजीस शिवकालातील महान सेनापती मानतो, तसे राधाबाईस मानण्याचे काही प्रयोजन नव्हते. तिच्या दृष्टीने संताजी म्हणजे तिच्या भावाचा हालहाल करून वध करणारा दुष्ट माणूस होता. स्वाभाविक राधाबाईमधील बहीण अमृतरावाच्या वधाच्या सुडाच्या भावनेने पेटली असेल तर ते चुकीचे होणार नाही. ते मनुष्य स्वभावास धरूनच होईल. राधाबाईइतकी नागोजीची सुडाची भावना तीव्र नसेल, पण ती त्याच्या ठायी थोडीही नव्हती असे म्हणता येणार नाही. मेव्हण्याच्या वधाने तोही खात्रीने व्यथित व संतप्त झाला असेल. तोही मेव्हण्याच्या वधाचा बदला घेण्याची वाट पाहत असेल. संताजीशी समोरासमोर युद्धाचा प्रसंग आला असता, तर त्याने त्याच्याशी निश्‍चितपणे दोन हात केले असते. अशा परिस्थितीत संताजी असहाय होऊन महादेव डोंगरात आश्रयास आलेला आहे, हे समजताच त्यास आयती संधी चालून आली. या संधीचा फायदा उठविण्यात नागोजीस राधाबाईने साथ दिली असल्यास नवल नाही

रियासतकार सरदेसाईंनी म्हटले आहे की, ''संताजीचे शिर कापून ते बादशहास नजर केले, हे कृत्य केवळ नागोजीने बायकोच्या शिकवणीने केले असे म्हणवत नाही. मराठेशाहीपेक्षा बादशाहीची सेवा लोकांना जास्त फायदेशीर वाटत होती.''[४] सरदेसाईंच्या म्हणण्याचा रोख असा दिसतो की, बादशाही मन्सबीच्या अथवा बक्षिसाच्या आशेने नागोजी हे कृत्य करावयास धजावला. पण केवळ बादशाही मन्सबीच्या अथवा बक्षिसाच्या आशेने नागोजीने हे कृत्य केले असेही म्हणवत नाही. कारण नागोजी हा मोठा प्रतिष्ठित व पराक्रमी सरदार होता. संताजीला न मारता तो तसाच मोगलांना मिळाला असता तरी बादशहाने त्यास पंचहजारी मन्सब व मानसन्मान दिला असता. अशा प्रकारे अनेक मराठा सरदारांना बादशहाने मन्सबी व मानसन्मान दिलेले होते. त्यासाठी नागोजीने संताजीचा काटा दूर करण्याची आवश्यकता नव्हती. पण जेव्हा दोन्ही गोष्टींचा योगायोग जुळून आला; तेव्हा नागोजीसारखा चाणाक्ष व राजकारणी सरदार त्याचा फायदा घेतल्याशिवाय कसा राहील? संताजीस ठार मारण्यात त्यास व राधाबाईस एका बाजूने सूड घेतल्याचे समाधान मिळणार होते; तर दुसऱ्या बाजूने बादशाहीचा एक भयानक शत्रू नाहीसा

केल्याचे श्रेय मिळणार होते; परिणामी बादशहाची कृपा होणार होती. एका डावात दोन पक्षी पडणार होते. नागोजीने डाव योग्य वेळी साधला एवढेच.

संताजीचे माने-निंबाळकरांशी जुने हाडवैर

नागोजी माने याने संताजीस महादेवाच्या डोंगरात दग्याने ठार करावे, अगर तत्पूर्वी संताजीने अमृतराव निंबाळकरास हत्तीच्या पायी द्यावे, यामागे काही तर्कसंगत घटनानुक्रम आहे, असे मानण्याइतपत काही पुरावा हाती येतो. या पुराव्यातील एक महत्त्वाचा भाग म्हणजे १२ जुलै १६९५ रोजी राजाराम महाराजांनी जिंजीहून महाराष्ट्रात असलेल्या संताजीस पाठविलेले एक पत्र होय. संताजी या सुमारास साताऱ्याच्या प्रदेशात छावणी करून होता. सोबत मोठी फौज व मराठा सरदार होते. या फौजेतच नागोजीचा पुत्र सुभानजी आपली फौज घेऊन सामील झाला होता. या सुभानजीशी संताजीचे वितुष्ट आले, तेव्हा संताजीने रागाच्या भरात त्यास निरोपाची पाने देऊन छावणीबाहेर घालवून दिले. सुभानजी म्हणजे नागोजीसारख्या प्रतिष्ठित सरदाराचा पुत्र. फौजफाटा बाळगणारा पराक्रमी मराठा. अशा कामाच्या माणसास उपेक्षेने बोलून निरोपाची पाने देऊन बाहेर घालविले, ही गोष्ट जिंजीत राजाराम महाराजांच्या कानावर गेली तेव्हा महाराजांनी या गोष्टीचा जाब विचारणारे पत्र संताजीस पाठविले. त्यात महाराज म्हणतात, "...यैशास यांचे (नागोजीचे) पुत्र राजश्री सुभानजी माने त्या प्रांते (महाराष्ट्रात) जमावानसी आहेत. त्यास तुम्ही कितेक उपेक्षेच्या गोष्टी बोलोन् पाने पाठवून देऊन मनास येईल तिकडे जाणे म्हणून सांगोन पाठविले. हे वर्तमान स्वामीस (राजाराम महाराजांस) कलो आले. त्यावरून स्वामीस आश्चर्य वाटले की, तुम्ही शाहाणे लोक. राज्याचे हित जाणता व करिता. यैसे असता यैशा लोकांस पाने पाठवून द्यावी आणि मनास येईल तिकडे जा म्हणावे, हे उचित नव्हे; व ते जमावही यैसा तैसा धरीत नाहीत. पोख्तच धरितात. एवढ्या जमावास तऱ्हा द्यावी हे कोण गोष्ट? या उपरी यैसे न करणे. रा । सुभानजी माने यांचे समाधान बहुता प्रकारे करून आणशफत जे द्यावयाची ते देऊन फौजे समागमे त्यास जमावानसी घेऊन येणे. सर्वथा त्यास दिलगीर होऊ न देणे."[५]

भिन्नभिन्न प्रकृतींच्या मराठा सरदारांना सांभाळून घेऊन त्यांना स्वराज्य रक्षणाच्या कार्यास जुंपण्याचे राजाराम महाराजांचे धोरणच उपरिलिखित पत्रातून व्यक्त होते आहे. हे धोरण तत्कालीन असाधारण अशा संकट प्रसंगी अयोग्य होते, असे म्हणता येणार नाही. राजाराम महाराजांची भूमिका राज्यहितास जपणारीच होती, असे म्हणावे लागेल. पण मग संताजीने सुभानजीस उपेक्षेने बोलून का घालवून दिले असावे? राजाराम महाराजांना जे स्वराज्याचे हित दिसत होते, ते संताजीस उमजत नव्हते असे मानावे का, असा प्रश्न साहजिकच उत्पन्न होतो.

या प्रश्नाचे उत्तर शोधण्यापूर्वी आपण एक महत्त्वाचा मुद्दा प्रथम ध्यानी घेतला पाहिजे. तो म्हणजे राजाराम महाराज हे सहिष्णुवृत्तीचे राज्यकर्ते होते व संताजी हा कडव्या लष्करी शिस्तीचा सेनापती होता. संभाजी महाराजांच्या हत्येनंतर निर्माण झालेल्या असाधारण अशा आपत्ती कालात ज्यांनी स्वराज्यनिष्ठा सोडली नाही अशा एकनिष्ठांपैकी तो एक सेनानी होता. अशा सेनानीस स्वार्थासाठी घटकेत स्वराज्यात घटकेत मोगलाईत जाणाऱ्या राजकारणी सरदारांविषयी मनस्वी चीड असावी. स्वराज्याची सरशी होत असल्याचे पाहून जे मोगलांकडून स्वराज्यात आले त्यांना राजाराम महाराजांनी स्वराज्याच्या सेवेत घ्यावयास नको; अथवा घेतले तरी त्यांचे एवढे कोडकौतुक करावयास नको; कारण अशांच्या निष्ठा या स्वार्थी व डळमळीत असतात; अशी संताजीची महाराजांविषयी एक तक्रार असावी. अशा सरदारांमुळे लष्कर एकदिल व एकनिष्ठ राहण्यात अडथळे निर्माण होतात, अशी संताजीने भूमिका घेतली असावी.

या पार्श्वभूमीवर संताजीचे सुभानजीशी का वितुष्ट आले असेल, याबद्दल काही तर्क बांधता येतो. ही वितुष्टाची घटना मे १६९५ च्या सुमारास घडली असावी. याच वेळी माने-निंबाळकर मंडळीचा मोगलांशी आतून संधान बांधण्याचा प्रयत्न चालू असावा. कारण लवकरच संताजीच्या फौजेत असणारा सुभानजीचा मामा अमृतराव निंबाळकर आपल्या ५०० स्वारांनिशी मोगलांना मिळाल्याचे दिसून येते.[६] सुभानजीचाही तसा काही विचार असावा. माने-निंबाळकरांची ही स्वार्थी राजकारणे संताजीसारख्या कडव्या शिस्तीच्या व स्वराज्यनिष्ठ सेनापतीस चीड आणण्यास कारणीभूत झाली असावीत.

अमृतराव निंबाळकरांविषयीची ही चिडीची भावना दिवसेंदिवस संताजीच्या मनात अधिकच बळावत गेल्याचे दिसून येते. अमृतराव हा पराक्रमी असला तरी नागोजीप्रमाणेच तो संधिसाधू राजकारणी होता. संभाजी महाराजांच्या हत्येनंतर तो मोगलांना मिळाला होता. पुढे ऑक्टोबर १६९३ मध्ये नागोजीनंतर तो स्वराज्यात आला.[७] पण स्वराज्यातही स्थिर न राहता दोन वर्षांनी सप्टेंबर १६९५ मध्ये मोगलांना मिळाला. गंमत अशी की, तो पुन्हा स्वराज्यात आलेला दिसतो. जून १६९६ च्या आयेवारकुटीच्या लढाईत तो धनाजीच्या बरोबरीने संताजीशी लढत होता. असा हा काही तत्त्वनिष्ठा नसणारा अमृतराव जेव्हा हाती सापडला तेव्हा त्याला पाहताच संताजी बेभान झाला असावा. त्याच्या मनावरील त्याचा ताबा सुटून त्याने अमृतरावास हत्तीच्या पायी देण्याची शिक्षा फर्माविली असावी!

धन्याच्या योग्यतेस हे लांच्छन आहे काय?

रियासतकार सरदेसाईंनी संताजीच्या दुःखान्त शेवटाविषयी राजाराम महाराजांना

काही अंशी जबाबदार धरणारे विधान केलेले आहे– ''संताजीने धनाजी व राजाराम या दोघांवरही मात केली, त्यामुळे त्या दोघांस या डोईजड सरदाराची अत्यंत भीती पडून पुढे जो त्याचा खून झाला तोही राजारामाच्या प्रोत्साहनाने झाला असावा, असे ध्वनित होते.''[८]

रियासतकार आणखी पुढे असे म्हणतात– ''संताजीची समजूत काढून राजाराम त्याचा बचाव करू शकला नाही, ही गोष्ट धन्याच्या योग्यतेस लांच्छन आणते. असला धाडसी व कल्पक सेनानायक खुनास बळी पडावा; यापेक्षा दुसरी राष्ट्रहानी कोणती? रामचंद्रपंतासही या प्रकरणात मध्यस्थी करता आली नाही, याचे आश्चर्य वाटते.''[९]

रियासतकारांचे हे मत साकी मुस्तैदखान, भीमसेन सक्सेना इत्यादी फारसी इतिहासकारांच्या वृत्तान्तावर आधारलेले आहे असे वाटते. पण त्यांपैकी कोणी राजाराम महाराजांच्या प्रोत्साहनाने नागोजीने संताजीचा खून केला, असे लिहिलेले नाही. याउलट असे दिसते की, नागोजीस कोणाचे प्रोत्साहन मिळाले असेल तर ते बादशहाचे अगर बादशहाच्या सरदारांचेच मिळाले असणे अधिक संभवनीय होते. नागोजीने संताजीचा शिरच्छेद केल्यानंतर त्यांचे शिर राजाराम महाराज अथवा धनाजी यांच्याकडे पोहोचते केले नाही; तर ते फिरोजजंगामार्फत बादशहाकडे पोहोचते केले, ही वस्तुस्थिती काय दर्शविते? खुद्द रियासतकारांनीही चर्चेच्या ओघात लुत्फुल्लाखानाच्या कौलनाम्यावर आधारित असे याच अर्थाचे विधान पुढे केले आहे. ते म्हणतात–

''संताजी व धनाजी यांचे वाकडे पडण्यास जरी बादशहा कारण नसला तरी त्याचा खून मात्र बादशहाच्याच कारवाईने घडून आला.''[१०] अशी उलटसुलट विधाने रियासतकारांनी केल्यामुळे मुळातच गुंतागुंतीचे असलेले हे प्रकरण अधिकच गुंतागुंतीचे भासते.

आता रियासतकारांच्या 'संताजीची समजूत काढून राजाराम त्याचा बचाव करू शकला नाही, ही गोष्ट धन्याच्या योग्यतेस लांच्छन आणते.' या विधानाचा विचार करू. खुद्द रियासतकारांनीच राजाराम महाराजांचे वर्णन 'स्थिरबुद्धि' असे केलेले आहे. अशा 'स्थिरबुद्धि राजारामाकडून' संताजीची समजूत काढण्याचे यापूर्वी काही प्रयत्न निश्चितपणे झालेले आढळतात. सन १६९२ सालच्या अखेरी संताजीचा सल्ला न मानता जुल्फिकारखानास वांदिवॉशपर्यंत सुखरूप माघार घेऊ दिली. याचा राग येऊन संताजी रुसून जिंजीबाहेर जाऊन बसला. त्या वेळी राजाराम महाराजांनी त्याची खास भेट घेऊन त्याची समजूत काढल्याचे पांदेचरीचा गर्व्हनर मार्टिन म्हणतो–

''संताजी रागाच्या भरात आपले सैन्य घेऊन जिंजी किल्ल्यातून बाहेर पडला.

आमची अशी खात्री आहे की जुल्फिकारखानाविषयी वाटणाऱ्या कृतज्ञतेपोटी राजाराम असा वागला असावा. कारण खानाने मनात आणले असते तर त्याने जिंजी केव्हाच घेतली असती. औरंगजेब बादशहाच्या मृत्यूनंतर खानाने गोवळकोंड्याचा प्रदेश घ्यावा व राजारामाने विजापूर सुभा घ्यावा, अशी गुप्त मसलत ठरली आहे. राजारामाने किल्ल्याबाहेर पडून संताजीची भेट घेतली आणि त्याला ही गुप्त मसलत सांगितली. भेटवस्तू देऊन त्याला समाधानी केले.''[११]

अशा प्रकारे संताजीची समजूत काढून राजाराम महाराजांनी त्यास त्रिचनापल्लीच्या मोहिमेवर पाठविले व लवकरच आपण स्वत:ही त्यास जाऊन मिळाले. मागे संताजीचा बंधू बहिर्जी व याचप्पा नाईक यांनी बंडाळी केली. त्रिचनापल्ली मोहिमेवरून परत आल्यानंतर संताजीचे पुन्हा राजाराम महाराजांशी वितुष्ट आले; व तो त्यांना सोडून तडक महाराष्ट्रात आला– (मे १६९३). हा रुसण्याचा प्रकार नव्हता; तर संघर्षाचा प्रकार होता. दोघांमधील संबंध इतके ताणले गेले की, राजाराम महाराजांनी संताजीस सेनापतिपदावरून दूर करून धनाजीस त्या पदावर नेमले. पण मुळातच महाराजांची प्रकृती क्षमाशील असल्याने त्यांनी संताजीची समजूत काढण्यासाठी आपला खास दूत विठ्ठल नीळकंठ यास महाराष्ट्रात पाठविले, आणि धनाजीशी त्याची दिलजमाई करून त्यास पूर्ववत सेनापतिपदावर कायम केले– (फेब्रु-मार्च १६९४). पण आता अवघ्या दोन वर्षांच्या अंतराने मागच्याच प्रसंगाची पुनरावृत्ती झाली. मे-जून १६९६ च्या सुमारास संताजीने राजाराम महाराजांशी तिसऱ्यांदा बिनसले. या सर्व वृत्तान्ताची चर्चा मागे आलेलीच आहे. इथे महत्त्वाचा मुद्दा असा आहे की, संताजीने रुसावे, भांडून राजधानीबाहेर पडावे आणि मग राजाराम महाराजांनी आपण स्वत: जाऊन अथवा आपल्या दूताकरवी त्याची समजूत घालावी, हे असे किती काळ चालावे? राजाराम महाराज सौम्य प्रकृतीचे व क्षमाशील होते हे खरे; पण त्यांच्या सौम्य प्रकृतीस व क्षमाशील वृत्तीसही काही मर्यादा या असणारच. त्या मर्यादा जेव्हा ओलांडल्या गेल्या तेव्हा संताजीचे अध:पतन हे अपरिहार्य ठरले.

रियासतकारांनी राजाराम महाराजांवर आणखी एक आरोप केलेला आहे, ते म्हणतात– ''कासीमखान व हिंमतखान या दोघांचा पाडाव करून संताजीने जो अपूर्व विजय संपादिला त्याबद्दल त्यास योग्य प्रोत्साहन राजारामाने दिले नाही आणि धनाजीचा गौरव केला. हा अपमान संताजीला सहन झाला नाही. उलट त्याच्या दांडगाईबद्दल त्याचे सेनापतिपद काढून त्याला शासन करण्याचा हुकूम राजारामाने धनाजीस दिला. इतका प्रकार स्पष्ट दिसतो.''[१२]

कासिमखान, खानाजादखान, हिंमतखान अशा पाच-सहा मोगल सरदारांवर नेत्रदीपक विजय कमवून संताजी जिंजीत दाखल झाल्यावर त्याचा गौरव व मानसन्मान

न करता राजाराम महाराजांनी धनाजीचा गौरव केला, हा रियासतकारांचा तर्क आहे. कोणीही सुबुद्ध राज्यकर्ता असे वागणार नाही. अगोदरच या दोन सेनानीत स्पर्धा व हेवेदावे असताना ते वाढविणारी अशी कृती राजाराम महाराजांनी केली असेल असे वाटत नाही. संताजीच्या या वितुष्टास त्याची इंग्रज म्हणतात त्याप्रमाणे Nondutiful behaviour हीच खरी कारणीभूत होती.

रियासतकार सरदेसाई व सर जदुनाथ सरकार यांसारख्या मान्यवर इतिहासकारांनी राजाराम-संताजी यांच्यामधील संघर्षाच्या मुळाशी जाण्याचा प्रयत्न केलेला दिसतो. पण तसे करीत असता त्यांनी काही अनैतिहासिक विधाने करून काही पोकळ तर्क केलेले आहेत. ते पाहण्यासारखे आहेत. सरकार लिहितात, 'मोगलांच्या दोन प्रथम दर्जाच्या सेनानींवर मिळवलेल्या नेत्रदीपक विजयांनी उल्हासित होऊन संताजी हा राजारामास भेटण्यास जिंजी किल्ल्यात गेला. आपल्या असामान्य लष्करी कर्तृत्वामुळे धनाजीची कामगिरी अगदीच सामान्य ठरली आहे, सबब सेनापतीचे पद आपणासच मिळाले पाहिजे, असा त्याने दावा केला, असे दिसते. आतापर्यंत प्रल्हाद निराजी प्रतिनिधीने मोठ्या कौशल्याने व मुत्सद्देगिरीने या दोन प्रतिस्पर्धी सेनानीत सख्य राखले होते; आणि दरबार या दोघांनाही सारखेच लेखतो असे दर्शविण्यात त्याने मोठे कष्ट घेतले होते. पण आता त्याचे निधन झाले होते आणि त्याच्या मागती त्या पदावर आलेला प्रधान हा तेवढा हुशार नसल्याने त्याला या दोन सेनानीत संतुलन राखता आलेले नव्हते.'[१३]

कासीमखान-हिमतखान आदी सरदारांवर विजय मिळवून संताजी जेव्हा राजाराम महाराजांना भेटण्यास जिंजीत गेला त्या वेळी तो सेनापतिपदावर होता, त्याने सेनापतिपद मागण्याचा या वेळी प्रश्नच उद्‌भवत नव्हता. मराठी कागदपत्रांची दखल न घेतल्याने सरकारांसारख्या थोर इतिहासकाराचे हे विधान पूर्ण अनैतिहासिक बनले आहे. सरकारांचे प्रल्हाद निराजी प्रतिनिधीच्या संदर्भातील दुसरे विधान रियासतकारांच्या विधानावर आधारित आहे.[१४]

प्रल्हाद निराजी हा अत्यंत बुद्धिमान प्रशासक होता व जिंजीमधील राज्यकारभाराची पहिली घडी बसविताना त्याचे राजाराम महाराजांना फार मोलाचे साहाय्य झाले हे खरे; पण संताजी-धनाजी यांच्यामध्ये सौहृद राखण्यास तो कसा काय यशस्वी होत होता; तसेच छत्रपती दोघांना सारखेच लेखतात, ही संताजी-धनाजी यांना समजून सांगण्याची कामगिरी त्याच्यावर केव्हा सोपविली गेली होती, हे समजणे कठीण आहे. कागदोपत्री त्यास पुरावा नाही. सरदेसाई-सरकार यांचा हा तर्काचा डोलारा आहे. वास्तविक, उभय इतिहासकारांनी प्रल्हाद निराजीस या बाबतीत मोठे कर्तृत्व बहाल करण्याचे व राजाराम महाराजांच्या कामगिरीस कमी लेखण्याचे काही प्रयोजन नव्हते. पण राजाराम महाराजांजवळ काही मुत्सद्देगिरी नव्हतीच, आणि

मुत्सद्देगिरीची मक्तेदारी फक्त त्यांचे कारभारी रामचंद्रपंत अमात्य व प्रल्हाद निराजी प्रतिनिधी यांच्याकडेच होती, असे गृहीततत्त्व स्वीकारल्याने अशा प्रकारची विधाने करण्याचा या इतिहासकारांना मोह होणे स्वाभाविक आहे.

गमतीची गोष्ट अशी की, सरदेसाई-सरकार यांच्या तर्काचा हा उपरोक्त डोलारा अलीकडे उपलब्ध झालेल्या कागदपत्रांच्या धक्क्याने कोसळून पडतो. सरदेसाई-सरकार यांनी म्हटले आहे की, प्रल्हाद निराजी सन १६९४ मध्ये जिंजी येथे मरण पावला. पण ही कागदपत्रे सांगतात की प्रल्हाद निराजी हा पुढे जुलै १६९६ पर्यंत तरी निश्चितपणे जिवंत होता.[१५] संताजीचे राजारामाशी मे-जून १६९६ मध्ये बिनसले. म्हणजे प्रल्हाद निराजी त्या वेळी जिंजीत हयात होता व त्याच्या समोरच हे प्रकरण झाले. पण मग तो संताजीस का आवर घालू शकला नाही? त्याची सरकार म्हणतात तशी 'great tact and diplomacy' निष्प्रभ ठरली की काय?

संताजी व धनाजी या दोघांमधील संघर्ष राजाराम महाराजांव्यतिरिक्त फक्त एकच व्यक्ती शमवू शकली असती; आणि ती म्हणजे रामचंद्रपंत अमात्य. प्रल्हाद निराजी राजाराम महाराजांबरोबर सन १६८९ मध्ये जो जिंजीला गेला तो तेथेच राहिला. त्याचा संताजी-धनाजीशी तसा फार कमी संबध आला. संताजी-धनाजीवर जसा रामचंद्रपंताचा प्रभाव होता, तसा अष्टप्रधानांपैकी कोणाचाही नव्हता. पण पंतही या प्रकरणी काही करू शकला नाही, हीच मोठी दु:खद गोष्ट होती.

कासीमखान, खानाजादखान, हिंमतखान इत्यादी सरदारांवर मिळविलेल्या अभूतपूर्व विजयानंतर संताजी मोठ्या दिमाखाने जिंजीस गेला व तेथे आपल्या गर्विष्ठ स्वभावाने व शिरजोर वागण्याने त्याने जिंजी दरबारास दुखविले, असे जे सरकारांनी म्हटले आहे,[१६] ते पुढे ज्या घटना घडून आल्या त्याच्याशी सुसंगतच आहे. इंग्रज बखरवाले संताजीच्या या वागणुकीचे Nondutiful behaviour असे वर्णन करतात.[१७] सेनापतीची अशी वागणूक कोणती असू शकते? साहजिकच छत्रपतींची अवज्ञा करणे अशा स्वरूपाचीच ती असणार, असा जर तर्क बांधला तर तो चुकीचा ठरणार नाही. मग प्रश्न असा निर्माण होतो की, अशा प्रकारचे बेशिस्त वर्तन करणाऱ्या सेनापतीशी छत्रपतींनी राज्यकर्ता म्हणून कसे वागावयास हवे होते? अशा सेनापतीस त्याच्या पदावरून दूर करून त्यास शिक्षा करणे हे छत्रपतींचे कर्तव्य नव्हे काय? राजाराम महाराजांनी हेच केले. ते राज्यकर्त्यांच्या कर्तव्यानुरूपच झाले.

यापूर्वीही स्वराज्याच्या इतिहासात छत्रपती-सेनापती यांचे संघर्षाचे अथवा हर्षमर्षाचे प्रसंग उद्‌भवले होते. पन्हाळ्याच्या हल्ल्याच्या प्रसंगी सेनापती नेताजी पालकरने ऐन प्रसंगी कुचराई केली आणि वर उद्धटपणे वर्तणूक केली. त्याची

शिक्षा शिवाजी महाराजांनी त्यास त्याच्या पदावरून दूर करून दिली होती. महाराज नेताजीची समजूत घालत बसले नाहीत. दुसरा सेनापती प्रतापराव गुजर यांचीही महाराजांनी गय केली नाही. खासा बहलोलखान तावडीत सापडला असता त्यास सहीसलामत कसा जाऊ दिला, याचा जाब त्यांनी सेनापतीस खडसावून विचारला. मानी प्रतापरावास एवढे खडसावणे म्हणजे मरणप्राय शिक्षाच होती. शिवाजी महाराजांप्रमाणे राजाराम महाराजांची प्रकृती कडव्या शिस्तीची नव्हती. म्हणून तर त्यांनी दोन वेळा संताजीची समजून काढून त्यास सांभाळून घेतले. पण संताजीच्या वागण्याची तिसऱ्यांदा पुनरावृत्ती झाल्यावर त्यांनी त्याची समजूत घालण्याच्या भरीस न पडता त्यास पदावरून दूर केले. यात छत्रपतींच्या थोरवीस काही लांच्छन लागले असे आम्हास वाटत नाही.

संताजी, धनाजी आणि रामचंद्रपंत अमात्य यांचे परस्परांशी संबंध

संताजी व धनाजी हे दोन्ही सेनानी आपल्या कर्तबगारीने पुढे आले ते राजाराम महाराजांच्या कारकिर्दीत. दोघेही मोठे पराक्रमी असल्याने त्यांनी मराठ्यांच्या स्वातंत्र्ययुद्धाच्या काळात लष्करी आघाडी मोठ्या समर्थपणे सांभाळली. दोघेही जवळजवळ सारखेच पराक्रमी असल्याने राजाराम महाराजांना आपल्या कारकिर्दीत राज्याचे सेनापतिपद कोणास द्यावे, याचा निर्णय लवकर घेता आला नाही. संभाजी महाराजांच्या हत्येच्या वेळी मराठ्यांचे सेनापतिपद रिकामेच होते. ते पुढे राजाराम महाराजांच्या कारकिर्दीच्या प्रारंभीच्या काळी कित्येक दिवस रिकामेच राहिले. महाराजांनी संताजी व धनाजी या दोघांनाही सारख्याच योग्यतेची लष्करी पदे व अधिकार दिलेले होते.

१३ एप्रिल १६९० च्या महाराजांच्या एका पत्रात 'रा। संताजी घोरपडे व रा। धनाजी जाधव उभयता पंचसहस्त्री' असा एक उल्लेख आलेला आहे.[१८] यावरून महाराजांनी उभयतांना लष्करातील सेनापंचसहस्त्रीचा हुद्दा व अधिकार दिलेला होता, हे उघड आहे. पण सेनापतीविरहित लष्कर अथवा राज्य तसेच ठेवणे हे उचित नव्हे, याची जाणीव त्यांना होती. दोघांपैकी एकाची निवड त्या पदावर करणे गरजेचे होते, आणि शेवटी त्यांनी संताजीची निवड सेनापती म्हणून केली. (सु. ऑगस्ट १६९१).

संताजी-धनाजीपैकी एकाची निवड करणे, ही मोठी अवघड कामगिरी होती. दोघेही पराक्रमी. दोघेही सेनापतिपदासाठी तितकेच उत्सुक. शौर्य, पराक्रम, रणनीती आदी गुणांची उंचीच मोजायची म्हटले तर संताजीचे गुण धनाजीहून काकणभर चढ भरले असते. पण तरीही राजाराम महाराजांनी त्याची लगेच सेनापतिपदावर नियुक्ती केली नाही. याचे कारण ते त्याच्या स्वभावाबद्दल साशंक असावेत. तापट व कुणाच्याही रागलोभाची पर्वा न करणारा संताजी इतर सेनानींशी, प्रसंगी त्यांच्या

चुका पोटात घालून, सांभाळून घेऊ शकेल का, हा प्रश्न त्यांना सतावत असावा. स्वराज्य एका भयानक आपत्तीमधून चालले होते. अशा वेळी राज्यातील नाना प्रवृत्तींच्या सेनानीशी स्नेहभावाने वागून त्यांच्याकडून गोडीने कामे करून घेणारा सेनापती महाराजाना हवा होता, आणि असे गुण त्यांना धनाजीमध्ये दृग्गोचर होत होते. स्वाभाविकच महाराजांना हे पद संताजीऐवजी धनाजीस द्यावे, असे मनातून वाटत होते.

पण, याच वेळी स्वराज्यातील ज्येष्ठ मुत्सद्दी रामचंद्रपंत याने संताजीच्या पारड्यात आपले वजन टाकल्याने व सेनापतिपदावर संताजीसच नेमावे, असा आग्रह धरल्याने शेवटी महाराजांना मनातील गोष्ट बाजूला ठेवून संताजीस सेनापती करावे लागले. रामचंद्रपंत म्हणजे मोठा कर्तबगार माणूस. संभाजी महाराजांच्या हत्येनंतरच्या पडत्या काळात महाराष्ट्रातील कारभाराची धुरा तो यशस्वीपणे सांभाळत होता. त्याचे मन दुखवून काही करावे, ही गोष्ट उचित ठरणार नाही, असा महाराजांनी सुज्ञ विचार केला असावा.

बखरकार मल्हार रामराव चिटणीस याने संताजीच्या सेनापतिपदावरील नेमणुकीची कथा सांगितली आहे. मल्हार रामरावाने दिलेला नेमणुकीचा काल चुकला असला तरी त्या वेळी कोणते राजकारण घडले होते, याची थोडीबहुत कल्पना आपणास येते. ''आमचे मनात धनसिंग जाधवराव यास हे पद द्यावे असे होते, तुमची मर्जीयास देण्याची, तरी देतो.''[१९] असे एक वाक्य त्याने राजाराम महाराजांच्या तोंडी घातले आहे. हे वाक्य तत्कालीन राजकारणाचे बरेच स्पष्ट दर्शन आपणास घडविते.

संताजी-धनाजी यांच्यामधील वैयक्तिक स्पर्धेची (ज्याचे रूपांतर पुढे हेव्यादाव्यात झाले.) सुरुवात येथून झाली. सेनापतिपदावरील आपला हक्क डावलला गेला, असे वाटून धनाजी मनातून दुखावला गेला असणे अगदी स्वाभाविक होते. पुढे काही वेळा संताजी-धनाजी ही जोडगोळी शत्रूच्या प्रदेशात संयुक्त मोहिमा काढताना दिसून येत असली तरी त्यांची कार्यक्षेत्रे बव्हंशी एकमेकांपासून स्वतंत्र अशीच राहिली. या दोघांची कार्यक्षेत्रे एकमेकांपासून स्वतंत्र राहण्यास आणखी एक घटना कारणीभूत झाली ती म्हणजे सन १६९० सालीच राजाराम महाराजांनी महाराष्ट्रातील कारभाराची केलेली विभागणी. राज्यकारभाराच्या सोयीसाठी महाराजांनी द. कोकण व देशावरील साताऱ्याच्या दक्षिणेकडील प्रदेश रामचंद्रपंतांकडे व उ. कोकण व देशावरील साताऱ्याच्या उत्तरेकडील प्रदेश शंकराजी नारायणाकडे दिलेला होता. याच वेळी संताजीने रामचंद्रपंताच्या हाताखाली, तर धनाजीने शंकराजी नारायणच्या हाताखाली कार्य करावे, अशी योजना केली होती.[२०]

संताजी हा पंताच्या मर्जीतील असल्यामुळे त्यास पंताकडे दिले गेले होते असे

वाटते. पंताची अशी खास मर्जी असल्यामुळेच त्याने संताजीसाठी राजाराम महाराजांकडे आग्रह धरला होता. पंतासारख्या ज्येष्ठ कारभाऱ्याने संताजीची बाजू घेतल्यामुळे धनाजीस स्वस्थ बसण्याशिवाय दुसरा पर्याय राहिला नव्हता.

पण रामचंद्रपंत व संताजी यांच्या दरम्यानचे हे सख्यत्वाचे संबंध फार काळ टिकू शकले नाहीत. सन १६९३ साली ते ताणले गेल्याचे दिसून येते. सन १६९३ च्या मे महिन्यात राजाराम महाराजांशी बिनसून संताजी महाराष्ट्रात आल्यावर प्रथेप्रमाणे पंताची भेट न घेता परस्पर आपल्या साताऱ्याच्या प्रदेशात छावणीसाठी निघून गेला. संताजीने आपली भेट घेण्याचेही सौजन्य दाखवले नाही, याचे पंतास मोठे वैषम्य वाटले व त्याने त्यास बोल लावला. या पार्श्वभूमीवर संताजीने जे एक पत्र पंतास लिहिले आहे, ते त्याच्या पंताशी असणाऱ्या संबंधावर बराच प्रकाश टाकते. हे पत्र तत्कालीन राजकारणाच्या अभ्यासास उपयुक्त आहेच, शिवाय भाषेच्या दृष्टीने पाहिल्यास ते शिवकालीन मराठी साहित्यात ललामभूत ठरू शकेल असे आहे. मूळ पत्र असे आहे– [२१]

श्री

राजश्री पंत अमात्य स्वामीचे शेवेसी

सकल गुणालंकरण अखंडितलक्ष्मी, आलंकृत राजमान्ये स्नो । संताजी घोरपडे सेनापती जतन मुलुक दंडवत विनंती. येथील कुशल तो प्रताप स्वामीचा जाणऊन स्वानंदवैभव लेखन केले पाहिजे. विशेष स्वामींनी राजश्री सेखेजी बरगे व बाजी शिंदे याजबरोबरी कित्येक बुधीवाद सांगोन पाठविला की आपली भेट घेतली नाही, परस्पर निघोन गेलेत. म्हणऊन शब्द लाविला. वैसायास स्वामीची आमची क्रिया वैसी नाही जे स्वामीसी द्वैतभाव धरावा. आम्ही त्या प्रांते (जिंजी) असता दाहा विसाचे साक्षीनसी ऐकिले की संताजी घोरपडीयास त्या प्रांते (जिंजी) ठेऊन रा । धनाजी जाधवरायास पाठऊन देणे म्हणऊन पत्रे राजश्रीस (राजाराम महाराजांस) लिहिली. त्यावरूनच द्वैतभाव दिसून आला. स्वामीचे आज्ञेव्यतिरिक्त आम्ही काहीच नव्हतो. विश्वासाची जाती म्हणावी तरी स्वामीचे आमचे शफथ तुलसी बेलाचे श्रीवरील आहेत. स्वामीचे मांडीवरी आम्ही उसे ठेऊन निजावे. आमचे मांडिवरी स्वामींनी उसे ठेवावे; शरीर मात्र भिन्न आत्मा एक. वैसे असतां हे गोष्ट द्वैताची होऊन आली. म्हणऊनच वीतरागे येणे जाहले. गतवर्षापासून श्रमाची जाती म्हणावी तर कागदी लिहिता पुरवीत नाही. बरे जे गोष्टी जाहली ते जाहली. याउपरी तरी तऱ्ही राज्यात डोहणा न होये तो पदार्थ केला पाहिजे. द्वैतभाव दिसोन आला होता. म्हणऊनच येणे जाहले होते. त्यास राजश्री सेखोजी बरगे व बाजी सिंदे याजपासी (पंतांनी) स्वमुखे सांगितले की आपण काही संताजीस ठेऊन घेऊन धनाजी जाधवरायास पाठवणे वैसो लिहिले नाही, म्हणऊन शफतपूर्वक सांगितले. त्यावरून बाजी सिंदे याचे साक्षीनसी

माईनिलेसी आम्हास सांगितले. वरकडही कितेक भावार्थ व मानाजी मोऱ्याचे वर्तमान व आणिखी श्नेहाची उत्तरे सांगोन पाठविली. त्यावरून द्वैताची गोष्टी होती ते स्वामीचेच (पंताच्या) वचनावरून दूर केली; आम्ही लोकाचे बले द्वैत धरले होते ते आम्हापासूनच अंतर पाडिले. आपणही त्या गोष्टीचे काही मनात विकल्प धरिला न पाहिजे. आणिखी स्वामीनी (पंतानी) येक शब्द लाविला की राजश्री छेत्रपती स्वामीची भेटी जाहली ते समई बहुमान जाहला. तेव्हा आमचा मान काढिला नाही, म्हणऊन शब्द लाविला, येसीयास +++ छेत्रपती स्वामीची व आमची ++ वचने सीफारसीची जाहली, काय काय चाकरी केली असेल ते एक श्री जाणे. कोणे गोष्टीस अंतर पडिले नाही. आम्ही यैसे सेवक नव्हे जे स्वामीचे स्मरण न करिता आधी आपला बहुमान घेऊन. याचा परिणाम कागदी काय म्हणऊन लिहावा. भेटी अंती कळो येईल. तुम्ही आपले स्मरण राजश्रीपासी केले नाही; परंतु अलिमर्दाखान घेतला म्हणऊन आइकिले, (छत्रपतींनी विजयी वस्त्रे पाठविली.) म्हणऊन लिहिले. त्यावरून अपूर्व वाटले. स्वामी वडील. हे येश येते ते स्वामीचेच पुण्ये +++ येते. आमचा अभिमान सर्व गोष्टीचा स्वामीस. पूर्वीपासूनही आम्हास स्वामीनी गौरविले. तेथे वस्त्राचेच काय म्हणऊन आम्ही लियाहावे. पूर्वीपासून अंगिकार आमचा स्वामीनी केला आणि बंधू म्हणविले, तोच सिधी पाविला पाहिजे. वरकड विस्तार ल्याहावे तरी लिहिजेसा पदार्थ नाही. राजश्री सेखोजी बरगे व बाजी सिंदे मुखवचने सांगतील. ती वचने आमचीच यैसी मानून श्री सिवनाथदेव[२२] कृष्णोपासी आहे, तेथे आपण आले पाहिजेत. आम्ही येऊन स्वामीची आमची भेटी होऊन श्रीचे व कृष्णेचे साक्षिनसी बेलतुलसी होतील. मग जो विचार करणे तो केला जाईल. स्वामीविररिक्त आम्ही काही नाही. जैसी पूर्वी आज्ञेप्रमाणेच (वर्त)णूक केली तैसीज करून कलले पाहिजे.''

श्री राजारामचरणी
तत्पर ।संताजी घोर
पडे निरंतर ।

विलसति

लेखनावधि :[२३]

संताजीचे हे पत्र रामचंद्रपंताशी त्याचे असलेल्या संबंधाच्या दृष्टीने अत्यंत महत्त्वाचे आहे. संताजीस जिंजी प्रांते ठेवून घ्यावे व धनाजीस इकडे महाराष्ट्रात पाठवावे, अशी पंताने छत्रपतीस पत्रे लिहिल्याचे दहा-वीस लोकांच्या साक्षीने आपण ऐकल्याचे संताजी लिहितो. पंताने असा द्वैतभाव का धरावा, याचा संताजीस राग आला. पंताशी आपले संबंध असे की, एकमेकांनी एकमेकाच्या मांडीवर उसे ठेवून निजावे, 'शरीर मात्र भिन्न आत्मा एक', असे असूनही पंताने द्वैतभावाने वागावे; याबद्दल संताजीस खेद वाटून त्याचे परस्पर वीतरागे येणे झाले.

लिहिण्याच्या ओघात संताजी एक वाक्य लिहून जातो : 'याउपरी तऱ्ही राज्यात डोहणा न होये तो पदार्थ केला पाहिजे.' याचा अर्थ राज्यातील डोहण्याची (विघ्न) जबाबदारी संताजी हा राजाराम महाराज व रामचंद्रपंत यांच्यावर टाकतो. एका दृष्टीने ते योग्यच होते. कारण राज्याचे प्रमुख म्हणून ती त्यांची जबाबदारी होती.

पण जेव्हा आपण छत्रपतींना तशी पत्रे लिहिलीच नाहीत, असा शपथपूर्वक निरोप पंताने संताजीकडे सेखोजी बरगे व बाजी शिंदे यांच्यामार्फत पाठविला, त्या वेळी पंताच्या शब्दांवर विश्वास ठेवून संताजीने आपल्या मनातील किल्मिष काढून टाकले व पंतासही विनंती केली की : "आपणही त्या गोष्टीचे काही मनात विकल्प धरिला न पाहिजे."

पत्रात आणखी एक महत्त्वाची बाब आलेली आहे. डिसेंबर १६९२ मध्ये संताजीने जिंजीकडे जात असता मार्गात प्रसिद्ध मोगल सरदार अलिमर्दाखान घेतला. त्यास कैद करून जिंजी किल्ल्यात नेले. मोठा विजय प्राप्त केला. या वेळी राजाराम महाराजांनी संताजीचा मोठा मानसन्मान केला. या बहुमानाच्या प्रसंगी संताजीने महाराजांपाशी 'आमचा मान काढला नाही' असा शब्द पंताने त्यास लावला. पंताच्या या तक्रारीवर संताजीने मोठे मार्मिक उत्तर दिले आहे. तो म्हणतो की, छत्रपतींच्या भेटीच्या प्रसंगी त्यांच्याशी स्वामींच्या (पंताच्या) शिफारशीविषयी काय काय बोलणी झाली आणि अशा प्रकारे आपण स्वामींची कशी चाकरी केली ही एक श्रीच जाणे; कोणत्याही गोष्टीचे आपणाकडून अंतर पडले नाही; आम्ही असे सेवक नाही की, जे स्वामींचे स्मरण न करता आधी आपला बहुमान करून घेऊ; छत्रपतींशी जी बोलणी झाली ती कागदावर लिहून कळवावी अशी नाहीत; भेटी अंती सर्व कळो येईल.

संताजीने अलिमर्दाखान जिंकला. या कामगिरीवर खूश होऊन छत्रपतींनी त्यास विजयी वस्त्रे बहाल केल्याचे आपण परस्पर ऐकले, पण आपणास संताजीने काही हा समाचार कळविला नाही, अशी दुसरी एक पंताची तक्रार होती. पंताच्या या तक्रारीचे निरसन करताना संताजीने म्हटले आहे की, स्वामी वडील आहेत; जे यश आपणाशी मिळते ते त्यांच्याच पुण्याईने मिळते. स्वामींनी पूर्वीपासून आमचा अभिमान धरला आहे, आम्हास गौरविले आहे; अशा स्थितीत आमच्यासारख्यांनी विजयी वस्त्रासारख्या गोष्टीसंबंधी काय म्हणून लिहावे? पूर्वीपासून आपला बंधू म्हणून स्वामींनी आपला अंगीकार केला आहे; हेच बंधुत्वाचे नाते अखेरपर्यंत सिद्धीस जावो!

रामचंद्रपंत व संताजी यांची ही जुगलबंदी पाहिल्यावर असे वाटते की, लहानसहान गोष्टींनीसुद्धा या बड्या मंडळींत गैरसमज निर्माण होत होते. महाराष्ट्रातील कारभाराची सर्वेसर्वा सत्ता हाती असूनसुद्धा पंतासारख्या प्रौढ मुत्सद्द्याने छत्रपतीजवळ

'तुम्ही आमचा मान काढला नाही' असा बोल संताजीस लावावा, ही मोठी विलक्षण गोष्ट मानावी लागेल! अलिमर्दाखान घेतला संताजीने. पण त्याचा बहुमान होताच त्याचे अभिनंदन करणे बाजूला राहोच, पण आपल्याच मानापानाच्या गोष्टी काढीत बसणाऱ्या पंतास पाहून मोठे आश्चर्य वाटते! यास पंताची ही क्षुद्र व स्वार्थी भावना याशिवाय काय म्हणता येईल? वतने, इनामे, बक्षिसे, मानसन्मान यांविषयी पंताचा लोभ अनावर होता. यास बावडा दप्तरातील अनेक कागदपत्रे साक्षी आहेत. त्यास पंताचे असे हे वागणे पूरक ठरते हे मात्र खरे.

या सर्व पार्श्वभूमीवर संताजीच्या मनाचा सरळपणा उठून दिसतो. पंताविषयी त्याची मोठी आदराची भावना आहे. पंतास तो 'स्वामी' म्हणून संबोधितो व आपणास जे यश येते ते 'स्वामींच्या पुण्याईनेच' अशी श्रद्धा तो बाळगतो. अशा परिस्थितीत पंताने शुल्लक गोष्टीकडे लक्ष न देता संताजीचा गौरव करून त्यास प्रोत्साहन दिले असते, तर त्याच्यासारखा भावनावश माणूस दूर गेला नसता. पत्रात निर्देश केल्याप्रमाणे कृष्णेकाठी शिवनाथच्या मंदिरात पंताची संताजीशी भेट झाली असेलही; पण त्यामुळे उभयतांची मने पूर्ण निवळली असतील असे वाटत नाही. कारण इतिहास असे दर्शवितो की, येथून पुढे संताजी रामचंद्रपंतापासून दूर दूर होत गेला व काहीसा शंकराजी नारायणच्या हाताखाली असणारा धनाजी रामचंद्रपंताच्या प्रभावाखाली गेला.

रामचंद्रपंत-संताजी यांच्या संबंधाच्या संदर्भात सन १६९४ सालाची पूर्वोक्त घटना लक्षात घेण्यासारखी आहे. राजाराम महाराजांशी वितुष्ट येऊन त्या साली संताजी महाराष्ट्रात आल्यावर राजाराम महाराजांनी विठ्ठल निळकंठ हा आपला खास दूत महाराष्ट्रात पाठवून त्याची समजूत घातली होती. विठ्ठल निळकंठ याने प्रथम रामचंद्रपंताकडे जाऊन त्यास त्याने आपली कामगिरी सांगितली. पंताने आपला प्रतिनिधी म्हणून परशुराम त्र्यंबकास विठ्ठल निळकंठाबरोबर पाठविले. हे दोघे जण साताऱ्यास संताजी-धनाजीच्या भेटीस गेले. तेथे बोलणी होऊन उभय सेनानींत दिलजमाई केली गेली. संताजीकडे पूर्ववत सेनापतिपद राखले गेले. इथे एक महत्त्वाची गोष्ट खटकते. ती म्हणजे रामचंद्रपंतासारखा ज्येष्ठ मुत्सद्दी व कारभारी महाराष्ट्रात असता संताजी-धनाजीची दिलजमाई करण्यासाठी राजाराम महाराजांना जिंजीहून खास दूत का पाठवावा लागावा? पंतासारख्या वडील राजकारण्यास या दोन्ही सेनानींत ऐक्य घडवून आणणे का अशक्य व्हावे? आपला प्रतिनिधी म्हणून विठ्ठल निळकंठबरोबर परशुराम त्र्यंबकास पाठविण्यापेक्षा पंताने संताजी-धनाजीसच समक्ष बोलावून त्यांची दिलजमाई करणे इष्ट नव्हते काय? पंताचा तेवढा अधिकार होता. पंताचा शब्द उभय सेनानींनी मोडला असता असे वाटत नाही.

पण रामचंद्रपंताकडून हे शक्य झाले नाही, हे सत्य होय. कारणे समजू शकत

नाहीत. पण जे काम पंताकडून अपेक्षित होते ते महाराष्ट्रातील दुसऱ्या क्रमाकांचा मुत्सद्दी वा कारभारी शंकराजी नारायण याने केले, हे विशेष आहे. संताजीच्या उद्दाम वाटणाऱ्या वर्तणुकीबद्दल शंकराजी नारायणने खडसावून हितोपदेश केला– ''फौजेनसी जाऊन साहेब काम करावे. राजश्री स्वामीजवळ मुदे घालू नयेती. मर्यादेने राहोन वेढा उठवावा. बेमानी करू नये.''[२४]

जिंजीत राजाराम महाराजांशी वितुष्ट येताच संताजीचे सेनापतिपद काढून घेतले गेले; व ते धनाजीस दिले गेले. पण महाराजांना या उभय सेनानींत दिलजमाई करून पुन्हा संताजीस ते पद द्यावे लागले. या घटनेतून दोन गोष्टी ध्वनित होतात. पहिली अशी की, स्वराज्याचा सेनापती म्हणून संताजी असणे अपरिहार्य होते; आणि दुसरी अशी की, राजाराम महाराजांशी ज्या अनेक कारणांवरून संताजीचे वितुष्ट आले त्यांमध्ये उभय सेनानींमधील हर्षामर्ष हे मुख्य कारण असावे. अन्यथा, महाराजांना उभय सेनानींत दिलजमाई करण्याची निकड भासली नसती.

आणखी एक गोष्ट नमूद केली पाहिजे, ती म्हणजे महाराजांच्या केवळ निरोपावरून धनाजीने काही खळबळ न करता आपले सेनापतिपद संताजीकडे सुपूर्द केले हा त्याच्या मनाचा मोठेपणा होता हे खरे; पण या प्रसंगी त्यास काहीच वैषम्य वाटले नसावे असे कसे म्हणावे?

संताजीची स्वभावप्रकृती हीच त्याच्या शोकांतिकेस जबाबदार!

शरीरप्रकृतीप्रमाणेच माणसाची स्वभावप्रकृती त्याच्या जीवितकार्यावर परिणाम घडवून आणते. विशेषत: राज्यकर्त्याची प्रकृती तर सर्व राज्यावरच परिणाम घडवून आणत असते. राजाराम महाराज, नानासाहेब पेशवा, माधवराव पेशवा (पहिला) या राज्यकर्त्यांच्या शरीरप्रकृतीने अकालीच दगा दिल्याने तत्कालीन इतिहास वेळोवेळी बदलत गेला; तर संभाजी महाराज, शाहू महाराज, राघोबा, नाना फडणीस यांच्या स्वभावप्रकृतींनी तत्कालीन इतिहासास वेळोवेळी बरेवाईट वळण लावले. राज्याच्या संरक्षणाची मदार ज्या सेनापतीवर असते त्याच्याही बाबतीत थोडाफार याचा प्रत्यय आल्याशिवाय राहत नाही. संताजीच्या अंगी असणाऱ्या शौर्यपराक्रमादी गुणांमुळे तो मराठ्यांच्या इतिहासातील महान सेनापती बनला खरा, पण आकाशातील उल्केप्रमाणे त्याचा जो अस्त घडून आला, त्यास त्याची स्वभावप्रकृतीच मुख्यत्वेकरून कारणीभूत झाली.

संताजीची स्वभावप्रकृती म्हणजे अनेक प्रखर गुणदोषांचे विस्मयजनक रसायनच होते. सातव्या शतकात हिंदुस्थानात येऊन गेलेल्या युआन श्वान या चिनी प्रवाशाने लिहून ठेवले आहे की, मराठे हे शरणागतास जीवदान देणे हा युद्धधर्म मानतात. संताजी हा युद्धधर्म मानणारा होता. दोड्डेरीच्या महान विजयानंतर शरण आलेल्या

मोगल सरदारांना व सैनिकांना त्याने अभय दिलेच, पण किल्ल्याबाहेर पडल्यावर एका बाजूने भाकरी तर दुसऱ्या बाजूने पाणी अशी त्यांची अन्नपाण्याची व्यवस्था करून त्यांच्या गलितगात्र शरीरात त्याने तवानेपणा आणला. कित्येक दिवस उपासमारीने तडफडणाऱ्या मोगल सैनिकांना संताजीच्या या औदार्याचे आयुष्यभर स्मरण राहिले असेल! संताजी एवढ्यावरच थांबला नाही, तर त्याने खानाजादखानादी सरदारांना आपले खास लष्करी पथक सोबत देऊन दोड्डेरीहून सुखरूपपणे रवाना केले!

लष्करी जीवनामधील संताजीचा हा मनाचा मोठेपणा त्याच्या खासगी जीवनात दिसून येतो. पोट भरण्यासाठी कोकणातून देशावर आलेल्या गरीब पण कर्तबगार अशा नारो महादेव या ब्राह्मण भिक्षुकाच्या मुलास संताजीने आपल्या पदरी ठेवून घेतले, इतकेच नव्हे तर त्यास आपला पुत्र मानले! संताजीने त्याच्यावर मायेची पखरण घातली. तेव्हा आपल्या धन्याचे उतराई होण्यासाठी नारो महादेव याने आपले जोशी हे आडनाव टाकून देऊन धन्याचे घोरपडे हे आडनाव स्वीकारले![२५]

हा नारो महादेव म्हणजे कोल्हापूरजवळच्या इचलकरंजी या संस्थानचा संस्थापक होय. संताजीने एका ब्राह्मणपुत्रास आपला पुत्र मानावे व त्या ब्राह्मणपुत्राने धन्याचे आडनाव आपल्या कुलास जोडावे, ही घटना संताजीच्या व्यक्तिमत्त्वाचे एक आगळे दर्शन घडविते.

संताजीची प्रकृती ही राजकारण्याची अथवा मुत्सद्द्याची नाही, ती आहे सच्चा सेनानीची प्रकृती. त्याच्या ठिकाणी छक्केपंजे नाहीत. सगळा उघड मामला आहे. कर्नाटकातून महाराष्ट्रात आल्यावर आपली भेट घेतली नाही, असा बोल रामचंद्रपंताने त्यास लावला; तेव्हा संताजी आपली तक्रार आडपडदा न ठेवता बोलून दाखवितो आणि पंताकडूनच द्वैतभावाची वर्तणूक झाल्याचे निदर्शनास आणतो. पण पुढे पंताने स्नेहभावाचा निरोप पाठवल्यावर आपल्या मनातील विकल्प दूर झाल्याचेही प्रांजलपणे कबूल करतो. खुद्द छत्रपतींशीही वागण्याची त्याची हीच तऱ्हा दिसते. आयेवारकुटीच्या लढाईत छत्रपती व धनाजी या दोघांचाही पराभव केल्यावर दुसरे दिवशी संताजी आपले हात बांधून छत्रपतीसमोर उभा राहतो व क्षमायाचना करतो : "तुम्ही धनाजीला माझ्या बरोबरीचा दर्जा देऊ इच्छित होता, म्हणून असे उद्धटपणे वागणे भाग पडले!"[२६] अशी स्पष्ट कबुली देतो.

संताजी हा छत्रपती शिवाजी महाराजांच्या तालमीत वाढलेला म्हणजे त्यांच्या राजकीय तत्त्वज्ञानाच्या मुशीतून तयार झालेला सेनानी होता. शिवाजी महाराजांच्या राजकीय तत्त्वज्ञानात स्वराज्यनिर्मिती, स्वराज्यसंरक्षण व स्वराज्यनिष्ठा या तत्त्वत्रयींना पायाभूत महत्त्व होते. शिवाजी महाराजांच्या तालमीत तयार झालेल्या व नंतर संभाजी-राजाराम-ताराबाई या राज्यकर्त्यांच्या कारकिर्दीतील स्वातंत्र्ययुद्धाच्या

आणीबाणीच्या कालखंडात स्वराज्य-संरक्षणासाठी आपले जीवन समर्पित करणाऱ्या रामचंद्रपंत, प्रल्हाद निराजी, खंडो बल्लाळ, संताजी, धनाजी, शंकराजी नारायण इत्यादी व्यक्तींवर या राजकीय तत्त्वज्ञानाचा फार मोठा प्रभाव होता. हे राजकीय तत्त्वज्ञान, म्हणजे शिवाजी महाराजांची शिकवणूक, ही मंडळी विसरली नव्हती; म्हणूनच स्वराज्याच्या पडत्या कालात त्यांनी स्वराज्यास पारखे होऊन मोगलांची बाजू धरली नाही. निराशेच्या घोर अंधकारातही स्वराज्याचाच विचार करीत राहिले.

या मंडळींत संताजी घोरपडे यांचे स्थान प्रथम दर्जाचे मानले पाहिजे. कारण २०/२५ हजारांची जंगी फौज बाळगणारा हा मराठ्यांचा सेनापती प्रत्यक्ष छत्रपतींशी रुसला, भांडला, एवढेच नव्हे तर लढलाही, पण शत्रूस जाऊन मिळाला नाही! सन १६९३ व सन १६९६ अशा दोन्ही वितुष्टांच्या प्रसंगी तो राजाराम महाराजांपासून दूर झाला असताही मोगलांशी लढत राहिला. ही मोठी विस्मयजनक स्वराज्यनिष्ठा म्हटली पाहिजे ! खुद्द शिवाजी महाराजांच्या कारकिर्दीत मोगलांना मिळून त्यांच्याकडून आपल्या आयुष्याचे भले करून घेण्याचा मोह प्रतिशिवाजी मानल्या गेलेल्या नेताजी पालकरसारख्या खंद्या सेनापतीसही टाळता आला नाही! एवढेच कशाला, खुद्द शिवाजी महाराजांच्या पुत्रास-संभाजीराजास– या मोगली वैभवाची व मन्सबीच्या मानमरातबाची भुरळ पडून त्याच्याही हातून शत्रूस मिळण्याचा प्रमाद घडून आला होता! या सर्व पार्श्वभूमीवर खुद्द छत्रपतींशी वितुष्ट येऊनसुद्धा मोगलांना न मिळता त्यांच्याशी लढत राहणे, ही बाब अतुलनीय स्वराज्यनिष्ठेची निदर्शक होती, असे म्हटल्यास वावगे होणार नाही.

येथे आणखी एक मुद्दा विचारात घेतला पाहिजे, तो म्हणजे नेताजी पालकर शिवाजी महाराजांवर रुसून शत्रूस मिळाला तेव्हा स्वराज्याचे फार मोठे नुकसान झाले नाही. कारण एकतर त्याच्याबरोबर स्वराज्याचे लष्कर गेले नाही आणि दुसरे असे की, स्वराज्याचा शकट शिवाजी महाराजांसारख्या धुरंधर राज्यकर्त्यांच्या हाती होता. पण राजाराम महाराजांच्या काळात परिस्थिती बदललेली होती. संताजीसारखा असामान्य सेनापती आपल्या २०/२५ हजार फौजेंनिशी मोगलांना मिळाला असता तर दक्षिणेतील मोगल-मराठा युद्धातील लष्करी संतुलनच बिघडले असते व त्याची फळे स्वराज्याला भोगावी लागली असती.

स्वराज्य निर्मितीबरोबरच शिवाजी महाराजांनी नव्या राज्याचे काही नवे दंडक निर्माण केले होते. या नव्या दंडनीतीचा प्रभाव थोडाबहुत का होईना पण स्वातंत्र्ययुद्धातील मराठी नेत्यांवर होता. पुढे शाहू महाराजांच्या कारकिर्दीत हा प्रभाव पूर्णपणे पुसला गेला, ही गोष्ट अलहिदा. पण राजाराम महाराजांच्या कारकिर्दीत संताजीसारखी काही मंडळी शिवाजी महाराजांच्या दंडनीतीच्या ढासळणाऱ्या बुरुजांचे संरक्षण करण्यासाठी धडपडत होती, असे दिसते. सन १६९१ सालचे एका वतनाच्या

खटल्यासंबंधीचे संताजीचे एक पत्र उपलब्ध आहे. त्यात वतनपद्धतीसंबंधी एक वाक्य संताजी जाता जाता लिहून जातो : 'यैसीयासी आमच्या राज्यात नवी वृत्ती दुमाला करावी यैसा दंडक नाही.'[२७]

हे वाक्य शिवाजी महाराजांच्या शिकवणुकीच्या संताजीवर पडलेल्या प्रभावाविषयी खूप काही सांगून जाते. संताजीने योजलेला, 'आमच्या राज्यात' हा शब्दप्रयोग त्याची स्वराज्याबद्दलची आपुलकी, प्रेम व निष्ठा या गुणांचे निदर्शक आहे; तर 'नवी वृत्ती दुमाला करावी यैसा दंडक नाही' हा उत्तरार्ध शिवाजी महाराजांची दंडनीती संताजीच्या ठिकाणी कशी बाणली होती, याचा तो दाखला आहे.

असा हा शिवाजीच्या तालमीत वाढलेला संताजी जेव्हा राजारामकालात वतनदारांना सरसहा वतने परत करण्याची लाट उसळली तेव्हा अस्वस्थ झाला असणे स्वाभाविक होते. महाराष्ट्रातील वतनदारांची वतनासक्ती इतिहासप्रसिद्ध आहे. वतन मिळविण्यासाठी कोणताही विधिनिषेध न बाळगता ही वतनदार मंडळी हजार खटपटी, लटपटी, खटले व प्रसंगी खून मारामाऱ्या करीत असत. मराठ्यांच्या इतिहासातील हा एक स्वतंत्र अभ्यासाचाच विषय आहे. असाच एक कराड प्रांतातील देशमुखीचा खटला स्वातंत्र्ययुद्धाच्या कालखंडात खेळला गेला. जिंजीत राजाराम महाराजांच्या पदरी जनानखान्याच्या सरहवालदारीवर असणाऱ्या गिरजोजी यादव या महाखटपट्या माणसाने महाराष्ट्रातील मसूरच्या जगदाळ्यांची कराड प्रांतामधील मसूर परगण्याची देशमुखी खोटेनाटे सांगून बळकावली. तशी कागदपत्रेही राजाराम महाराजांकडून घेतली.[२८]

पुढे मूळ मालक मसूरचा देशमुख महादजी जगदाळे हा राजाराम महाराजांना जिंजीत भेटल्यावर व त्याने वस्तुस्थिती नजरेस आणून दिल्यावर त्यांनी त्यास त्याची देशमुखी परत केली. पण यादव मंडळी स्वस्थ राहिली नाहीत. ते देशमुखीच्या वतनासाठी खटपटी करीतच राहिले. सदर खटल्यात संताजीने जगदाळ्याची न्यायाची बाजू उचलून धरली. या संदर्भात १५ ऑक्टोबर १६९४ रोजी साताऱ्याच्या मुक्कामाहून संताजीने राजाराम महाराजांना लिहिलेले पत्र पाहण्यासारखे आहे. त्यात तो लिहितो, 'आज्ञेप्रमाणे राजश्री रामचंद्रपंत अमात्य व आम्ही पुन्हा मागती कागदपत्र मनास आणून ता : मजकुराची देशमुखी मशारनिलेच्या (महादजीच्या) दुमाली केली आहे. स्वामीच्या आज्ञेप्रमाणे चालऊन. हक्कजवार हमशाई गावीच्या मोकदमांनी गोतपत्र करून दिल्हे आहे. माहादजीचे वतन पुरातन आहे. हे आम्ही हक्कजवारीच्या गुंतीमुळे व कागदपत्रांमुळे चौकस मनास आणून दुमाला केले असे. तरी स्वामीने यांचा पुत्रापौत्री यांची देशमुखी तर्फ मजकुरची चालवावया स्वामी धणी आहेत. माहादजीने स्वामीच्या पायाशी बहुतच एकनिष्ठेने वर्तणूक केली आहे. पुढेही यापासून अंतर पडणार नाही. यासी कितेक लोक सुष्ट-दुष्ट आहेत. स्वामीपासी

काही विपरीत करून सांगतील. त्यावरून स्वामीस प्रमाण वाटेल. याच्या वृत्तीच्या मामलियात दुष्ट बहुतच आहेत. हर कोणी सांगतील ते स्वामीचे मनावर न घेतले पाहिजे.''[२९]

या पत्रातून सच्च्या वतनदाराची न्यायाची बाजू धन्यासमोर परखडपणे मांडणारा संताजी दिसून येतो. जिंजीच्या दरबारात राजाराम महाराजांना सल्ला देणारे अनेक जे 'सुष्ट दुष्ट' लोक होते त्यांच्यावर संताजीचा राग दिसतो. कदाचित अशा सुष्टदुष्ट मंडळींच्या वर्तणुकीची संताजीसही प्रचिती आलेली असावी.

शिवाजी महाराजांच्या राजनीतीप्रमाणे त्यांच्या लष्करी शिस्तीच्या मुशीतून संताजीचे सेनानी म्हणून व्यक्तिमत्त्व तयार झालेले होते. गनिमी काव्याच्या युद्धाचे आद्य धडे त्यास शिवाजी महाराजांच्या कारकिर्दीतच मिळाले. लढाईच्या कामी शिस्तीचे अपार महत्त्व असते, हा धडा त्याने याच कालात घेतला होता. ९१ कलमी बखरीत या संदर्भात एक महत्त्वपूर्ण उल्लेख आला आहे. जालन्याच्या स्वारीत रणमस्तखानाशी लढत असता मानाजी मोरे व संताजी घोरपडे यांनी 'उतावेली' केली; आणि म्हणून शिवाजी महाराजांनी त्यांना 'मजुरियास येऊ दिधले नाही' असा तो उल्लेख आहे.[३०]

शत्रूशी लढत असता मानाजी व संताजी यांनी डावपेचाची तांत्रिक चूक केली व त्यामुळे शिवाजी महाराज संतप्त झाले. आपली गैरमर्जी झाल्याचे दाखवणारी शिक्षा त्यांनी उभय सेनानींना दिली. अशा प्रकारे आपल्या चुकांतून संताजी शिकत गेला. तो शिवाजी महाराजांच्या तालमीत वाढला याचा अर्थ हा असा आहे. पुढे राजारामकालात संताजीची कडव्या लष्करी शिस्तीचा सेनानी म्हणून जी प्रतिमा उदयास आली तिचा उगम या तालमीत आहे.

मनाचा सरळपणा, स्पष्टवक्तेपणा, शिस्तप्रियता इ. गोष्टी मनुष्यप्राण्याचे गुणच होत. पण जिथे त्यांचा अतिरेक होतो तिथे त्यांचे रूपांतर दोषांत होणे स्वाभाविक ठरते. आणि असा अतिरेक हा अंती अहितकारकच असतो. संताजीच्या बाबतीत हेच घडले असे वाटते. शिवाजी महाराजांच्या तालमीत वाढलेल्या या सेनानीस राजारामकालातील बदलत्या राजकीय परिस्थितीत स्वत:स जमवून घेणे अवघड गेले असावे. वतनदारांची परक्या सत्तेसमोरची लाचारी, मराठा सरदारांची स्वार्थी वृत्ती, मन्सब व बक्षीस यांच्या आशेने केव्हाही शत्रूस मिळण्याची त्यांची तयारी या समाजातील प्रवृत्तींनी संताजी अनेकदा संतप्त होत असावा. जिंजीच्या दरबारात त्याने या गोष्टीसंबंधी व्यक्त केलेली परखड मते अनेकांना दुखावणारी व प्रसंगी खुद्द छत्रपतींनाही अडचणीत टाकणारी ठरली असावीत. त्याच्या या सात्त्विक स्पष्टवक्तेपणात त्याच्या अंगभूत आग्रही वृत्तीची भर पडलेली होती. हाताखालच्या अधिकारी लोकांसमोर वागताना सेनापती आग्रही वृत्तीने वागला तर ती शोभून

दिसते. पण खुद्द राज्यकर्त्यांशी त्याने तसे वागणे हे केव्हाही शोभादायक ठरत नाही; नव्हे ते शेवटी अनर्थकारक ठरण्याचीच शक्यता असते.

या संदर्भात सन १६९२ सालची घटना नजरेसमोर येते. जिंजीला वेढा घालून बसलेल्या मोगलांची मराठ्यांनी दाणादाण उडविल्यावर त्यांच्या कचाट्यात सापडलेले मोगली लष्कर बुडवा अथवा शहाजादा कामबक्षास ओलीस ठेवून घ्या, असा सल्ला संताजी सेनापती या नात्याने छत्रपतीस देऊ शकत होता. पण त्यासाठी तो आग्रह धरू शकत नव्हता. जिंजीपुढून मोगली लष्करास सुखरूप माघार घेऊ द्यायची की नाही, हा राजनैतिक डावपेचाचा भाग होता; आणि तो पूर्ण छत्रपतींच्या अखत्यारीतील होता. राजाराम महाराज हे राज्यकर्ते आहेत व आपण राज्याचे व त्यांचे सेवक आहोत, हे नाते संताजी काही काळ का होईना पण विसरत होता. सेनापतीचा सल्ला राजाने मानलाच पाहिजे, असा आग्रह धरणे म्हणजे शुद्ध हटवादीपणा म्हटला पाहिजे. संताजीच्या या हटवादी स्वभावामुळेच छत्रपतींशी त्याचे वारंवार बिनसत गेले. संताजीचा हा हट्टी स्वभाव माहीत असल्यामुळेच शंकराजी नारायणने त्यास उपदेश केला होता : ''फौजेनसी जाऊन साहेब काम करावे, राजश्री स्वामीजवळ मुदे घालू नयेती.''

संताजीचा प्रतिस्पर्धी धनाजी जाधव याची बरोबर उलटी स्वभावप्रकृती होती. धनाजी हा मृदुभाषी, हाताखालच्या लोकांना सांभाळून घेणारा, मराठा सरदारांशीच नव्हे, तर मोगल सरदारांशीही शिष्टाचाराने वागणारा, राजकारणाच्या वाऱ्याची दिशा पाहून आपले धोरण ठरविणारा मुत्सद्दी सेनानी होता. संताजीचा शेवट कसा झाला, याची कथा सांगताना खाफीखानने सहजी संताजी-धनाजी तुलना करणारी चार वाक्ये लिहिली आहेत. तो लिहितो– ''संताजी आणि धनाजी यांच्यात मतभेद निर्माण झाले होते. ते दोघे आपल्याला सेनापती म्हणवीत. धनाजी जाधव याला खानदानीच्या मराठे सरदारात प्रमुख समजत. संताजी व इतर मराठे सरदार पाहता धनाजी जाधव हा बादशाही सरदारांशी चांगले संबंध ठेवी. याची वागणूक योग्य व शिष्टपणाची असे. संताजीला धनाजीवर वरचढपणा हवा होता. हे दोघे एकमेकांचा नाश करण्यास टपलेले असत. इतरांच्या मानाने संताजी हा शिक्षा करण्यात अत्यंत कडक समजला जात असे. लहानलहान अपराधाबद्दल तो हत्तीच्या पायाखाली देण्याची शिक्षा देई. अनेक सरदार त्याच्याविरुद्ध होते. त्याचा मोड करण्यासाठी त्यांनी धनाजीबरोबर गुप्त पत्रव्यवहार केला आणि ते त्याला मिळाले.''[३१]

संभाजीराजांच्या हत्येनंतर निर्माण झालेल्या अत्यंत अस्थिर राजकीय परिस्थितीत मराठे लोक औरंगजेब बादशहाचा रोष पत्करून संताजीच्या लष्करात राहून लढत होते हीच मोठी कौतुकाची बाब होती. अशा स्थितीत लष्करात शिस्त नांदली पाहिजे म्हणून संताजी कठोर शिक्षा देऊ लागला, तर तो जदुनाथ सरकारांनी म्हटल्याप्रमाणे,

"The man who insists on efficiency and discipline in a tropical country makes himself universally unpopular"[३२] असा अप्रिय झाल्यास नवल नव्हते. आता शिवाजी महाराजांची दंडनीती उपयोगाची नाही; बदलत्या काळाप्रमाणे दंडनीतीचे स्वरूप बदलत जाते, हे संताजी उमजू शकला नाही; बदलत्या परिस्थितीशी जुळवून घेण्याची त्याची मन:प्रवृत्तीच नव्हती. रणांगणावर अमृतराव निंबाळकर हाती सापडल्यावर संताजीने आपल्या मनावर संयम ठेवावयास हवा होता. पण तो ठेवू शकला नाही, हे कृत्य या मन:प्रवृत्तीचेच द्योतक होते.

राजाराम महाराजांच्या कारकिर्दीकडे पाहिले तर आपणास असे दिसून येते की त्यांना बदलत्या परिस्थितीशी जुळवून घेण्यासाठी, आपल्या पित्याच्या दंडनीतीची अनेक तत्त्वे वाऱ्यावर सोडून द्यावी लागली. अनेकांशी नमते घ्यावे लागले; अनेकांशी तडजोड करून पुढे जावे लागले. स्वराज्याच्या संकटकाळात त्यास पारखे होणाऱ्या व स्वराज्यास चांगले दिवस येताच परत येणाऱ्या मराठे सरदारांना राजाराम महाराजांनी हिणविले नाही. उलट तुम्ही 'महाराष्ट्र राज्य' व 'महाराष्ट्र धर्म' यांच्या रक्षणासाठी येत आहात, ही फार उचित गोष्ट आहे; असे प्रशस्तिपत्र त्यांनी त्यांना देऊन स्वराज्याच्या सेवेत सामावून घेतले! काळाची ती एक गरज होती. पण संताजीच्या नीतीत अशा गोष्टी बसत नव्हत्या आणि म्हणूनच छत्रपती व संताजी यांच्यातील अंतर वाढत गेले. राजाराम महाराजांच्या संपूर्ण कारकिर्दीत संताजीस छत्रपतींचा दीर्घ सहवास सन १६९२-९३ व सन १६९५-९६ अशा दोनच वेळी घडला; आणि दोन्ही सहवासांची परिणती वितुष्टात झाली. यावरून संताजीचे धन्याशी फार काळ पटलेच नाही, हाच निष्कर्ष काढावा लागतो.

स्वभावातील आग्रही वृत्तीमधून हटवादीपणा तयार होतो; आणि त्याचा अतिरेक झाला की, उद्दामपणा अंगी येतो. सन १६९५-९६ सालच्या संताजीच्या छत्रपतींबरोबरच्या दुसऱ्या भेटीत अशी उद्दामपणाची वर्तणूक झाली असावी, असा तर्क करण्यास जागा आहे. स्वाभिमान व गर्व यांच्या सीमारेषाही अशा अस्पष्ट असतात. स्वाभिमानाचा अतिरेक झाला की, याचे गर्वात केव्हा रूपांतर होते, हे त्या व्यक्तीसही समजू शकत नाही. संताजीच्या बाबतीत हेच घडून आले असावे. एका मागून एक मिळालेल्या नेत्रदीपक विजयांनी संताजीच्या ठिकाणी स्वाभिमानाची जागा गर्वाने केव्हा घेतली असावी, हे त्याचे त्यालाही समजले नसेल. संताजीचे पराक्रम धनाजीपेक्षा नेत्रदीपक खरे; पण याचा अर्थ धनाजी कमी प्रतीचा अथवा कमी पराक्रमाचा सेनानी होता असे नाही. पण संतांजीस मात्र आपण धनाजीहून अधिक पराक्रमी आहोत, असे सातत्याने वाटत राहिले.

याचबरोबर संताजीची आणखी एक गैरसमजूत होती. ती म्हणजे धनाजीहून आपला पराक्रम मोठा असूनही छत्रपतींच्या दरबारात आपली उपेक्षा होते आहे.

वास्तविक, राजाराम महाराज हे अतिशय संतुलित विचार करणारे व सर्वांशी गोडीने वागून कार्यभाग साधणारे राज्यकर्ते होते. त्यांची वृत्ती पापभीरू होती. राज्याचा खरा मालक शाहूराजे हेच असून आपण भरताप्रमाणे राज्याचे 'विश्वस्त' आहोत, अशी त्यांची भावना होती. सेवकावर विश्वास टाकण्याची त्यांची रीती अशी होती की, रामचंद्रपंतास आपले सर्व अधिकार सुपूर्द करून त्यास महाराष्ट्रातील स्वराज्यावर आपल्या अनुपस्थितीत प्रमुख कारभारी म्हणून त्यांनी नेमले होते. खुद्द संताजी रुसून जिंजीबाहेर पडल्यावर त्यांनी स्वत:ची प्रतिष्ठा बाजूला ठेवून स्वत:हून संताजीची भेट घेतली व त्याची समजूत घातली गेली. अशा धन्याशी संताजीचे वितुष्ट यावे व त्याची परिणती त्याच्या पदच्युतीमध्ये व्हावी आणि पुढे त्याचा शेवट दु:खान्त व्हावा, या घटनानुक्रमास खुद्द संताजीच जबाबदार होता, अन्य कोणी नाही. महान बादशहा नेपोलियनच्या पतनास इतर कोणापेक्षा स्वत: तोच अधिक जबाबदार होता. या ऐतिहासिक सत्याची प्रचिती संताजीच्या चरित्रातही आल्याशिवाय राहत नाही!

मराठ्यांच्या स्वातंत्र्ययुद्धाच्या कालखंडात तीन सर्वांत मोठ्या दुर्दैवी घटना घडल्या. छत्रपती संभाजी महाराजांची हत्या, रायगडचा पाडाव आणि सेनापती संताजी घोरपडे याचा खून अशा या तीन घटना होत. शत्रुपक्षीयांच्या भल्या नामांकित सेनानींची हृदये कंपायमान करणाऱ्या मराठ्यांच्या या महान सेनानीचा शेवट असा दु:खान्त व्हावा, यापरी दुर्दैव ते कोणते? शत्रूने घेतलेले पन्नास किल्ले परत जिंकून घेऊन लष्करी आघाडी सावरता येते; झालेली हानी भरून काढता येते. पण संताजीसारख्या सेनानीच्या मृत्यूने झालेली हानी कधीच भरून काढता येत नाही. पुढचा इतिहास असे सांगतो की, संताजीसारखा प्रतिसंताजी मराठ्यांना निर्माण करता आला नाही. पुढे औरंगजेबाच्या मृत्यूपर्यंत मराठे मोठ्या जिद्दीने व पराक्रमाने मोगलांशी गनिमी युद्ध करीत राहिले. पण संताजीप्रमाणे एकामागून एक असे नेत्रदीपक विजय कोणाही मराठा सेनानीस कमविता आले नाहीत. संताजीची महती यातच आहे!

(पूर्वप्रसिद्धी : 'सेनापती संताजी घोरपडे' या ग्रंथामधून)

संदर्भ-टिपा

१. मराठ्यांचे स्वातंत्र्ययुद्ध, पृ. ३८
२. मराठे व औरंगजेब, पृ. ७२
३. मराठी रियासत, खं. २ : स्थिरबुद्धि राजाराम, पृ. २३१
४. कित्ता, पृ. २३१-२३२
५. शिवचरित्र साहित्य, खं. ५, ले. ८५१
६. मोगल दरबारची बातमीपत्रे, खं. १, पृ. १२२

७. History of Aurangzib, Vol. V., p.34

८. मराठी रियासत., खं. २, स्थिरबुद्धि राजाराम, पृ. २२९

९. कित्ता पृ. २३१

१०. कित्ता

११. Martin's Memories, pp.248-249

१२. मराठी रियासत, खं. २ : स्थिरबुद्धि राजाराम पृ. २२८-२२९

१३. History of Aurangzib, Vol. V., p.102

१४. रियासतकार म्हणतात, "सन १६९६ त संताजी व धनाजी यांचा तंटा विकोपास गेला. ते त्यांचे भांडण राजारामास मिटविता आले नाही, हे दुर्भाग्य होय. प्रल्हाद निराजी जवळ असेपर्यंत राजारामाची व्यवस्था सुरळीत चालली होती. पण तो सन १६९४ त जिंजी येथे मरण पावला. तेव्हापासून राजारामाचा कारभार बिघडत गेला." मराठी रियासत खं. २ : स्थिरबुद्धि राजाराम, पृ. २१५

१५. दि. २ जुलै १६९६ रोजी छत्रपती राजाराम महाराजांनी प्रसिद्ध मराठा सरदार चांदजीराव पाटणकर यास कसबा रहिमतपूर येथे काही जमीन इनाम दिली. त्या इनामपत्राच्या अस्सल सनदेवर एका बाजूवर निळकंठ मोरेश्वर मुख्य प्रधान व प्रल्हाद निराजी प्रतिनिधी यांचे शिक्के आहेत. निदान या तारखेपर्यंत तरी प्रल्हाद निराजी हयात होता, असे समजण्यास हरकत नसावी– Records of Shivaji Period, p. 192

१६. History of Aurangzib, Vol. V., p. 102

१७. Fort St. David & Consultations, 1696, p. 67

१८. Records of Shivaji Period, p. 179

१९. चिटणीसविरचित छत्रपती राजाराम महाराज यांची बखर, पृ. ९

२०. भा.इ.सं.मं. त्रैमासिक, वर्ष ९, अं. ४, पृ. ६६-६७

२१. सदर पत्र पंत अमात्य बावडा दप्तर भाग १ मध्ये प्रसिद्ध झालेले असून त्यावर तारीख नाही. संपादकांनी अंदाजे काल इ.स. १६९४ असा दिलेला आहे. पण पत्रातील मजकुरावरून त्याचा काल सन १६९३ चा असावा असे वाटते. पत्रांतर्गत 'अलिमर्दाखान घेतला म्हणऊन आइकिले' असे एक वाक्य आहे. अलिमर्दाखान संताजीने १४ डिसेंबर १६९२ रोजी घेतला. सन १६९३ च्या मे-जूनच्या सुमारास संताजी महाराष्ट्रात आला. यानंतर त्याने हे पत्र लिहिले आहे.

२२. याचा शोध लागत नाही, हे सातार्‍याच्या प्रदेशातील कृष्णकाठचे एखादे गुप्त ठिकाण असावे.

२३. पंत अमात्य बावडा दप्तर, भाग १, पृ. ५३-५५

२४. शिवचरित्रप्रदीप, पृ. ३७

२५. इचलकरंजी संस्थानचा इतिहास, पृ. १३

२६. मराठे व औरंगजेब, पृ. ७१

२७. पेशवा दप्तर, खंड ३१, पृ. ४८

२८. ताराबाईकालीन कागदपत्रे, खंड १, पृ. ६७-६८, ७५-७६, ९७-९९

२९. मराठ्यांच्या इतिहासाची साधने, खं. १५, पृ. ८०-८१

३०. श्री शिवछत्रपतींची ९१ कलमी बखर, पृ. ५५

३१. मराठ्यांचे स्वातंत्र्ययुद्ध, पृ. ३७

३२. History of Aurangzib, Vol. V., p. 105

◆

राजा कर्ण छत्रपतींच्या गादीवर बसला काय?

छत्रपती शिवाजी महाराजांनी सन १६७४ साली रायगडावर मराठी राज्याचे सिंहासन निर्माण करून आणि त्यावर सशस्त्र आरूढ होऊन महाराष्ट्रात हिंदवी स्वराज्याची विधिवत स्थापना केली. छत्रपतींचे हे सिंहासन मराठी संस्कृतीचा मानदंड ठरले. या पवित्र मानल्या गेलेल्या सिंहासनावर शिवछत्रपतींनंतर त्यांचे पुत्र संभाजी महाराज व त्यानंतर राजाराम महाराज आरूढ झाले. सन १७०० मार्चमध्ये राजाराम महाराजांचा मृत्यू घडून आला. त्यांना आपल्या ताराबाई या ज्येष्ठ राणीपासून शिवाजी राजे व राजसबाई या कनिष्ठ राणीपासून संभाजीराजे असे दोन औरसपुत्र होते. पण या दोघांचाही मराठी राजसिंहासनावरील हक्क डावलून सेनापती धनाजी जाधव व त्याच्या साथीदारांनी राजाराम महाराजांचा एक रक्षापुत्र राजा कर्ण यास मराठ्यांच्या गादीवर बसविले; पण तो अल्पावकाशातच मृत्युमुखी पडल्याने ताराबाईपुत्र शिवाजीराजे यांस त्या गादीवर बसवावे लागले, असे प्रतिपादन सर जदुनाथ सरकार, रियासतकार सरदेसाई, डॉ. ब्रिज किशोर इत्यादी मान्यवर इतिहासकारांनी केले आहे. त्यांचे हे प्रतिपादन मोगल दरबारच्या फारसी बातमीपत्रांवर आणि इतिहासावर आधारित होते. पण नव्यानेच प्रकाशित झालेल्या 'यादव दप्तरा'तील कागदपत्रांनी या तथाकथित राज्यक्रांतीच्या खरेखोटेपणावर एक वेगळाच प्रकाश टाकला जातो आहे, आणि तोच प्रस्तुत लेखाचा मुख्य विषय आहे.

छत्रपतींच्या गादीवर राजा कर्ण नावाचा रक्षापुत्र अथवा अनौरस पुत्र बसल्याचे उपरोक्त इतिहासकारांनी ठामपणे प्रतिपादन केले आहे, त्यामागे त्यांचा काही पूर्वग्रहदूषित दृष्टिकोन होता असे नाही. कारण त्यांच्या समोरची फारसी साधनेच त्यांना तसे सांगत असल्याने व मराठी कागदपत्रांत या घटनेचा प्रतिवाद करणारे एकही साधन उपलब्ध नसल्याने त्यांना फारसी साधनातील ही माहिती ग्राह्य मानावी लागली. पण एकदा ही राजा कर्णाची कथा सत्य मानली गेल्यावर मग ती तशी का घडून आली, याचीही चिकित्सा करण्याचे काम इतिहासकारांवर येऊन पडले

आणि मग मुळातच ही घटना घडून गेली नसल्याने त्यांची अशी चिकित्सा व त्यातून काढलेले निष्कर्ष पूर्णपणे फसले गेले. पण ही फसगत कशी, हे पाहण्यापूर्वी ज्या फारसी साधनांच्या आधारावर उपरोक्त इतिहासकार विसंबिले, त्या साधनांची मूळ माहिती पाहू.

मोगल दरबाराच्या इतिहासकारांचे वृत्तान्त

औरंगजेब बादशहाच्या दक्षिणेतील युद्धाचे व त्या अनुषंगाने मराठी राज्याचे वृत्तान्त सांगणारे मोगलांचे तीन प्रमुख इतिहासकार होत. ते म्हणजे साकी मुस्तैदखान, भीमसेन सक्सेना आणि खाफीखान. पैकी साकी मुस्तैदखान आपल्या चरित्रग्रंथात लिहितो, 'दुष्ट रामा (राजाराम) हा वऱ्हाड प्रांताकडे परांगदा होऊन भटकत होता. तो अपयश पत्करून आपल्या देशाला परतला आणि नरकाला गेला. शव्वाल महिन्याच्या दहा तारखेस (२१ मार्च १७००) बादशहांना कळविण्यात आले की रामाच्या पाच वर्षांच्या मुलाला, त्याच्या सरदारांनी गादीवर बसविले होते. तो मुलगाही आपल्या बापाकडे निघून गेला. (मेला.)'[१]

साकी मुस्तैदखान या मुलाचे नाव देत नाही, ते नाव भीमसेन सक्सेना हा दुसरा इतिहासकार देतो. तो म्हणतो, ''बातमी आली की, रामाचा देवीच्या आजाराने मृत्यू झाला. त्याचा मोठा मुलगा कर्ण यास त्याच्या जागेवर बसविण्यात आले, पण थोड्याच काळात तोही आपल्या बापाच्या मागोमाग परलोकी निघून गेला. त्यानंतर रामाचा धाकटा मुलगा शिवाजी यास गादीवर बसविण्यात आले.''[२]

मोगलांचा तिसरा इतिहासकार खाफीखान हा राजा कर्णाच्या राज्यारोहणाविषयी काही सांगत नाही. तथापि, राजाराम महाराजांच्या मृत्यूनंतर राजा कर्णही लगेच मृत्यू पावला, असे तो म्हणतो : ''रामराजा वऱ्हाडकडे विफलतेच्या रानावनात भटकत होता. तेथून तो आपल्या इलाख्यातील डोंगरदऱ्याकडे येण्यास निघाला. वाटेत तो मृत्यू पावून निजधामास गेला. त्याच्या दोन बायका आणि तीन मुले त्याच्यामागे राहिली आहेत. यानंतर लवकरच बातमी आली. त्याचा मोठा मुलगा (राजा कर्ण) पाच वर्षांचा होता. तो देवीचा रोग होऊन आपल्या नरकवासी बापाला जाऊन मिळाला. मराठे सरदारांनी ताराबाईला त्याची (राजारामाची) कायम मुक्काम (वारस) म्हणून मान्यता दिली आहे.''[३]

सरकार, सरदेसाई व ब्रिज किशोर

औरंगजेबाच्या कारकिर्दीतील तीन तत्कालीन इतिहासकार जेव्हा राजा कर्णाच्या राज्यारोहणाच्या कथेबद्दल इतक्या स्पष्ट शब्दांत सांगतात तेव्हा त्यांची साक्ष उपरोक्त अर्वाचीन इतिहासकारांना ग्राह्य धरल्याशिवाय अन्य पर्याय नव्हता. स्वाभाविकच

या मोगली इतिहासकारांच्या वृत्तान्तावर यांनी आपली विधाने तयार केली. सर जदुनाथ सरकार त्यांनी आपल्या औरंगजेबाच्या चरित्रग्रंथात म्हटले आहे की, "धनाजी जाधवाच्या मदतीने राजारामाच्या सरदारांनी त्याच्या मृत्यूनंतर लगेच त्याचा आवडता अनौरस पुत्र राजा कर्ण यास सिंहासनारूढ केले. परंतु कर्ण हा देवीच्या रोगाने तीन आठवड्यातच मूत्यू पावला. यानंतर 'महाराष्ट्राचा कारभारी' रामचंद्रपंत याच्या साहाय्याने ताराबाईच्या पोटी जन्मलेल्या त्यांच्या औरस पुत्रास शिवाजी तिसरा म्हणून गादीवर बसविण्यात आले."[४]

आपल्या विधानास त्यांनी तळटिपेत अखबारांचा (मोगल दरबाराच्या बातमीपत्रांचा) आधार दिला आहे. १ एप्रिल व ४ एप्रिल, १७०० रोजीच्या बातमीपत्रात राजा कर्ण २४ मार्च, १७०० रोजी मृत्यू पावल्याचे नमूद आहे. साकी मुस्तैदखान ही तारीख २१ मार्च अशी देतो. तारीख कोणती प्रमाण धरावयाची हा मुद्दा बाजूला ठेवला, तरी ही गोष्ट वादातीत आहे की, राजाराम महाराजांच्या मृत्यूनंतर लवकरच थोड्याच दिवसांनी राजा कर्णाचा मृत्यू झाला.

रियासतकार सरदेसाई या घटनेवर आपले मत देताना म्हणतात, "राजा कर्ण अलीकडे प्रमुखपणे राज्याच्या कामी खपत होता, म्हणून त्यासच राज्यावर बसविले हा प्रकार खरा दिसतो. तो मेल्यावर मग (ताराबाई पुत्र) शिवाजीशिवाय दुसरा वारस राहिलाच नाही."[५]

मराठ्यांच्या इतिहासाचे तिसरे भाष्यकार डॉ. ब्रिज किशोर यांनी हा प्रकार थोड्या विस्ताराने वर्णिलेला आहे. ते सांगतात, "सर्वसाधारण परिस्थितीत राजारामाचा ज्येष्ठ पुत्र म्हणून ताराबाईपुत्र शिवाजी राजारामानंतर सिंहासनारूढ झाला असता, परंतु राजारामाच्या वारसाचा प्रश्न इतका साधा नव्हता. आपल्या स्वत:च्या हक्काने राजारामास राजपद प्राप्त झाले नव्हते. संभाजीच्या हत्येनंतर त्याचा एकुलता एक पुत्र शाहू हाच कायदेशीर वारस समजला गेला, परंतु तो अज्ञान तसेच कैदेत असल्याने सर्वांच्या संमतीने राज्याचे कारभारीपद राजारामास देण्यात आले. तेव्हा राजारामाचे राजपद फार तर तात्पुरत्या स्वरूपाचे होते. जन्म, ज्येष्ठत्व अगर कायदेशीरपणा यांच्याकडे फारसे लक्ष न देता युद्धप्रयत्नांचे संयोजन करणारी कुणीही व्यक्ती राजारामाची वारस व्हावी, अशी काळाची गरज होती. काही सरदारांना राजाराम राजा कर्णाचा पक्षपाती आहे हे माहीत होते आणि त्या पक्षपातीपणास त्यांचा विरोध नव्हता.

"तथापि, सनातनी रामचंद्रपंत त्वरित निर्णय घेऊ शकला नाही. तेव्हा धनाजी आणि त्याचे साथीदार यांनी पुढाकार घेऊन राजा कर्णास सिंहासनारूढ केले. त्यांना असे वाटले असावे की, राजारामाचे स्थान कारभाऱ्याचेच असल्याने राज्यकारभार करण्याची कर्तबगारी असणारी कुणीही व्यक्ती त्या जागेवर बसू शकेल व राजारामाच्या

वारसाच्या प्रश्नात औरसतेतील कायदेशीरपणा ही कसोटी असण्याचे कारण नाही... तथापि, कर्तबगारी किंवा जाणतेपणा यांपेक्षा कारस्थानानेच राजा कर्णास गादी मिळाली होती हे स्पष्ट आहे... दुसरे असे की, ताराबाईच्या हुकमती स्वभावाशी आपले पटणार नाही, असे धनाजी जाधव व त्याच्या बाजूच्या सरदारांना वाटल्याने त्यांनी ताराबाईच्या पुत्राचा हक्क डावलला.''[६]

मराठी राज्यात छत्रपतींच्या गादीवर रक्षापुत्राची स्थापना ही मोठी खळबळजनक घटना होती. पण ती घडली असे एकदा गृहीत धरल्याने डॉ. ब्रिज किशोरांसारख्या मान्यवर इतिहासकारालाही तिची चिकित्सा करताना किती कसरती कराव्या लागल्या, हे उपरोक्त परिच्छेदावरून आपल्या लक्षात येईल. राजाराम महाराजांनंतर राजा कर्ण हा त्यांच्या गादीवर बसला, हे एकदा गृहीत धरले की मग त्यामधून पुढच्या गृहीत पायऱ्या तयार होतात. त्यामुळेच डॉ. ब्रिज किशोरांना पुढील गृहीते मांडावी लागली–

१. राजाराम महाराजांचे स्थान कारभाऱ्याचे होते.

२. त्यांच्या मृत्यूनंतर कारभारीपद रिकामे पडले होते, छत्रपतिपद नव्हे. अशा प्रकारे रिकाम्या पडलेल्या कारभारीपदावर राजाराम महाराजांचा औरसपुत्रच बसविला पाहिजे, असा दंडक पाळण्याचे कारण नाही, असे सरदारांना वाटले. कुणीही कर्तबगार व्यक्ती त्या स्थानावर चालली असती.

३. धनाजी जाधव व इतर सरदारांचे हे एक कारस्थान होते; शिवाजीराजे गादीवर आले, तर ताराबाईंशी आपले पटणार नाही, असे त्यांना वाटत होते.

खरे म्हणजे राजाराम महाराजांचा राज्याभिषेक झाला की नाही, हा मुद्दा वादाचा असला, तरी त्यांनी मराठी राज्याचे छत्रपतिपद धारण केले होते, हे शेकडो कागदपत्रांवरून स्पष्ट होते. तेव्हा राजाराम महाराज हे मराठी राज्याचे छत्रपती होते, कारभारी नाही. कारभारी होते रामचंद्रपंत व शंकराजी नारायण. महाराजांच्या मृत्यूने कारभारीपद रिकामे पडले नसून छत्रपतिपद रिकामे पडले होते, हे लक्षात घेतले पाहिजे.

आता ही राज्यक्रांती झाली असे गृहीत धरले, तर आणखीही काही गृहीते धरावी लागतील ती अशी–

१. आपल्यानंतर राजा कर्णाने गादीवर बसावे, अशी राजाराम महाराजांची इच्छा असावी.

२. छत्रपतीच्या घराण्यातील औरस पुत्राचा हक्क डावलून अनौरस पुत्रास गादीवर बसविण्याइतपत मराठी सरदारांच्या अंगी उद्दामपणा, बंडखोरी व महत्त्वाकांक्षा होती.

३. राजाराम महाराजांची ज्येष्ठ राणी ताराबाई राजकारण न खेळणाऱ्या होत्या

किंवा त्यांनी या वेळी राजकारण खेळले असले, तरी त्यात त्यांचा पराभव झाला होता.

४. राजा कर्णाचा मृत्यू अकाली झाल्यामुळे मराठी सरदारांपुढे अन्य काही पर्यायच राहिला नाही, म्हणून ताराबाईपुत्रास गादी मिळाली. केवळ योगायोगानेच ताराबाई व दुसरे शिवाजी यांच्या हाती सत्ता आली.

जोवर फारसी साधनांचा प्रतिवाद करणारे एखादेही साधन मराठीत उपलब्ध नव्हते, तोवर सरकार अथवा ब्रिज किशोर यांनी मांडलेली गृहीते अथवा काढलेले निष्कर्ष मराठ्यांच्या इतिहासाचा अभ्यास करणाऱ्यांना स्वीकारण्याशिवाय अन्य पर्याय नव्हता. पण आता सुदैवाने कोल्हापुरातील यादव घराण्याच्या दप्तरामधील अस्सल कागदांत राजाराम महाराजांच्या मृत्यूनंतर लगेच ताराबाईपुत्र शिवाजी राजे यांचे राज्यारोहण झाल्याचा पुरावा पुढे आला आहे. त्यामुळे राजा कर्णाच्या तथाकथित राज्यारोहणाचा इमला खाली ढासळल्याशिवाय राहत नाही.

मराठी कागदपत्रांतील शिवाजीराजाच्या राज्यारोहणाचा नवा पुरावा

आता खरा प्रकार काय घडला, ते पाहू. २ मार्च १७०० रोजी राजाराम महाराज सिंहगडावर मृत्यू पावले, तेव्हा ताराबाई, राजसबाई, शिवाजी राजे इत्यादी राजकुटुंबीय मंडळी विशाळगडावर होती. खानदेश-वऱ्हाडच्या स्वारीवर निघण्यापूर्वीच त्यांची रवानगी राजाराम महाराजांनी साताऱ्याहून विशाळगडी केली होती. कारण औरंगजेब बादशहा साताऱ्यावर घसरणार, अशी त्यांना बातमी समजली होती. रामचंद्रपंत हाही राजकुटुंबाबरोबर विशाळगडावर होता. परशुरामपंत हा या वेळी परळीवर होता.[७] तर धनाजी जाधव हा जुल्फिकारखानाशी धावपळीच्या लढाया करण्यात गुंतला होता.[८]

२ मार्च रोजी राजाराम महाराज मृत्यू पावले, ही बातमी विशाळगडावर ४-५ मार्चला येऊन पोहोचली असावी. यानंतर चारच दिवसांनी म्हणजे १० मार्च, १७०० रोजी शिवाजी राजे यांचे विशाळगडावर विधियुक्त मंचकारोहण (राज्यासनारूढ) झालेले आहे. त्या संबंधीचा पुरावा, ज्याच्या समोर हे मंचकारोहण झाले, त्या गिरजोजी यादवाच्या तकरीरीत आहे. गिरजोजी म्हणतो–

"...राजेश्री राजाराम छत्रपति याणी कैलासवास केलियाउपरी राजेश्री शिवाजी राजे छत्रपतिसाहेब विशाळगडी वर्षप्रतीपदेचे दिवशी (१० मार्च १७००) राज्यासनारुढ जाले. ते समई राजेश्री परशरामपंत पेशवाई करीत असता त्याचे विद्यमाने प ॥ मजकुरीचे देशमुखीच्या पत्राविशई विनंती केली. ५००० पाच हजार रुपये सेरणी दिल्हे तो राजेश्री रामचंद्रपंत व परशरामपंत यांचा गर्गशा लागला. पनालेखाली खंडोपंत खटावक याणे राजेश्री संभाजीराजे यांचा पुत्र आपण शाहू राजे तांब्राच्या

निर्बंधातून निघोन आलो म्हणऊन तोतया करून मुलकातील गडाकिलयावरी कागदपत्र चालविले. या पिडवर प्रसंगाकरिता (वतनाची) पत्रे जाहली नाहीत. त्याउपरी तोतया मोडिला..''[९]

उपरोक्त उतारा यादव दप्तरातील एका विभाजनपत्रातील आहे. सन १७१६ साली स्वरूपजी यादव व गिरजोजी यादव यांच्यामध्ये प ।। कऱ्हाडच्या देशमुखीचे जे विभाजन झाले, त्यामध्ये स्वरूपजी व गिरजोजी या दोघांच्या तकरारी आहेत. सदर अस्सल विभाजनपत्र ६८।। फूट लांब असून प्रस्तुत लेखकाने शिवाजी विद्यापीठात ताराबाईकालीन कागदपत्रांचे संशोधन/संपादन करताना स्वत: अभ्यासले आहे. तेव्हा या पत्राच्या अस्सलपणाविषयी शंका नाही.

पण राजा कर्णाचा हा प्रसंग 'कटू' असल्याने त्याचा निर्देश केला गेला नसावा, अशीही शंका येथे उपस्थित होऊ शकेल. तथापि, एखादा प्रसंग कटू आहे म्हणून त्याचा निर्देश करायचा नाही, असे गिरजोजीचे धोरण दिसत नाही. अगदी वरील तकरारीतच गिरजोजीने मराठी राज्याच्या तत्कालीन राजकारणातील एका महत्त्वाच्या पण कटू प्रसंगाचा निर्देश केला आहे. तो प्रसंग म्हणजे खटावच्या खंडो लिंगो कुलकर्णीने शाहू राजाचा तोतया उभा करून राज्यात डोहणा उत्पन्न केला; इतका की रामचंद्रपंत व परशुरामपंत या दोन मातब्बर प्रधानांमध्येही 'गर्गशा' निर्माण झाला! आता जो अशा कटू प्रसंगाचीही नोंद करतो तो राजा कर्णाच्या राज्यारोहणाची नोंद केल्याशिवाय कसा राहील?

आता आणखी एक प्रश्न उपस्थित होऊ शकतो. तो म्हणजे चार-पाच मार्चच्या सुमारास राजाराम महाराजांच्या मृत्यूची बातमी विशाळगडावर आली असताही शिवाजी राजांच्या मंचकारोहणाला १० मार्चचा दिवस का उजाडावा लागला? पण याही प्रश्नाची कारणमीमांसा करता येते. ती अशी–

१. मंचकारोहण समारंभ शुभमुहूर्तावर होत असतो. संभाजी राजांचे मंचकारोहण श्रावण शु. ।। ५. (लळिता पंचमी) या शुभमुहूर्तावर झाले होते.[१०] या वेळी वर्ष प्रतिपदेचा शुभमुहूर्त तोंडावर आला होता. तत्पूर्वी १-२ दिवस मंचकारोहण करण्याऐवजी ते 'वर्षप्रतिपदेस' करावे, असे ताराबाई व मराठी सरदार यांना वाटणे स्वाभाविक होते.

२. थोरले शिवाजी महाराज यांच्या मृत्यूनंतर संभाजीराजे १८ जून १६८० रोजी रायगडावर आले. पुढे २० जुलै, १६८० रोजी त्यांचा मंचकारोहण समारंभ झाला. नंतर संभाजीराजे १ फेब्रुवारी १६८९ रोजी संगमेश्वरी पकडले गेले. ही धरपकडीची बातमी ३ फेब्रुवारीपर्यंत रायगडावर पोहोचली. यानंतर ९ फेब्रुवारी रोजी राजाराम महाराजांनी मंचकारोहण केले होते. या पूर्वीच्या मंचकारोहणांच्या तारखा हेच दर्शवितात की, शिवाजी महाराजांच्या मृत्यूनंतर संभाजी महाराजांचे व संभाजी

महाराजांच्या कैदेनंतर राजाराम महाराजांचे मंचकारोहण लगेचच झालेले नाही. म्हणजे छत्रपतींच्या मृत्यूची बातमी समजताच, त्यांच्या वारसाचे त्वरित मंचकारोहण करण्याची प्रथा त्या वेळी महाराष्ट्रात नव्हती. इंग्लंडचा राजा मृत्यू पावल्यावर त्याच्या वारसाचा प्रथम राज्यासनारोहणाचा कार्यक्रम होतो व नंतर मृत राजाचा दफनविधी होतो. अशी रूढी मराठी राज्यकारभारात नव्हती, हे लक्षात घेतले पाहिजे.

एवढेच काय, वर्ष प्रतिपदेचा दिवस आणखी ५-६ दिवसांनी येणार असता, तर शिवाजी राजांचे हे मंचकारोहण आणखी ५-६ दिवसांनी पुढे ढकलले गेले असते. आजही मराठी समाजाचा मुहूर्ताविषयीचा व ग्रहांविषयीचा समज तपासून पाहण्यासारखा आहे. त्या काळी तर आकाशस्थ ग्रहराजांचे वर्चस्व मराठी समजावर फार होते. महत्त्वाच्या लष्करी मोहिमा मुहूर्ताशिवाय निघत नसत. तेव्हा मराठ्यांनी शिवाजी राजांच्या मंचकारोहणासाठी वर्ष प्रतिपदेचा दिवस साधला होता, हे उघड आहे.

या विवेचनावरून हे स्पष्ट होईल की, फारसी इतिहास लेखक म्हणतात त्याप्रमाणे मराठ्यांच्या दरबारात राज्यक्रांतीचा प्रकार झाला नाही. ताराबाईपुत्र शिवाजी राजे हे २४ मार्च १७०० नंतर, म्हणजे राजा कर्णाच्या मृत्यूनंतर, गादीवर आलेले नसून ते १० मार्च, १७०० रोजीच विशाळगडावर विधियुक्त मंचकारोहण होऊन गादीवर आले होते. मग असे असेल तर फारसी इतिहासग्रंथात राजा कर्णाच्या राज्यक्रांतीची बाब आलीच कशी, याचीही कारणमीमांसा केली गेली पाहिजे.

राजा कर्णाच्या कथेची चिकित्सा

१. राजा कर्णाच्या राज्यक्रांतीचा प्रकार खरा नसून मोगली गोटात राजाराम महाराजांच्या मृत्यूनंतर पसरलेली ती एक अफवा होती. अशा कितीतरी अफवा मोगली गोटात त्या काळी पसरत असत. याची अनेक उदाहरणे देता येतील. राजाराम महाराज जिंजीच्या वाटेवर असताना पकडले गेल्याची वार्ता बादशहाच्या कानावर आली होती. इतकेच नव्हे तर राजाराम महाराजांना मोगली दरबारात आणण्यासाठी त्याने हमीदुद्दीनखान या सरदाराची नेमणूकही केली होती.[११] पुढे बादशहाला समजलेली ही बातमी अफवा ठरली. दुसरे उदाहरण सर जदुनाथ सरकारांच्या ग्रंथातीलच घेऊ. त्यांनी ज्या अखबरांच्या आधारे या राज्यक्रांतीचे वर्णन केले आहे, त्याच्या खालीच ११ मार्च १७०० च्या अखबारातातील एक अफवा त्यांनी नमूद केली आहे. ती अशी–

‘घाटाखालचा एक देसाई रामचंद्रपंताच्या हाताखाली चाकरीस होता. त्याला परळीस जाण्याचा पंताने हुकूम केला. तथापि आपल्या व हाताखालच्या सैनिकांच्या

पगाराची थकबाकी चुकती केल्याशिवाय त्याने कूच करावयास नकार दिला. तेव्हा देसाई व पंत यांच्यात बाचाबाची होऊन देसायाने पंताला आपल्या तलवारीने ठार केले.''[१२] रामचंद्रपंताचा मृत्यू अशा प्रकाराने झालेला नसून तो पुढे सन १७१६ सालापर्यंत जिवंत होता हे सर्वज्ञात आहे.

२. आता राज्यक्रांतीची बातमी म्हणजे जर अफवा होती, तर तिचा इन्कार फारसी इतिहासलेखकांनी नंतर का केला नाही, हा प्रश्न शेवटी शिल्लक उरतोच. तथापि, राजा कर्णाचे तथाकथित राज्यारोहण आणि त्याचा मृत्यू या दोन्ही बातम्या एकाच वेळी मोगली गटात आल्या होत्या ही गोष्ट लक्षात घेतली पाहिजे. राजा कर्णाच्या मृत्यूमुळे हे प्रकरण कायमचेच संपले असल्याने त्याची शहानिशा करण्याचे कारणच इतिहास लेखकांना उरले नाही. तसेच मुसलमानी इतिहास लेखकांच्या दृष्टीतून अनौरस पुत्राचे राज्यारोहण ही बाब त्यांना धक्का देणारी नव्हती, हेही ध्यानी घेतले पाहिजे.

३. त्या काळात अशा प्रकारची अफवा पसरण्यास अनुकूल परिस्थिती होती. सगुणाबाई ही राजाराम महाराजांची रूपसुंदर नाटकशाळा होती. ती त्यांच्या खास मर्जीतील असून राजा कर्ण हा तिचा पुत्र त्यांचा अत्यंत लाडका होता. महाराजांनी त्याला कराड प्रांताची देशमुखी देऊन त्याच्या हाताखाली सुंदर तुकदेव हा हुशार गृहस्थ दिवाण म्हणून दिला होता.[१३] सन १६९७ साली जिंजीस वेढा जारी बसला असता, राजाराम महाराजांनी राजा कर्णास खंडो बल्लाळ, शंकराजी सुमंत आणि गिरजोजी यादव यांच्याबरोबर जुल्फिकारखानाच्या गोटात वाटाघाटीसही पाठविले होते.[१४]

राजा कर्णाचे वय या वेळी आठ वर्षांचे होते. तथापि, लहानपणापासून त्याला राजकारणाचे प्रशिक्षण मिळावे, असा महाराजांचा त्यामागे हेतू दिसतो. पण आपल्यानंतर राजा कर्णाने गादीवर बसावे, अशी त्यांची इच्छा होती की कसे, याविषयी माहिती सांगणारे कोणतेच साधन आपल्याजवळ उपलब्ध नाही. औरस पुत्र असताना त्यांना तसे वाटणे मात्र अस्वाभाविक होते. परंतु पुढेमागे मराठ्याच्या राजकारणात व कारभारात राजा कर्णानेही आपला वाटा उचलावा, ही त्यांची दृष्टी असणे गैर नव्हते. तेव्हा महाराजांच्या राजा कर्णाविषयीच्या प्रेमाच्या पार्श्वभूमीवर अशी राज्यक्रांतीची वदंता उठणे, त्या काळात अगदी शक्य होते.

४. छत्रपती घराण्यातील एका औरस पुत्राचा गादीवरील हक्क डावलून धनाजी जाधव व इतर मराठी सरदार यांनी एका रक्षापुत्रास गादीवर बसविण्याचा प्रयोग करणे, म्हणजे सामान्य जाब नव्हती. या घटनेचा उल्लेख कुठे ना कुठे एखाद्या तरी मराठी साधनात आला असता. परंतु त्याविषयीचा उल्लेख एकाही मराठी कागदात सापडत नाही. उलट राजाराम महाराजांच्या मृत्यूनंतर शिवाजीराजेच राज्यासनारूढ

झाल्याचेच व ताराबाई राज्यकारभार करू लागल्याचेच उल्लेख आढळतात.

या गोष्टींची आपण अवश्य दखल घेतली पाहिजे. विशेषत: मराठी राज्यातील बारीकसारीक घटनांच्या नोंदी करणाऱ्या शकावल्या या बाबतीत काय म्हणतात, हेही पाहिले पाहिजे. उपलब्ध असणाऱ्या शकावल्यांपैकी कोणीही राजा कर्णाच्या राज्यारोहणाची नोंद करत नाही. उलटपक्षी राजाराम महाराजांनंतर त्यांचे पुत्र शिवाजीराजेच गादीवर बसल्याचे आवर्जून सांगतात – उदाहरणार्थ, गदाधर प्रल्हाद शकावली सांगते– ''फालगुण वद्य नवमीस राजाराम यांही कोंढणयावरी देह ठेविला. याचे पुत्र सिवजी राजे राज्य करू लागले. ते समई वये वरशे पाच.''[१५]

५. आता हे खरे की, फारसी इतिहास ग्रंथात या राज्यक्रांतीचा उल्लेख येतो. बहुमताचा विचार करता ते फारसी साधनांच्या बाजूस आहे. तथापि, फारसी साधनांना बखरींच्या पंगतीत न बसविता किंवा त्यांचे ऐतिहासिक अवमूल्यन न करता इतिहासाचार्य वि. का. राजवाडे यांच्या शब्दांत म्हणता येईल की, 'एक अस्सल चिटोरे सर्व बखरीच्या बहुमताला हाणून पाडण्यास बस्स आहे.' या सूत्रास अनुसरून तत्कालीन एका अस्सल मराठी कागदातील 'राजेश्री शिवाजीराजे छत्रपतीसाहेब विशाळगडी वर्ष प्रतिपदेचे दिवसी राज्यासनारूढ जाले' ही एकच ओळ फारसी इतिहासातील तथाकथित राज्यक्रांतीचा इमला कोसळवून टाकण्यास पुरेशी आहे, असे म्हटल्यास वावगे ठरू नये. १० मार्च, १७०० रोजी शिवाजीराजांचे मंचकारोहण झाल्याचा पुरावा पुढे आल्याने फारसी साधनातील राजा कर्णाच्या तीन आठवड्यांच्या कारकिर्दीच्या कथेस काहीच अर्थ उरत नाही.

६. या तथाकथित राज्यक्रांतीच्या संदर्भात आणखी एक गोष्ट लक्षात घेतली पाहिजे. ताराबाईसारख्या करारी व महत्त्वाकांक्षी राणीस विरोध करून, नव्हे तिच्याविरुद्ध कटकारस्थान करून, सरदारांनी अशी क्रांती करणे त्या काळी कितपत शक्य होते? आणि ते शक्य झाले असते तरी हाती सत्ता येताच ताराबाईंनी या मराठी सरदारांना धडा शिकविला असता किंवा या कारस्थानाचा सूड घेतला असता की नाही? परंतु तसा काही प्रकार नंतरच्या कालखंडात झालेला दिसत नाही. तसेच धनाजीच्या सन १७०० ते १७०६ या कालखंडातील हालचालींवरून त्यानेही कधी ताराबाईंची सत्ता न जुमानण्याच्या प्रयत्न केल्याचा उल्लेख आढळत नाही.

७. शेवटी त्या काळातील मराठी समाजाची मानसिकताही लक्षात घेतली पाहिजे. राजाराम महाराजांना 'शिवाजीराजे' हा औरस पुत्र असता त्यांचा हक्क डावलून रक्षापुत्र राजा कर्णास गादीवर बसविण्याची मराठी सरदारांना बुद्धी व्हावी, हे तत्कालीन समाजाच्या मानसिकतेत बसत नाही. कारण एकतर अशा गोष्टीस मराठी सरदारांपैकी अनेकांनी विरोध केला असता व मराठी जनतेनेच या कारस्थानी सरदारांविरुद्ध लढा पुकारला असता. राजाराम महाराजांच्या मृत्यूने रिकामे पडलेले

सिंहासन हे मराठी राज्याचे संस्थापक शिवाजी महाराज यांच्यापासून चालत आले होते. या सिंहासनाशी मराठ्यांच्या निष्ठा व श्रद्धा निगडित होत्या. मराठी संस्कृतीचा तो एक मानदंड होता. अशा पवित्र व आदरणीय सिंहासनावर एका रक्षेचा पुत्र बसणे, अथवा बसविणे ही गोष्ट महाराष्ट्रातील मराठी जनतेला धक्का देणारी व क्रोध उत्पन्न करणारी घटना ठरली असती.

दुसरे असे की, मराठी राज्य एका मोठ्या संकटातून चालले होते. खुद्द औरंगजेबाने लष्कराचे नेतृत्व स्वीकारून मराठी किल्ल्यावरील मोहीम हाती घेतली होती; तशात राजाराम महाराजांचा मृत्यू घडून आला होता. अशा संकट परिस्थितीत धनाजी जाधवासारखे समंजस व स्वराज्यप्रेमी सेनानी राजा कर्णास मराठ्यांच्या गादीवर बसवून गृहकलह माजवितील असे वाटत नाही. असे जरी असले तरी फारसी इतिहासातील राजा कर्णाच्या राज्यारोहणाच्या नोंदीमुळे मराठ्यांच्या अर्वाचीन इतिहासकारांनाही त्या तथाकथित क्रांतीची दखल घ्यावी लागली होती आणि यादव दप्तरातील कागदपत्रे प्रकाशित झाली नसती, तर राजा कर्णाच्या राज्यारोहणाची ही कडू गोळी मराठी इतिहासप्रेमींना गिळावीच लागली असती!

(पूर्वप्रसिद्धी : भारतीय इतिहास आणि संस्कृती, पुस्तक ४५, १९७५-सुधारित)

संदर्भ

१. मराठे व औरंगजेब, पृ. ८६
२. मोगल आणि मराठे, पृ. १४४-१४५
३. मराठ्यांचे स्वातंत्र्ययुद्ध, पृ. ४८
४. History of Aurangzib, Vol. V., pp. 111
५. मराठी रियासत, खं- २ : स्थिरबुद्धि राजाराम, पृ. २६०
६. Tarabai and Her Times, pp. 62-63
७. मराठे व औरंगजेब, पृ. ८६
८. मोगल आणि मराठे, पृ. १४३-१४७
९. ताराबाईकालीन कागदपत्रे, खं. १, पृ. ४८०
१०. शिवचरित्र प्रदीप, पृ. ३०
११. मराठे व औरंगजेब, पृ. ४४
१२. History of Aurangzib, Vol. V., pp. 111
१३. मराठ्यांच्या इतिहासाची साधने, खं. १५, पृ. ५३
१४. ताराबाईकालीन कागदपत्रे, खं. १, पृ. ९५, १९७, ४७५, ४८५
१५. शिवचरित्र प्रदीप, पृ. ६७

◆

औरंगजेबाचा सज्जनगडाचा वेढा आणि महाराणी ताराबाईंचे एक अप्रकाशित पत्र

छत्रपती शिवाजी महाराजांच्या मृत्यूनंतर संभाजी महाराजांच्या कारकिर्दीच्या प्रारंभीच मोगल बादशहा औरंगजेब याने दक्षिणेत मराठ्यांचे राज्य बुडविण्यासाठी प्रचंड स्वारी हाती घेतली. या स्वारीचा प्रतिकार करण्यासाठी मराठ्यांनी पुढे २५/२६ वर्षे बादशहाशी जो लष्करी संघर्ष केला, त्यास हिंदुस्थानच्या इतिहासात **'मराठ्यांचे स्वातंत्र्ययुद्ध'** असे म्हटले जाते.

बादशहाची मराठ्यांचे किल्ले जिंकण्याची मोहीम

या स्वातंत्र्ययुद्धात मराठ्यांच्या बाजूवर छत्रपती संभाजी महाराज, छत्रपती राजाराम महाराज व महाराणी ताराबाई या तीन राज्यकर्त्यांनी मराठ्यांचे नेतृत्व केले. संभाजी महाराजांच्या हत्येनंतर उद्‌भवलेल्या भयानक प्रसंगातही मराठ्यांनी न डगमगता महाराष्ट्रात व कर्नाटकात अशा दोन्ही आघाड्यांवर बादशहाशी संघर्ष चालूच ठेवला. राजाराम महाराजांच्या कारकिर्दीच्या शेवटी मराठी राज्य जिंकण्यास मोगली फौजा असमर्थ ठरत आहेत, असे चित्र बादशहाच्या डोळ्यांसमोर उभे राहिले. विशेषत: सन १६९८ च्या प्रारंभी राजाराम महाराज कर्नाटकातून महाराष्ट्रात आल्यावर तर मराठ्यांची महाराष्ट्रातील धामधूम अधिकच वाढली होती. अशा परिस्थितीत आपल्या ब्रह्मपुरीच्या छावणीतून ऑक्टोबर १६९९ मध्ये स्वत: बादशहा मराठ्यांचे किल्ले जिंकून घेण्याच्या मोहिमेवर निघाला. हे किल्ले जिंकण्याचे काम तो दक्षिणेत आल्यापासून चालूच होते. पण या कामी आपले अधिकारी कामचुकारपणा करतात, असा संशय बादशहाला असल्याने आता त्याने स्वत:च मोहीम हाती घेतली होती. मराठ्यांचे किल्ले हीच त्यांची शक्तिस्थाने आहेत व ती पूर्ण काबीज केल्याशिवाय मराठ्यांची सत्ता नष्ट होणार नाही, असे त्यास वाटत होते व ते खरेही होते. पण मराठ्यांचे किल्ले हल्ले करून काबीज करणे ही सोपी गोष्ट नव्हती.

राजाराम महाराजांचा मृत्यू, सातारा पडला !

बादशहाने आपल्या मोहिमेच्या प्रारंभीच कऱ्हाडजवळचा वसंतगड हा किल्ला काबीज करून सातारा या मराठ्यांच्या राजधानीच्या किल्ल्यास वेढा घातला. (८ डिसेंबर १७००). बादशहाच्या या मोहिमेस शह देण्यासाठी खुद्द राजाराम महाराज मोगलांच्या मुलखावरील या स्वारीसाठी बाहेर पडले होते. दुर्दैवाने त्यांच्या प्रकृतीने त्यांना दगा दिला आणि इकडे राजधानीचा वेढा चालू असतानाच त्यांचा सिंहगडावर २ मार्च १७०० रोजी मृत्यू घडून आला. स्वातंत्र्ययुद्धाच्या कालखंडात संभाजी महाराजांच्या हत्येनंतर मराठ्यांना बसलेला हा दुसरा मोठा मानसिक धक्का होता.

या वेळी महाराणी ताराबाई व राजपुत्र शिवाजी राजे यांचा मुक्काम विशाळगडावर होता. साताऱ्याचा वेढा बसण्यापूर्वीच त्यांच्या सर्व राजकुटुंबीयांचे वास्तव्य त्या गडावरच होते. त्या गडावर ताराबाईंनी आपल्या पुत्राचे मंचकारोहण करून त्यास छत्रपती म्हणून मराठ्याच्या गादीवर बसविले. राजाराम महाराजांच्या मृत्यूने मराठे खचले नाहीत; ते शत्रूशी संघर्ष चालूच ठेवतील, अशी प्रेरणा त्यांनी सर्वांच्या ठायी निर्माण केली.

साताऱ्याच्या वेढा साडेचार महिने चालला. मराठ्यांनी मोठ्या शौर्याने हा किल्ला लढविला. पण शेवटी निरुपाय होऊन तो बादशहाच्या हवाली करावा लागला. (२१ एप्रिल, १७००).

सातारा काबीज होताच बादशहाने जवळच्याच परळी ऊर्फ सज्जनगडाकडे आपला मोर्चा वळविला. फत्तेहल्लाखान या आपल्या सरदारास प्रथम पुढे सैन्यासह हल्ला करावयास पाठवून, बादशहाही लवकरच सज्जनगडाच्या पायथ्याशी आला. (३० एप्रिल, १७००). किल्ल्याच्या समोरच्या मैदानावर त्याने आपली छावणी टाकली. आपल्या सहुल्लाखान नावाच्या दुसऱ्या एका सरदारास वेढ्याचे नेतृत्व करून हल्ले सुरू करण्याचा त्याने हुकूम सोडला. किल्ल्याच्या भोवतालच्या टेकड्यांवर मोठमोठ्या तोफा चढवून किल्ल्याच्या तटबंदीवर त्याने गोळीबारी सुरू केली. वेढ्यातील आपल्या सैनिकांना उत्साह यावा म्हणून त्याने रोख रक्कम वाटली.[१]

किल्ला लढविण्याचे ताराबाईंचे प्रयत्न

या वेळी महाराणी ताराबाई विशाळगडाहून कारभार पाहत होत्या. मराठी राज्याची सर्व राजकीय व लष्करी सूत्रे त्यांनी आपल्या हाती घेतली होती; आणि मोठ्या निर्धाराने त्यांनी मोगलांशी संघर्ष चालू ठेवण्याचे सर्व मराठी सरदारांना आवाहन केले होते. असे आवाहन करणारी अनेक पत्रे त्या काळी त्यांनी अनेक सरदारांना पाठविली असणार हे उघड आहे. ती सर्व आज उपलब्ध नाहीत. सुदैवाने अशा पत्रांपैकी एक पत्र प्रस्तुत लेखकाला गेल्या वर्षी कोल्हापुरात एका खासगी

संग्रहात उपलब्ध झाले; तेच आपणासमोर ठेवीत आहे.

सदर पत्र कोल्हापुरातील श्री. जयसिंगराव परशुराम रावराणे यांच्या घरी असलेल्या दप्तरात मिळाले. या रावराण्यांची गगनगडाच्या पायथ्याशी कोकणात १०/१२ इनाम गावे असून बावडेकर पंत अमात्यांशी त्यांचा या इनाम गावांसंबंधी अनेक वर्षांपासून तंटा चालू होता. या संदर्भात सन १९३० साली कोल्हापूरच्या न्यायालयात इनामी खटला चालू असता रावराणे घराण्यापैकी कै. परशुराम रावराणे व कै. सदाशिवराव रावराणे यांनी आपल्या वतनाच्या मजबुतीसाठी पूर्वीची कागदपत्रे जमा केली होती. ही कागदपत्रे तत्कालीन ऐतिहासिक घराण्यांच्या दप्तरांतून, विशेषत: बावडा जहागिरीच्या दप्तरातून मिळविली होती. सदरचे पत्र बावडा दप्तरातील असावे असा तर्क संभवतो. पण निश्चित सांगता येणार नाही. या पत्राची तारीख ४ मे १७०० अशी येते. बहिर्जी सोनाले नावाच्या सरदारास ताराबाईंनी लिहिलेले हे पत्र आहे. ते असे–

'स्वस्ति श्री राज्याभिषेक शके २६ विक्रमनाम संवत्सरे वैशाख बहूल द्वादसी मंदवासर क्षत्रिय कुलावतंस श्री राजा शिवछत्रपती याणी राजश्री बहिरजी सोनाले यासी आज्ञा केली ऐसीजे औरंगजेब गनीम घरात आला आहे. त्यास मारुन काढावे ते गोष्ट न करिता आपल्या फौजा पोटावरी नजर देऊन मुलुकगिरी करायास लागले आहेत. तुम्ही हुजुरी समागमे आहा. ते सरदारांस सांगोन फौजेनसी परतोन गनिमावरी (+) व जावे ते गोष्ट तुम्ही करीत नाही. सातारा गेला तरी काय जाहाले. स्वामींच्या राज्यात सेंभर किले व च्यालीस हजार सेना आहे. औरंगजेबाने सातारा घेतला तऱ्ही त्याचे निर्मूल केले जाईल. प्रस्तुत गनीम सज्जनगडाच्या तला पडिला आहे. यास नतिजा पाववून ठाई ठेवावा लागतो. या करिता लष्कराच्या सरदारांस पत्रे लिहिली आहेत. तरी तुम्ही राजश्री जयसिंग जाधवराऊ सेनापती यास व राजश्री सालुंखेराऊ दादाजी यांस, वरकड सरदारांस उत्तेजन देऊन सांगोन कूल फौजेनसी सिताबीने गनिमावरी येत ऐसी गोष्टी करणे. म्हणजे तुमचा गुजारा होऊन स्वामी तुम्हावरी संतोषी होतील. जाणिजे. निदेश समक्ष.

सुरुसुद[२]

या पत्राची ऐतिहासिक वैशिष्ट्ये

१. छत्रपती राजाराम महाराजांचे २ मार्च १७०० रोजी निधन झाले. आणि या

पत्राची तारीख आहे ४ मे १७००. याचा अर्थ महाराजांच्या निधनानंतर अवघ्या दोन महिन्यांनी लिहिलेले हे पत्र आहे. या पत्राची भाषा, त्यातील आशय, या गोष्टी पाहिल्या तर पतिनिधनाच्या धक्क्यावर मराठ्यांच्या या राणीने किती लवकर विजय मिळविला होता, हे स्पष्ट दिसून येते.

२. या कालात मराठे सरदार आपापल्या फौजा उभारून मोगलाच्या मुलखात मुलूखगिरी करीत असत, याचा अर्थ राज्याच्या खजिन्यातून त्यांचे वेतन दिले जात नव्हते. सरदारांनी आपल्या फौजा उभ्या कराव्यात व फौजेच्या खर्चाचीही तरतूद स्वत:च करावी, अशी राज्यकर्त्यांची भूमिका होती. हे धोरण राजाराम महाराजांच्या कारकिर्दीतच स्वीकारले गेले होते. पण त्याचबरोबर या मराठा सरदारांनी स्वराज्यात घुसणाऱ्या मोगली फौजांशीही झुंजायचे, अशी राज्यकर्त्यांची अपेक्षा या पत्रात स्पष्ट होते आहे आणि म्हणूनच या पत्रात ताराबाई म्हणतात की, औरंगजेब गनीम घरात आला असता तुम्ही त्यास मारून न काढता निव्वळ फौजेच्या पोटांवर नजर देऊन मुलूखगिरी करीत आहात, ही गोष्ट उचित नाही.

३. प्रस्तुत पत्रात मराठी राज्यात या वेळी १०० गडकोट व चाळीस हजार सेना असल्याचा उल्लेख आहे. या वेळी मराठ्यांच्या ताब्यात हिंदवी स्वराज्यातील राजगड, सिंहगड, लोहगड, पन्हाळा, विशाळगड, रांगणा इत्यादी महत्त्वाचे किल्ले होतेच; त्याशिवाय इतरही लहानमोठे किल्ले होते. तेव्हा ताराबाईच्या पत्रातील १०० किल्ल्यांचा व चाळीस हजार सेनेचा उल्लेख ही केवळ Figurative Language असा घेता येणार नाही. अशा प्रकारे राज्याच्या या काळातील लष्करी शक्तिसामर्थ्यावरही हे पत्र प्रकाश टाकते आहे.

४. त्या पत्राचे सर्वांत महत्त्वाचे वैशिष्ट्य म्हणजे महाराणी ताराबाईंचा दुर्दम्य आत्मविश्वास प्रकट करणारे त्यांचे उद्‌गार! एक 'सातारा गेला तरी काय जाहाले? स्वामींच्या राज्यात सेंभर किल्ले व च्यालीस हजार सेना आहे! औरंगजेबाने सातारा घेतला तरी त्याचे निर्मूल केले जाईल!' या ताराबाईच्या तीन वाक्यांत मराठ्यांच्या राणीची औरंगजेब पादशहाशी लढण्याची जिद्द व्यक्त होत आहे. अशा स्वरूपाची जिद्द व्यक्त करणारी सन १७०१ च्या वेढ्यातील, सन १७०२ च्या विशाळगडाच्या वेढ्यातील तसेच १७०३ च्या राजगडच्या वेढ्यातील ताराबाईंची पत्रे उपलब्ध आहेत. या पत्रांतही औरंगजेबाचा हिसाब न धरता त्यास 'ठेचगा' देण्याची वीरश्रीयुक्त भाषा ताराबाईंनी योजलेली आढळते. पण आजपर्यंत सातारा-परळी वेढ्यातील त्यांचे पत्र उपलब्ध नव्हते. हे पत्र ती जागा भरून काढते आहे.

५. स्वातंत्र्ययुद्धाच्या काळात, शेवटच्या पर्वात मराठ्यांचे केवळ राजकीय नेतृत्वच नव्हे, तर लष्करी नेतृत्वही ताराबाई करीत होत्या. लष्करी मोहिमांचे संयोजनही करीत होत्या, अशी खाफीखानाची साक्ष आहे. तो म्हणतो, "राजारामाची

राणी ताराबाई हीने दक्षिणेत विलक्षण धामधूम उडविली. त्यामध्ये तिचे सैन्याचे नेतृत्वाचे आणि मोहिमांच्या संयोजनाचे गुण प्रकर्षाने प्रकट झाले. त्यामुळे मराठ्यांचे आक्रमण आणि त्यांची धामधूम दिवसेंदिवस वाढतच गेली.''[३] औरंगजेबाच्या चरित्रकाराने हे जे ताराबाईच्या कर्तृत्वाबद्दल विधान केले आहे, त्यास प्रस्तुत पत्र हे पुष्टी देणारे साधन ठरले.

परळीपुढे मोगलांची हैराणगत

ताराबाईंच्या आवाहनाला प्रतिसाद देऊन मराठा सरदारांनी वेढा घालून बसलेल्या मोगली लष्करावर हल्ल्यामागून हल्ले चढविले. भोवतालचा प्रदेश उद्ध्वस्त करून त्यांनी बादशाही छावणीस मिळणारी रसदही बंद करून टाकली. खाफीखानाने मोगलांच्या या बिकट स्थितीचे फार मार्मिक वर्णन केले आहे. तो म्हणतो, ''मराठे मुंग्या व टोळ यांप्रमाणे बादशाही सैन्याभोवती घिरट्या घालीत. त्यांनी भोवतालचा प्रदेश उद्ध्वस्त करून टाकला. त्यामुळे रसद आणि गवत लष्करात येणे बंद झाले. त्यात ओढ्यांना पूर आल्यामुळेही रसद बंद झाली. बादशाही फौजेची स्थिती अत्यंत कठीण झाली. खाण्यापिण्याचे जिन्नस मिळेनासे झाले. माणसे आणि जनावरे कमालीची हैराण झाली. ती इतकी की, कुणालाच हालचाल करण्याची शक्ती राहिली नाही. एकीकडे महार्घता तर दुसरीकडे पैशाची टंचाई. कुणी एका दमडीला अमृत विकतो म्हटले तर कोणी विकत घेण्यास तयार झाले नसते. पावसाच्या थेंबाचे मोती झाले असते तरी लोकांपाशी एक दमडीही नव्हती किंवा धान्याचा कण नव्हता म्हणून त्या मोत्यांकडे कुणी ढुंकूनही पाहिले नसते.''[४]

अशाही परिस्थितीत धाडस करून मोगलांनी ४ जून १७०० रोजी किल्ल्यावर जोराचा हल्ला चढविला. तथापि, किल्ल्यावरील मराठा शिबंदीने मोगलांचा हा हल्ला मोडून काढला आणि मोगलांस परतवून लावले, तेव्हा प्राप्त परिस्थितीत किल्ला हल्ला करून मिळणार नाही, हे जाणून बादशहाने आपला पुत्र शहाजादा आजम याच्या मध्यस्थीने मराठ्यांकडे वाटाघाटी सुरू केल्या; आणि मोठी रक्कम देऊन किल्ला ताब्यात आणला– (९ जून १७००) किल्ला हाती येताच बादशहाने किल्ल्यावरील मंदिरे उद्ध्वस्त केली. एक पडकी मशीद होती तिची डागडुजी केली. किल्ल्याचे नाव 'नवरस तारा' असे ठेवले.

ताराबाईंचे किल्ल्यासंबंधीचे धोरण

बादशहा आपल्या प्रचंड लष्करानिशी मराठ्याच्या महत्त्वाच्या किल्ल्यांना वेढे घालून बसत असता ताराबाईने स्वीकारलेले धोरण लक्षात घेण्यासारखे आहे. बादशहाने वेढा दिलेला किल्ला जास्तीत जास्त काळ लढवायचा, तो लढवीत

असता बादशाही लष्कराची अधिकाधिक हानी करायची आणि शेवटी पावसाळा तोंडावर आला की बादशाहाच्या वाटाघाटीचा प्रस्ताव स्वीकारून आणि भली मोठी रक्कम त्याच्याकडून घेऊन किल्ला त्याच्या ताब्यात द्यायचा. त्याची पाठ वळताच काही दिवसांनी हल्ला करून पुन्हा किल्ला ताब्यात घ्यायचा, असे हे बचावात्मक धोरण होते. पुढे या धोरणाबरोबरच ताराबाईंनी आक्रमक धोरणही स्वीकारून बादशहा मराठ्यांच्या किल्ल्याच्या पायथ्याशी वेढा घालून बसला असता मराठी फौजा खानदेश, गुजरात माळवा, हैदराबाद, कर्नाटक अशा दूरदूरच्या प्रदेशावर पाठविण्यास सुरुवात केली. हा नंतरचा इतिहास आहे.

त्याचा परिणाम असा झाला की, मराठ्यांचा प्रतिकार करण्यासाठी आपल्या फौजा कुठे पाठवू व कुठे न पाठवू अशी अवस्था बादशहाची झाली! आणि शेवटी मराठ्यांशी झगडत असतानाच हिंदुस्थानच्या त्या बलाढ्य मोगल सम्राटाला या दक्षिणेतच आपल्या चिरशांतीची जागा शोधावी लागली!

(पूर्वप्रसिद्धी : शिवाजी विद्यापीठ इतिहास प्राध्यापक परिषद पत्रिका, १९९४)

संदर्भ

१. मराठ्यांचे स्वातंत्र्ययुद्ध, पुणे, १९६२, पृ. ८९-९०

२. रावराणे संग्रह, कोल्हापूर (अप्रकाशित)

३. मराठ्यांचे स्वातंत्र्ययुद्ध, पृ. ४९

४. कित्ता, पृ. ५०

◆

स्वातंत्र्ययुद्धाच्या कालखंडातील सरदार पाटणकर घराण्याची तेजस्वी कामगिरी

हिंदवी स्वराज्य स्थापना

देवगिरीच्या यादवांचे साम्राज्य इस्लामी आक्रमकांकडून नष्ट झाल्यानंतर महाराष्ट्राच्या भूमीवरील स्वातंत्र्यसूर्य जो अस्तास गेला तो तब्बल तीनशे वर्षांनी श्री शिवछत्रपतींच्या हिंदवी स्वराज्याच्या रूपाने पुन्हा दक्षिणेच्या राजकीय क्षितिजावर उदयास आला. हा तीनशे वर्षांचा प्रदीर्घ कालखंड केवळ राजकीय गुलामगिरीचा नव्हता, तर तो हिंदूंच्या मानसिक गुलामगिरीचा, त्यांच्या सत्त्वहीन जीवनपद्धतीचा एक निदर्शक होता. तीनशे वर्षे म्हणजे मराठी समाजाच्या बारा पिढ्यांनी इस्लामी राजवटीखाली आपले जीवन कंठल्यामुळे मराठ्यांच्या हाडीमासी गुलामगिरी भिनली होती; एखाद्या काळसर्पाचे जहर भिनावे तसे या गुलामगिरीचे हे जहर अखिल मराठी समाजाच्या धमन्याधमन्यांतून पसरले होते. अशा समाजात तीन शतकांनी स्वातंत्र्याचा महामंत्र उच्चारणारा, स्वातंत्र्याची पताका फडकवणारा महापुरुष निर्माण व्हावा, ही विलक्षण घटना नाही काय?

हिंदवी स्वराज्याची निर्मिती करीत असता शिवछत्रपतींनी प्रथम आपल्या लोकांत अस्मिता फुलवली; त्यांच्यात आत्मविश्वास निर्माण केला आणि मग त्यांच्या हृदयात स्वातंत्र्याची संकल्पना फैलाविली. स्वराज्याच्या स्थापनेसाठी माणसांची मने मुक्त होणे गरजेचे होते. शिवछत्रपतींनी ही मने मुक्त केली. ही सह्याद्रीची भूमी आमची आहे, या भूमीतील कृष्णा-गोदावरी नद्या आमच्या आहेत, मग या भूमीवरील राज्य आमचे का नाही? आम्ही तर या भूमीचे पुत्र आहोत, हा नवा विचार अनेकांना भावला. पण ज्यांना भावला ते शिवछत्रपतींच्या स्वराज्यकार्यात सहभागी झाले. मोरे, खोपडे यांसारख्या स्वकीयांना स्वार्थामुळे हा विचार भावला नाही. ज्याला भावला नाही त्यांना शिवछत्रपतींनी कापून काढले.

साळुंखे-पाटणकर देशमुख

शिवछत्रपतींची स्वराज्याची भूमिका ज्यांनी स्वीकारली, त्यांनी त्यांना मनोमन साथ दिली. अशी साथ देणारी जी काही मोजकी इतिहासप्रसिद्ध घराणी महाराष्ट्रात होती, त्यांपैकी पाटण खोऱ्यातील साळुंखे ऊर्फ पाटणकर यांचे घराणे होय. उपरोक्त साळुंखे ऊर्फ पाटणकर घराण्याची उत्पत्ती प्राचीन राजवंश चालुक्य यांच्यापासून सुरू होते. सध्याच्या पाटणकरांच्या इतिहासाला ज्ञात असणारा पहिला पुरुष म्हणजे पाटणकरांच्या घराण्याचा मूळपुरुष म्हणून ज्योत्याजीराव साळुंखे यांचे नाव येते. आदिलशाही राजवटीतच ज्योत्याजीरावांनी आपल्या पराक्रमाने पाटण परगण्याची देशमुखी मिळवली आणि अशा प्रकारे त्यांचे साळुंखे घराणे 'पाटणकर देशमुख' बनले.

शिवपूर्वकाळात महाराष्ट्रातील देशमुख घराण्यांना समाजात मोठी प्रतिष्ठा होती. देशमुख हा परगण्यातील सर्वांत मोठा वतनदार समजला जाई. परगण्याचा तो राजाच असे. स्वत:चे वाडेहुडे, हजारपाचशे प्यादेशिपाई बाळगून आपल्या परगण्यात राजासारखा तो वावरत असे. शेजारच्या परगण्यातील देशमुख मंडळींशी त्याचे संघर्ष चालू असत. अनेकदा सुलतानाची सत्ताही तो जुमानत नसे. अशा या देशमुख वतनदारांच्या प्रदेशात शिवाजी महाराजांना स्वराज्याचा प्रयोग यशस्वी करायचा होता. त्यासाठी साम-भेद-दंड अशी तिहेरी नीती त्यांनी अवलंबिली. ज्या देशमुखांनी सहकार्य देऊ केले त्यांना त्यांनी सन्मानाने वागविले. ज्यांनी विरोध केला, त्यांना त्यांनी दंडनीतीने दूर केले!

'मानाचे धणी वतनी लोक'

सन १६५९ सालीच अफझलखान वधानंतर शिवाजी महाराजांनी वाई-प्रतापगडापासून कोल्हापूर-पन्हाळ्यापर्यंतचा प्रदेश स्वराज्यात सामील करून घेतला, त्या वेळीच पाटण खोरे व तेथील वतनदार पाटणकर देशमुख स्वराज्यात रुजू झाले असणार. तथापि, आपणास या कालातील पाटणकरांची कागदपत्रे मिळत नाहीत. महाराजांचे पाटणकरांना लिहिलेले सन १६७८ सालचे एकमेव पत्र उपलब्ध आहे. त्यावरून पाटणकर घराण्यातील यशवंतराव, बाळाजीराव व चांदजीराव पाटणकर अशा तीन पुरुषांची नावे आपणास ज्ञात होतात. पैकी यशवंतराव 'झगडियात' म्हणजे लढाईत मारला गेला, म्हणून महाराजांनी बाळाजीराव व चांदजीराव यांचे सांत्वन करण्यासाठी हे पत्र लिहिले आहे. ही लढाई केव्हा, कुठे किंवा कुणाशी झाली, हे समजून येत नाही. पण ज्या अर्थी महाराजांनी आस्थेने सांत्वनपर पत्र पाठवले आहे, त्या अर्थी ही लढाई स्वराज्यरक्षणासाठी अथवा कर्नाटक मोहिमेतील

स्वराज्यवृद्धीसाठी घडून आली असावी, असा तर्क करण्यास जागा आहे.

पत्रात महाराज म्हणतात, "ऐसीयास तुम्ही मानाचे धणी वतनी लोक आहा. तुम्हावरी स्वामीची कृपा आहे. झगडीयात पडला येसवंतराऊ पडला. तरी त्याची आयुष्य मर्यादाच तितकी. त्यास काय करावे? तुम्ही त्याच्या मुलांचा समाचार घेत जाणे. त्यांचे जित्रब त्याचे मुलास करार करून पूर्वीची पत्रे पाठविली आहेती व रा।। अनाजी पंतापासी असतील. समाचार घेऊन त्याप्रमाणे चालवणे आपले समाधान असो देणे. येविशी रा।। अनाजी पंतास पत्र लिहिले असे."[१]

पत्राची भाषा प्रशासकीय नाही, ती ममतेची आहे. 'तुम्ही मानाचे धणी, वतनी लोक आहा' या महाराजांच्या उद्‌गारावरून पाटणकरांची स्वराज्यातील वतनदार देशमुख म्हणून केवढी प्रतिष्ठा होती, हे ध्यानात येते. तसेच असा एखादा एकनिष्ठ वतनदार स्वराज्याच्या सेवेत खर्ची पडला, तर महाराज त्याच्या आप्तांची व कुटुंबीयांची कशी काळजी घेत, हेही येथे दिसून येते. दुर्दैवाने शिवछत्रपतींच्या कारकिर्दीतील तसेच संभाजी महाराजांच्या कारकिर्दीतील पाटणकर घराण्याची अस्सल कागदपत्रे उपलब्ध नाहीत. तशी ती झाली असती तरी मराठ्यांच्या इतिहासात फार मोलाची भर पडली असती. तथापि, यात समाधानाची बाब अशी की, संभाजी महाराजांच्या हत्येनंतर उद्‌भवलेल्या अभूतपूर्व संकटप्रसंगाच्या कालखंडावर प्रकाश टाकणारी बरीच अस्सल कागदपत्रे आज आपल्यापुढे आलेली आहेत. मराठी इतिहासाच्याच नव्हे, तर मराठी भाषेच्या अभ्यासाच्या दृष्टीनेही ही पत्रे मोलाची आहेत.

स्वराज्यावर भयानक संकट

हिंदवी स्वराज्यावर सर्वांत भयानक संकट संभाजी महाराजांच्या हत्येने कोसळले. आदिलशाही व कुतुबशाही अशा दक्षिणेतील दोन सत्ता गिळंकृत केलेल्या औरंगजेब बादशहाला तर वाटले की, मराठा राजाला ठार केल्यानंतर आता ही मराठेशाहीही बुडाली. राजधानी रायगड घेऊन तेथील मराठा राजकुटुंबास कैद केले की आपली दक्षिणेची सर्व मोहीमच फत्ते झाली! असे केवळ मोगल बादशहाला आणि त्याच्या सरदारांनाच वाटले असे नाही; तर स्वराज्यातील किल्लेदार, ठाणेदार, हवालदार यांसारख्या अधिकाऱ्यांना व देशमुख-देशपांडे यांसारख्या वतनदारांनाही तसे वाटले आणि म्हणूनच संभाजीराजांच्या हत्येनंतर स्वराज्यात अभूतपूर्व परिस्थिती उद्‌भवली. किल्ल्यांमागून किल्ले व ठाण्यांपासून ठाणी मोगलांना शरण जाऊ लागली. स्वराज्याच्या प्रदेशाचा प्रत्यही संकोच होऊ लागला. राजधानी रायगडासही शत्रूचा वेढा बसला. जणू सर्वत्र अंधारच पसरू लागला.

अशा निराशेच्या भयाण अंधकारात राणी येसूबाई धीरोदात्तपणे उभ्या राहिल्या.

रायगडावर आपल्या पुत्रास बाल शाहूराजास– गादीवर बसविण्याचा वैयक्तिक स्वार्थ बाजूला ठेवून त्यांनी आपल्या दिरास– राजाराम महाराजांस गादीवर प्रतिष्ठित केले आणि आपल्या या कृतीने अखिल मराठी समाजासमोर नि:स्वार्थीपणाचा व स्वराज्याभिमानाचा एक आदर्शच निर्माण केला.

या वेळी शिवछत्रपतींच्या तालमीत वाढलेले रामचंद्रपंत, निळकंठ मोरेश्वर, प्रल्हाद निराजी, संताजी घोरपडे, धनाजी जाधव, खंडो बल्लाळ अशा अनेक राजकारण धुरंधर व रणधुरंधर व्यक्ती हयात होत्या. त्या सर्वांना रायगडावर जमवून येसूबाईंनी मसलत सांगितली की, गडावर सर्व राजकुटुंबीयांनी एकत्र राहणे धोक्याचे आहे; तेव्हा राजाराम महाराजांनी गडाबाहेर पडून, फिरते राहून, शत्रूशी मुकाबला करावा आणि प्रसंगी जिवास धोका निर्माण झाल्यास कर्नाटकात दूर जिंजी किल्ल्याकडे निसटून जावे. तेथे राजधानी थाटून राज्यकारभार करावा.

येसूबाईंची मसलत सर्वांनी मानली. त्यानुसार राजाराम महाराज आपल्या निवडक सहकाऱ्यांसह रायगडाहून निघून प्रतापगडावर व तेथून पन्हाळगडावर आले. ते जेथे जेथे गेले तेथे तेथे मोगली फौजांनी त्यांचा पाठलाग करून किल्ल्यास वेढे दिले. आता पन्हाळगडावर ते आल्याचे समजताच शत्रूने पन्हाळगडासही वेढा दिला – (सप्टेंबर १६८९).

नागोजीराव व चांदजीराव पाटणकर

या वेळी पाटणकर देशमुख घराण्यात नागोजीराव पाटणकर व चांदजीराव पाटणकर हे पितापुत्र आहेत. वतनदार देशमुख म्हणून त्यांची स्वराज्यातील प्रतिष्ठा मोठी आहे. त्यांच्याकडे त्यांचा स्वत:चा जमाव (सैन्य) आहे. एका पत्रात त्यांचा 'सहस्री' असा उल्लेख आहे. याचा अर्थ ते एक हजार सैनिकांचे प्रमुख होते. पाटणकर शूर लढवय्ये म्हणून प्रसिद्ध होते. पण सर्वांत महत्त्वाचे म्हणजे ते स्वराज्याशी आणि छत्रपतींशी एकनिष्ठ होते. स्वराज्यात बहुतेक ठिकाणचे वतनदार मोगलांच्या सेवेत रुजू होत असताना पाटणकर मात्र अभेद्य खडकाप्रमाणे छत्रपतींच्या पाठीशी उभे होते. पाटणकरांचे वैशिष्ट्य एवढेच नाही; तर वाई-प्रतापगडपर्यंतचा प्रदेश त्यांनी स्वारीशिकारी करून जे वतनदार फिसाहतखोर (बंडखोर) बनले होते, त्यांना त्यांनी शिक्षा केल्या होत्या. त्यांना वठणीवर आणले होते.

पाटणकर पितापुत्रांनी या उत्स्फूर्तपणे केलेल्या आपल्या कामाच्या वार्ता लिहून पन्हाळगडावर नूतन छत्रपती राजाराम महाराजांना कळविल्या तेव्हा त्यांना आनंद होणे स्वाभाविक होते. त्यांनी १२ सप्टेंबर १६८९ रोजी पाटणकरांना शाबासकी देणारे पत्र पाठविले आहे. त्यात ते म्हणतात–

"तुम्ही हुशार खबरदार राहुन फिसाहतखोरास कोटगा देऊन मार्गमामला

अनुकूल चालता केला. यावरुन स्वामी तुम्हावरी संतोशी जाले. तरी तुम्ही मर्दाने लोक तैसेच आहा. तुमचे भरवसेच आहेत. हे मराठे राज्य. तुम्ही आम्ही मऱ्हाटे लोकी इनामासी खता न करिता मऱ्हाठेधर्माची इरे धरून स्वामीकार्य करावे. यैसे इकडून तुम्हा लोकांचे उर्जितच आहे.''[२]

राजाराम महाराजांच्या अनेक पत्रांत 'महाराष्ट्रधर्म' हा शब्द आलेला आहे. कारण शिवछत्रपतींनी ज्या महाराष्ट्रधर्माची शिकवण दिलेली होती तो 'महाराष्ट्रधर्म' सर्वांत जास्त याच वेळी धोक्यात आला होता. 'स्वराज्यरक्षण' हे महाराष्ट्र धर्माचे प्रमुख लक्षण होते; आणि पाटणकर देशमुख या 'महाराष्ट्रधर्मास' जागत होते.

हे राज्य श्री च्या वरदाचे आहे!

उपरोक्त पत्रानंतर राजाराम महाराजांनी अवघ्या तीन दिवसांनी दुसरे एक लांबलचक पत्र नागोजीराव व चांदजीराव या पितापुत्रांना लिहिले आहे. त्यामध्ये जावळी प्रांतात ज्या वतनदारांना शिवछत्रपतींनी ऊर्जितावस्थेला आणले, त्यांनीच आता 'हरामखोरी मांडली आहे' असे सांगून महाराजांनी पुढे लिहिले आहे की, धनाजी जाधवराव सेनापंचसहस्त्री यांच्यासोबत सैन्य देऊन त्या प्रांती धाडले आहे, त्यास तुम्ही तुमच्या जमावानिशी मिळून फिसाहतखोरांना गर्देस मेळवावे! पाटणकरांच्या विषयी गाढ विश्वास व्यक्त करताना महाराजांनी म्हटले आहे–

''स्वामीने बहुत संतोषी होऊन भरवसा मानिला की तुम्हीसारिखे लोक त्या प्रांते असता स्वामीकार्य होऊन यावया काये अशक्य आहे? जमाव राखोन जैसी कस्त करायची तैसी केली. यावरुन स्वामीस बहुतच मजुरा जाला. तरी ये गोस्टीचे अपूर्व काये आहे? तुम्ही लोक तैसेच आहा! हाली हा गनिम मारुन काढावा आणि तो प्रांत मोकला करावा याहून आणिक काये विशेष आहे!''

उपरोक्त प्रत्येक वाक्यात छत्रपतींनी पाटणकरांचे केलेले कौतुक भरले आहे. शूर स्वामिनिष्ठ पाटणकरांकडून असा पराक्रम, अशी सेवा घडणार नाही, तर मग अन्य कुणाकडून घडेल, असे हे छत्रपती महाराजांकडून कौतुक आहे!

राजाराम महाराजांनी या प्रसंगी आणखी एक विश्वास, आणखी एक श्रद्धेची भावना व्यक्त केली आहे. भावनेच्या आवेगात महाराजांच्या तोंडून उद्‌गार बाहेर पडला आहे-

'हे राज्य श्रीच्या वरदांचे आहे! याचे कोण्हाच्याने अनिष्ट होववतच नाही!'[३]

स्वराज्यनिर्मिती ही जशी शिवछत्रपतींना झालेली ईश्वरी प्रेरणा होती, तशी स्वराज्यरक्षण हीही ईश्वरी प्रेरणा आहे; ईश्वरी प्रेरणेने, आशीर्वादाने स्थापन झालेल्या या राज्याचे अनिष्ट कोणाच्याने होणार आहे, ही मोठी आत्मविश्वासाची भावना या ठिकाणी व्यक्त झालेली आहे! तत्कालीन भाषाशैलीच्या दृष्टीने ही पत्रे मराठी साहित्यात अजरामर व्हावीत अशी आहेत.

यानंतर १४ दिवसांनी महाराजांनी या पितापुत्रांना पाठविलेले पत्र येते. हे पत्र छोटे आहे. या पत्रात महाराष्ट्रातील राज्याचा कारभार महाराजांनी रामचंद्र पंडित (सचिव) यांच्यावर सोपविला असून ते सांगतील त्याप्रमाणे वर्तवणूक करावी, अशी आज्ञा केली गेली आहे; आणि शेवटी म्हटलेले आहे– "तुम्ही स्वामीचे पुरातन सेवक असा व या राज्याची पोटतिडीक तुम्हा लोकास आहे... जे गोस्टीने राज्यसंरक्षण होये तोच पदार्थ करणे."

या पत्राचे दुसरे एक वैशिष्ट्य आहे ते म्हणजे हे पत्र, पन्हाळगडाहून गुप्तपणे निसटून राजाराम महाराज कर्नाटकात जात असता मार्गातून लिहिले आहे. महाराज २६ सप्टेंबर रोजी पन्हाळगडाहून बाहेर पडले आणि हे पत्र २९ सप्टेंबरचे आहे. अतिशय संकटमय व धोकादायक प्रवासातही महाराजांचे स्वराज्यरक्षणाच्या कार्याकडे कसे व किती लक्ष होते, याचे हे पत्र एक दर्शन घडविते.

मराठी राज्य बुडाले नाही!

यानंतर बऱ्याच महत्त्वपूर्ण घटना स्वराज्यात घडून आल्या. अनेक धोक्यांना व संकटांना सामोरे जात राजाराम महाराज आपल्या सहकाऱ्यांनिशी कर्नाटकात जिंजी किल्ल्यात पोहोचले खरे, पण इकडे महाराष्ट्रात त्याच दरम्यान बादशहाने राजधानी रायगड, राणी येसूबाई व शाहूराजे यांच्यासह जिंकून घेतला. या वेळी महाराष्ट्रातील मराठी अवस्था मोठी बिकट झालेली दिसते. राज्यातील बहुतेक गडकोट ठाणी राजधानीसह शत्रूने घेतलेली, मराठ्यांची राणी व राजपुत्र शत्रूच्या कैदेत पडलेले, नवा राजा महाराष्ट्रातून परागंदा झालेला, कारभार-यंत्रणा मोडून पडलेली, सैन्य विस्कटून गेलेले, बहुसंख्य वतनदार शत्रूस रुजू झालेले, अशा अवस्थेत 'स्वराज्य' बुडाले अशी भावना सर्वत्र पसरल्यास नवल नव्हते. औरंगजेब बादशहा तर मराठी राज्य आता बुडालेच, असे गृहीत धरून चालला होता.

पण असे घडले नाही. मराठी राज्य बुडाले नाही. फिनिक्स पक्ष्याप्रमाणे ते राखेतून जिवंत झाले! मराठ्यांचा राजा जरी महाराष्ट्रातून कर्नाटकात परागंदा झाला होता, तरी त्याने मागे ठेवलेले त्याचे कारभारी व सेनानी शिवछत्रपतींच्या राजकीय आखाड्यात तयार झालेले होते. भूमीवरील गडकोटांचे राज्य नष्ट झाले म्हणून काय झाले? असे राज्य निर्माण करण्याची शिवछत्रपतींची स्वातंत्र्याची प्रेरणा कुठे नष्ट झाली होती? ती जोपर्यंत शिवछत्रपतींच्या अनुयायांच्या हृदयात तेवत होती, तोपर्यंत मराठी राज्य नष्ट होणे शक्य नव्हते, आणि असेच घडले. महाराष्ट्रात मागे राहिलेले रामचंद्र पंडित, शंकराजी नारायण, संताजी घोरपडे व धनाजी जाधव यांनी अत्यंत प्रतिकूल परिस्थितीतही, धीर खचू न देता सैन्याची जुळवाजुळव केली आणि छोट्या-मोठ्या लष्करी मोहिमांचे संयोजन सुरू केले. त्यांच्या या प्रयत्नांना सामान्य

मराठी माणसांनी पाठिंबा दिला, साहाय्य दिले आणि हा हा म्हणता मराठी सैन्याच्या लहानमोठ्या तुकड्या शत्रूशी गनिमी काव्याने लढण्यास सज्ज झाल्या. आता मराठे घेतलेले गडकोट व ठाणी एकेक करून परत काबीज करू लागले. ठिकठिकाणी छावणी करून असलेल्या मोगली लष्करावर छापे मारून त्यांची लांडगेतोड सुरू झाली. साताऱ्याच्या पायथ्याशी असणाऱ्या सर्जाखान नावाच्या नामांकित मोगल सरदाराशी गनिमी काव्याने लढून त्यास कैद केले गेले. दोन लाखांचा दंड त्याच्यावर मराठ्यांनी बसवला. थोडक्यात, मराठ्यांच्या पराक्रमाचा व विजयांचा आलेख पुन्हा वर चढू लागला. 'राज्याचा मामला थाटात चालला आहे' असे उद्‌गार तत्कालीन कागदपत्रांत आढळतात, ते उगीच नव्हे!

तिकडे कर्नाटकात जिंजी येथे राजाराम महाराजांनी आपले आसन स्थिर केले. कर्नाटकातील राज्याची सूत्रे हाती घेऊन कारभार-यंत्रणा सज्ज केली. औरंगजेबाशी लढणाऱ्या मराठ्यांचा राजा जिंजीस आल्याचे समजल्यावर कर्नाटकातील नायक व पाळेगार आपापली सैन्य घेऊन त्याच्याभोवती जमा होऊ लागले. म्हणजे तिकडेही राज्याचा मामला थाटात चालला.

मोगली गोटात मात्र चलबिचल सुरू झाली. बादशहाचे मनोरथ डळमळू लागले. मराठ्यांची राणी व राजपुत्र हाती सापडले; पण नवा राजा हातातून निसटला, हे पाहून बादशहाने रायगडविजेता झुल्फिकारखानास जिंजी जिंकून राजाराम महाराजांना पकडण्याच्या कामावर रवाना केले आणि खासा आपण कोरेगावची छावणी सोडून विजापूरकडे आला. महाराष्ट्र-कर्नाटक अशा विस्तीर्ण प्रदेशातील युद्धप्रयत्नाचे संयोजन विजापूरहून करणे त्याला सोयीचे वाटत होते.

'गनिमास गर्देस मेलवणे!'

या पार्श्वभूमीवर राजाराम महाराजांनी जिंजीहून चांदजीराव पाटणकर यांना दि. १३ एप्रिल १६९० रोजी सविस्तर पत्र पाठविले आहे. या पत्रात त्यांनी म्हटले आहे की, औरंगजेब विजापुरावर आला असून त्याच्याजवळ फारसे सैन्य नाही. अशा परिस्थितीत संताजी घोरपडे, धनाजी जाधव व तुमच्यासारखे अन्य सरदार या सर्वांनी मिळून त्याच्यावर मोहीम काढून छापा टाकावा व त्यास नेस्तनाबूत करावे. महाराज लिहितात–

'यैशा प्रसंगी संताजी घोरपडे व रा ।। धनाजी जाधव व तुम्ही आवघे सरदार मिलोन पोखता जमावाने विज्यापुरावरी जावे. देश मारुन तलफ करावा. फावल्या प्रसंगी शहरावरी छापा घालावा. अवरंगशहास दहशत लावावी. यैसा प्रसंग आहे. याकरिता रा ।। संताजी घोरपडे व रा ।। धनाजी जाधव या उभेयतास पत्रे पाठविली आहेत. तेणेप्रमाणे ते जमावानिशी विज्यापूर प्रांते स्वारीस जातील. तुम्हीही त्या बरोबरी आपल्या जमावाने जाणे आणि उभयताच्या मते स्वारीसिकारी करुन गनिमास

दहशत लाऊन काबूत सापडलिया मारुन गर्देस मेलवणे. कुल लष्कर येकवट होऊन खासा विज्यापुरावरीच छापा घालून औरंगशहा नेस्तनाबूत होयेस करणे. आणिक संतोष वार्ता स्वामीस लेहून पाठविणे.''[४]

सेनापंचसहस्त्री चांदजीराव

पाटणकर देशमुख घराण्याच्या दृष्टीने हा कागद फार महत्त्वाचा आहे. कारण चांदजीराव पाटणकर यांस राजाराम महाराजांनी 'सेनापंचसहस्त्री' असे संबोधले आहे. याचा अर्थ असा की सप्टेंबर १६८९ ते एप्रिल १६९० या सहा महिन्यांच्या अल्पशा कालखंडात चांदजीरावांनी एवढी कामगिरी करून दाखविली की, त्यांना 'सेनापंचसहस्त्री'चा सेनेमधील अत्युच्च मानाचा व अधिकाराचा हुद्दा बहाल करण्यात आला. प्रस्तुत पत्रामध्ये संताजी आणि धनाजी या दोघांचाही उल्लेख 'सेनापंचसहस्त्री' असाच केला गेला आहे. (कारण या कालापावतो राजाराम महाराजांनी 'सेनापती' पद कुणासही दिलेले नव्हते.) यावरून 'सेनापंचसहस्त्री' हुद्द्याचा दर्जा आपल्या लक्षात येतो.

स्वराज्याच्या अत्यंत बिकट काळात चांदजीरावांनी संताजी-धनाजी या सेनानींच्या सोबत राहून शत्रूच्या फौजा पराभूत करण्यात केलेली ही कामगिरी होती. या कामगिरीविषयी तत्कालीन दि. ९ जून १६९० च्या एका पत्रात खुलासा मिळतो. त्यात म्हटले आहे–

''पाटणकरांनी गनिमाच्या फौजा मारुन गर्देसी मेलविले. दलमेहनत खस्त जाहाले. पाटणकरांनी जमाव केला. त्यासी सौदागराचे कर्जे घेतली व आपली हिसात तमाम जमावाचे भरीस घालून मामला राखोन राज्य रक्षवियाची मदती केली.''[५]

जावळी-प्रतापगड-वाई-सातारा-कऱ्हाड-पाटण-शिराळा असे पाटणकरांच्या लष्करी हालचालींचे क्षेत्र होते आणि या काळातील मोगल-मराठा संघर्षाचे हे एक प्रमुख केंद्र होते. येथे 'रात्रंदिन आम्हा युद्धाचा प्रसंग' अशी परिस्थिती होती. या परिस्थितीत पाटणकरांनी 'महाराष्ट्रधर्माची' ईर्षा बाळगून सैन्य उभारले. त्यासाठी सावकारांची कर्जे काढली आणि आपली सर्व शक्ती पणास लावून उपरोक्त प्रदेशातील गनिमांच्या फौजा गर्देस मिळवल्या.

५ ऑक्टोबर १६९०च्या जिंजीहून पाठविलेल्या एका पत्रात राजाराम महाराज कर्नाटकात गेल्यावर इकडे पाटणकर पितापुत्रांनी 'तांब्राचे कितेक सरदार बुडविले' असा उल्लेख येतो. छत्रपती आणि त्यांचे अष्टप्रधान मंडळातील प्रधान यांनी त्यांना वेळोवेळी शाबासकी दिलेली आहे. उपरोक्त पत्रात प्रल्हाद निराजी प्रतिनिधी त्यांच्याविषयी म्हणतात, ''तुम्ही नामांकित घराणेदार तुम्हापासून स्वामी कार्य नव्हे तेव्हा कोणापासून होचे? तुम्ही मर्दाने स्वामीकार्याचे आहा. राजश्री स्वामीप्रती तुमचा मजुरा आहे. येविषयी आपुले समाधान असो देणे.''[६]

छत्रपती आणि त्यांचे प्रधान यांनी पाटणकरांना केवळ शाबासकी दिलेली नाही. त्यांच्या कामगिरीचा मोबदला म्हणून त्यांनी प्रथम पाटण परगण्यातील १२ गावांचे इनाम व नंतर सारा पाटण महालच इनाम म्हणून दिला.

राजारामकालीन पाटणकर घराण्याच्या कागदपत्रांत रामराव पाटणकर व पदाजीराव पाटणकर या दोघांचा उल्लेख पुढे येतो. हे दोघेही पाटणकर देशमुख घराण्यातीलच होते आणि ते नागोजीराव व चांदजीराव यांच्याप्रमाणेच कर्तबगार होते. चांदजीरावांचे जिंजीच्या दरबारात मोठे वजन होते. त्यांच्या शब्दाला मोठा मान होता. त्यांच्या शिफारशीवरून राजाराम महाराजांनी रामराव पाटणकर व पदाजीराव पाटणकर यांना पागेची 'पंचसहस्त्री' दिली.

चांदजीरावाचे गोमटे स्वामीस अगत्य!

बादशहाचा सेनापती जुल्फिकारखान याने जिंजी किल्ल्यास वेढा दिला होता. त्याच्या मदतीला बादशहाने आपला वजीर आणि खानाचा पिता असदखान व आपला पुत्र शहाजादा कामबक्ष या दोघांना मोठे सैन्य देऊन पाठविले. परिणामी, जिंजीपुढील मोगलांचे किल्ल्यावरील हल्ले वाढले व किल्ल्यामधील परिस्थिती बिकट बनली. तेव्हा राजाराम महाराजांच्या आज्ञेने महाराष्ट्रातून संताजी घोरपडे व धनाजी जाधव आपल्या फौजांसह जिंजीकडे गेले. संताजीने मार्गातच कांचीपुरमजवळ बादशहाच्या अलीमर्दानखान नावाच्या नामांकित सरदारास पराभूत करून कैद केले. धनाजीने जिंजीस वेढा घालून बसलेल्या मोगली सैन्यातील इस्माईलखान मखा या दुसऱ्या सरदारास जेरबंद केले. अशा प्रकारे संताजी-धनाजीनी मोठमोठे पराक्रम करून जिंजीपुढील मोगलांचा वेढा उधळून लावला–(सन १६९२-९३).

संताजी-धनाजीच्या या सुप्रसिद्ध मोहिमेत चांदजीराव पाटणकर आपल्या सेनेनिशी संताजीच्या फौजेत होते आणि त्यांनी संताजीबरोबर पराक्रम केल्याची नोंद पाटणकरांच्या कागदपत्रात मिळते. ३० एप्रिल १६९३ च्या रामचंद्रपंडित अमात्य यांना पाठविलेल्या आज्ञापत्रात राजाराम महाराजांनी चांदजीरावांच्या कार्याचा गौरव करताना म्हटले आहे – ''राजश्री चांदजीराऊ पाटणकर याणी स्वामींची सेवा येकनिष्ठेने आजीपर्यंत केली व पुढेही करीत आहेत. यांचे सर्व प्रकारे चालवणे- गोमटे करणे हे स्वामीस अगत्य. याकरिता स्वामीने यांस पाटण महाल ईनाम करून दिलहा आहे व आणिखी कितेक सरंजाम करून दिलहा आहे.''[७]

पुढे जिंजीहून मोगली फौजेस सुखरूप माघार घेऊ देण्याच्या प्रकरणावरून राजाराम महाराजांशी सेनापती संताजी घोरपडे यांचे वितुष्ट आले आणि ते इतके विकोपास गेले की, महाराजांनी संताजीस सेनापतिपदावरून दूर करून धनाजीस सेनापतिपद दिले. त्याविषयीचाही उल्लेख २८ मे १६९३ च्या एका कागदपत्रात

येतो. चांदजीराव संताजीच्या फौजेत होते. आता त्यांनी आपल्या जमावानिशी धनाजीच्या फौजेत जावे, असा महाराजांचा हुकूम झाला.

त्यानंतर संताजी आणि धनाजी दोघेही महाराष्ट्रात परतले. चांदजीरावही त्यांच्याबरोबर आले. चांदजीरावासारख्या छत्रपतीशी एकनिष्ठ असलेल्या स्वराज्यप्रेमी सरदाराला संताजी व धनाजी या मातब्बर सेनानींत हेवेदावे निर्माण व्हावेत, हे मनास रुचत नव्हते. त्यामुळे शेवटी राज्याच्या कार्याची हानीच होणार हे जाणून त्यांनी या उभय सेनानींत समेट घडवून आणण्याचा प्रयत्न केला. त्यासंबंधी एक उल्लेख १७ एप्रिल १६९४ च्या पत्रात आहे. त्याच पत्रात शेवटी रामचंद्रपत आणि परशुरामपंत या दोघांनी उभय सेनानींत समेट घडवून आणल्याचे नमूद आहे. तत्कालीन राजकारणाच्या दृष्टीने ही पत्रे फार महत्त्वाची आहेत.

चांदजीरावाची सातारच्या वेढ्यातील कामगिरी

महाराणी ताराबाई यांच्या कारकिर्दीतील पाटणकर घराण्याचे एकमेव पत्र उपलब्ध आहे. राजाराम महाराजांच्या निधनानंतर औरंगजेब बादशहाने राजधानी साताऱ्यास वेढा घातला होता, त्या वेळचे हे पत्र आहे. वेढा घालून बसलेल्या फौजेची रसद मारण्याची कामगिरी चांदजीरावांकडे होती व ती ते उत्तम प्रकारे पार पाडीत होते, असे १४ एप्रिल १७०० च्या परशुराम त्र्यंबक प्रतिनिधींच्या पत्रावरून स्पष्ट होते. या पत्रात औरंगजेबाचा साताऱ्यापुढे इलाज चालत नसल्यामुळे त्याने आता वाटाघाटीचा मार्ग स्वीकारला आहे, ही अत्यंत महत्त्वपूर्ण माहिती मिळते. या पत्रात परशुरामपंत लिहितात–

'तुम्ही पत्र पाठविले पावले. सविस्तर वर्तमान कलो आले. जमावानसी कुसवडीयाच्या माथा येऊन राहिलो आहो, गनिमाचे काहीकावाड (रसद) मारीतो म्हणऊन लिहिले ते कलो आले. समाधान वाटले याउपरीहि त्या प्रांते गनिमाची कही येईल ते घेत जाणे. तुम्हापासी जमावहि पोखता आहे. जमावाचे पोटहि भरेल स्वामी कार्यहि होईल, याकरिता गनिमास नतीजा पटवीत जाणे. ईकडील वर्तमान तर औरंगजेबाने अजीपावेतो सारेयास जो ईलाज करावयाचा तो केला. परंतु काहीच न चाले. या करीता हाली सद्य प्रसंगाचे राजकारण लावणे म्हणऊनू रोहिलाखानास हुकूम करुन त्याचे तर्फेने राजश्री विठोजी पाटील आमचे भेटीस पाठविले. पातशहाचा आदर देखोन आम्ही राजश्री अंताजी आपदेव यास पातशहाचे भेटीस पाठविले आहेत, त्याची भेटी होउनू पुढे जो प्रसंग होउनू येईल तो तुम्हास लिहून पाठऊन देउनू. प्रस्तुत सजनग डाखाले कमरदीखान आला याचे कहीस वरी दहशत लाउन कही मारीत जाणे'[८]

इथे शिवशाही कालखंडातील पाटणकर घराण्याची अस्सल ऐतिहासिक कागदपत्रे थांबतात. ही कागदपत्रे मुळात बऱ्याच संख्येने असणार हे उघड आहे. पण

आपल्यापर्यंत ही मोजकीच कागदपत्रे आली आहेत. त्यावरून शिवशाहीत, विशेषत: मराठ्यांच्या स्वातंत्र्ययुद्धाच्या कालखंडात या पाटणकर घराण्याने केलेल्या असामान्य कामगिरीची माहिती मिळू शकते. यशवंतराव, नागोजीराव, चांदजीराव, रामराव आणि पदाजीराव असे एकूण पाच कर्तबगार पराक्रमी पुरुष शिवशाहीत या घराण्याने महाराष्ट्राला दिले आहेत.

पाटणकर घराण्याच्या कागदपत्रांवरून पुढील काही ठळक निष्कर्ष निघतात–

१. शिवछत्रपतींच्या स्वराज्यस्थापनेच्या कार्यात महाराष्ट्रातील ज्या काही वतनदार देशमुखांनी कायावाचामने करून सहकार्य दिले, त्यांपैकी साताऱ्याच्या प्रदेशातील पाटणकर देशमुख प्रमुख होते.

२. संभाजी महाराजांच्या हत्येनंतर स्वराज्यात निर्माण झालेल्या अभूतपूर्व संकट-प्रसंगात पाटणकर छत्रपतींशी व स्वराज्याशी एकनिष्ठ राहिले. पाटणकर घराण्यातील एकही पुरुष वतनाच्या वा सरंजामाच्या आशेने वा स्वार्थाने मोगलांना मिळालेला नाही, हे या घराण्याचे नमूद करण्यासारखे मोठे वैशिष्ट्य होय.

३. राजाराम महाराज कर्नाटकात गेल्यावर 'ना राज्य-ना राजा' अशी परिस्थिती महाराष्ट्रात जेव्हा निर्माण झाली, त्या वेळी ज्या मराठा सरदारांनी स्वराज्यनिष्ठेने जिद्दीने फौजा उभ्या करून मोगली फौजांशी संघर्ष केला, त्यांमध्ये पाटणकर प्रमुख आहेत. विशेष म्हणजे प्रसंगी सावकारांकडून कर्जे घेऊन त्यांनी सैन्य उभे केले व त्या सैन्याच्या बळावर अनेक मोगल सरदार बुडविले, ही गोष्ट खासच गौरवास्पद होती.

('श्रीमंत सरदार पाटणकर हुजूरवाडेकर क्षत्रिय कुळाचा इतिहास व ऐतिहासिक कागदपत्रे' या ग्रंथासाठी लिहिलेला प्रस्तावना-लेख.)

संदर्भ

१. शिवकालीन कागदपत्रे (Records fo Shivaji Period), पृ. १७३

२. कित्ता, पृ. १७७

३. कित्ता, पृ. १७४-१७५

४. कित्ता, पृ. १७९-१८०

५. श्रीमंत सरदार पाटणकर कुळाचा इतिहास व ऐतिहासिक कागदपत्रे, पृ. २२२

६. शिवकालीन कागदपत्रे, पृ. १८१

७. श्रीमंत सरदार पाटणकर... कागदपत्रे, पृ. २३३

८. शिवकालीन कागदपत्रे, पृ. १९६

◆

ताराबाई रामराणी । भद्रकाली कोपली!

मराठ्यांच्या इतिहासात महाराणी ताराबाईंचे स्थान अनन्यसाधारण आहे. शिवछत्रपतींचे सरसेनापती हंबीरराव मोहिते यांच्या त्या कन्या. पित्याच्या पराक्रमाचा वारसा घेऊनच त्या संभाजीकालात छत्रपती घराण्यात धाकटे युवराज राजाराम महाराज यांच्या पत्नी म्हणून रायगडावर आल्या. त्यापूर्वीच शिवछत्रपतींच्या शेवटच्या दिवसांत राजाराम महाराजांचे लग्न होऊन जानकीबाई नावाची त्यांची सवत गडावरील प्रासादात आली होती. (ही जानकीबाई म्हणजे शिवछत्रपतींचे दुसरे सरसेनापती प्रतापराव गुजर यांची कन्या). म्हणजे राजाराम महाराजांच्या राज्ञीपरिवारात ताराबाईंचे स्थान क्रमांक दोनचे होते. पुढेमागे राजाराम महाराज छत्रपती बनण्याचा योग आला असता (आणि तो तसा आलाही), तर जानकीबाई मराठ्यांच्या महाराणी बनल्या असत्या, पण भविष्यातील घटना कोणाला समजल्या आहेत!

ताराबाई : मराठ्यांच्या महाराणी

सन १६८९ साली मोगलांशी संघर्ष चालू असतानाच छत्रपती संभाजी महाराज कोकणात संगमेश्वर मुक्कामी पकडले गेले. पुढे त्यांना बादशाही कैदेतच ठार मारण्यात आले. दरम्यान, रायगडावर त्यांची राणी येसूबाई व मराठी प्रधान/सरदार यांनी एकत्र येऊन एकविचारे राजाराम महाराजांना सिंहासनारूढ केले व मराठ्यांचे नवे छत्रपती म्हणून घोषणा करण्यात आली. संभाजी महाराजांच्या हत्येनंतर हिंदवी स्वराज्याचे स्वरूप अंतर्बाह्य असे बदलू लागले. घटना वेगाने घडू लागल्या. राजधानी रायगडास मोगलांचा वेढा बसला. या वेढ्यातून राजाराम महाराज आपल्या सहकाऱ्यांनिशी गुप्तपणे बाहेर पडले. या वेळी ताराबाई व राजसबाई (राजाराम महाराजांची तिसरी राणी) या दोघी रायगडाबाहेर पडल्या. पण जानकीबाईंना मात्र राणी येसूबाईंनी आपल्याजवळ ठेवून घेतले. योगायोग असा की पुढे रायगडाच्या पाडावानंतर जानकीबाई या येसूबाई व शाहू राजे यांच्याबरोबर मोगलांच्या कैदी बनून

बादशाही छावणीत गेल्या! राजाराम महाराजांबरोबर रायगडाबाहेर पडलेल्या ताराबाई मात्र नशीबवान ठरल्या. राजाराम महाराजांच्या अंत:पुरातील ज्येष्ठ राणीपदाचा-महाराणीपदाचा मान त्यांच्याकडे आला! काळाने त्यांच्यावर एक मोठी जबाबदारी सोपविली होती आणि त्या जबाबदारीची खरी कसोटी ही त्यांच्या नंतरच्या आयुष्यात लागणार होती.

महाराष्ट्रातील राजमंडळाच्या प्रमुख

दरम्यान, राजाराम महाराजांना कर्नाटकात जिंजीकडे पलायन करावे लागले होते. तो काळच असा आणीबाणीचा होता की छत्रपतींचा प्राण वाचणे हीच काळाची पहिली मोठी गरज होती. राजाराम महाराजांनी कर्नाटकात जाताना महाराष्ट्राचा कारभार पाहण्यासाठी ताराबाईंच्या नेतृत्वाखाली रामचंद्रपंत, शंकराजी नारायण, संताजी घोरपडे, धनाजी जाधव इ. प्रमुख सरदारांचे एक 'राजमंडळ' स्थापन केले होते. शत्रूच्या फौजांशी संघर्ष करून आपल्या मुलखाचे संरक्षण करणे, तसेच स्वराज्याचा कारभार हाकणे या प्रमुख बाबी राजमंडळाकडे सोपविल्या गेल्या होत्या. ताराबाईंच्या दृष्टीने ही मोठी अपूर्व संधी होती. रामचद्रपंत, शंकराजी नारायण यांच्यासारख्या मातब्बर मुत्सद्द्यांच्या सहवासात त्यांना राज्यकारभाराचे जणू प्रशिक्षणच मिळत गेले. संभाजी हत्येनंतरचा कालखंड म्हणजे लष्करीदृष्ट्या मराठ्यांच्या आत्यंतिक संकटाचा कालखंड. त्या काळात संताजी/धनाजीसारख्या असामान्य सेनानींच्या मोहिमांचे 'राजमंडळाचे अध्यक्ष' या नात्याने संयोजन करण्याचीही त्यांना संधी मिळाली.

कर्नाटकात जिंजीत मराठ्यांची राजधानी स्थापून तिकडे आपले आसन स्थिर होताच राजाराम महाराजांनी ताराबाई व राजसबाई या दोघी राण्यांना आपल्याकडे बोलावून घेतले. मराठ्यांच्या राण्यांचा हा प्रवास मोठ्या संकटाचा होता. पण तो अत्यंत शिताफीने व गुप्तपणे पार पडला. मात्र, १६९१ पूर्वीच ताराबाई व राजसबाई जिंजीस सुखरूप पोहोचल्या.

जिंजीच्या वास्तव्यात सन १६९६ मध्ये ताराबाईंना पुत्ररत्नाचा लाभ झाला. त्याचे शिवाजीराजे असे नाव ठेवले गेले. आपला पुत्र त्यांच्या महान आजोबाप्रमाणे पराक्रमी व कर्तबगार निघावा, अशीही ताराबाईंची इच्छा असे नाव ठेवण्यामागे असावी. अशी इच्छा त्यांच्यासारख्या महत्त्वाकांक्षी स्त्रीने धरली तर त्यात वावगेही काही नव्हते.

राजाराम महाराजांच्या मागोमाग त्यांना पकडण्यासाठी औरंगजेब बादशहाने आपला सेनापती जुल्फिकारखान यास मोठी फौज घेऊन पाठविले होते– (सन १६९०). खानाने जिंजीच्या पायथ्याशी छावणी करून किल्ल्यास वेढा दिला होता.

रायगडाप्रमाणे जिंजी किल्ला जेर करून खानास तो घेता आला नाही. हा वेढा पुढे कित्येक वर्षे चालला. चालला म्हणण्यापेक्षा रेंगाळला असे म्हणणे अधिक बरोबर ठरेल. सात वर्षांच्या या वेढ्यात खानाला अनेक वेळा आपले सैन्य घेऊन माघार घ्यावी लागली. वेढा प्रदीर्घ काल चालल्यामुळे राजाराम महाराजांनी हळूहळू मोगली गोटात राजकारणी डावपेच लढवून दुही निर्माण केली. असदखान-जुल्फिकारखान हे पितापुत्र व शहाजादा कामबक्ष यांच्याशी स्वतंत्रपणे संधान बांधून त्यांच्यात कलह निर्माण करण्यात ते यशस्वी झाले. इतके की शेवटी बादशहाला जिंजीच्या पायथ्याहून असदखान व कामबक्ष यांना आपल्याकडे परत बोलावून घ्यावे लागले!

ताराबाई धैर्यपुरुषा शूरत्व आणि बळे

कर्नाटकात घडणाऱ्या या घटना जिंजीमध्ये निवास करणाऱ्या ताराबाईंच्या समोर घडत होत्या. शिवाय जिंजीच्या दरबारात महाराष्ट्रातील कारभारी, अधिकारी, किल्लेदार, लहान-मोठे सेनानी, वतनदार यांचे गुंते व कटकटी नित्य निस्तरल्या जात होत्या. कर्नाटकातील व महाराष्ट्रातील अनेक लष्करी मोहिमांचे संयोजन जिंजीतून केले जात होते. अशा वेळी नव्या छत्रपतींची महाराणी म्हणून ताराबाईंनी जिंजीच्या दरबारात आपला प्रभाव निर्माण केल्यास आश्चर्य नव्हते. पतीच्या हयातीतच मराठ्यांच्या या राणीने आपल्या बुद्धिचातुर्याने व प्रशासकीय कौशल्याने संपूर्ण दक्षिणेत नावलौकिक प्राप्त केला होता. यास साक्ष आहे ती शत्रूच्या गोटाचा प्रमुख इतिहासकार व औरंगजेबाचा चरित्रकार खाफीखान याची! तो मराठ्यांच्या युद्धांविषयी लिहिताना म्हणतो–

"ताराबाई ही राजारामाची थोरली बायको होय. ती बुद्धिमान आणि शहाणी होती. सैन्याची व्यवस्था आणि राज्यकारभार या बाबतीत नवऱ्याच्या हयातीतच तिचा मोठा लौकिक झाला होता."[१]

राजाराम महाराजांच्या हयातीतच राणी ताराबाईंनी प्रकट केलेल्या कर्तबगारीविषयी खाफीखानाने लिहिलेली ही दोन-तीन वाक्ये खूप काही सांगून जातात. मराठी कागदपत्रांतही ताराबाईंच्या या कर्तबगारीचा प्रभाव उमटलेला दिसतो. एक मराठी कवी विठ्ठलदास आपल्या कवनात सांगतो–

"राजा नष्ट अरिष्ट योग घडला दुर्गादि नाना स्थळे ।
घेती म्लेंच्छ समग्र देश हबसी प्राबल्य जालें बळे ।
राजाराम विदेश दक्षण दिशे चंदावरी राहिला ।
रोगें क्षीण परंतु सुकृत बळें तारामती रक्षिला ।।
ताराबाई धैर्यपुरुषा शुरत्व आणि बळे ।
घेवोनी नृप राम स्वामिसह तेजे प्राप्त जाली दळें ।

लंघोनी परदेश दुर्गम स्छळे कृष्णा नदीचे तिरीं ।
सातारा गड रक्षिला स्वकजनी जावोनि बैसे शिरीं ॥''[२]

या काव्यातील 'रोगें क्षीण परंतु सुकृत बळें तारामती रक्षिला' या ओळीचा शब्दश: अर्थ घेतला नाही तरी पती राजाराम महाराजांपेक्षा ताराबाई या विलक्षण तेजस्वी, काटक व शूर होत्या, एवढा मर्यादित अर्थ घेतला तरी तो गैरलागू होणार नाही. कवीचे आणखी एक विशेषण मोठे सूचक आहे. तो ताराबाईना 'धैर्यपुरुषा' असे म्हणतो आणि त्यांच्या शूरत्व व सामर्थ्य या गुणांनी मराठ्यांनी सैन्य-दले तेजस्वी बनल्याचे सांगतो!

जिंजीहून सुटून स्वराज्यात

जिंजीच्या पायथ्याशी वेढा घालून बसलेल्या जुल्फिकारखानाचे राजाराम महाराजांशी अंतस्थ सूत जमल्याच्या बातम्यांनी बादशहा हैराण झाला होता. शेवटी त्याने खानास निर्वाणीचा इशारा देऊन जिंजी हस्तगत करण्याचा हुकूम केल्यावर खानाच्या विनंतीवरून राजाराम महाराज व त्यांचा कबिला यांनी सन १६९७ अखेरीस किल्ला सोडला आणि ते महाराष्ट्रात सुखरूप परत आले. मागे मोगलांना किल्ला मिळाला; पण मराठ्यांचा राजा व राणीपरिवार निसटल्याने बादशहा चरफडत राहिला.

जिंजीहून सुटल्यानंतर वेलोर-कोपल-भुदरगड असा प्रवास करीत राजाराम महाराज आपल्या राण्यांसह मार्च १६९८ मध्ये पन्हाळा-विशाळगडास आले. या वेळी राणी राजसबाई या गरोदर होत्या. तेव्हा त्यांना विशाळगडावरच ठेवून राजाराम महाराज ताराबाई व शिवाजीराजे यांच्यासह उत्तर कोकणच्या स्वारीवर गेल्याचा उल्लेख तत्कालीन कागदपत्रांत मिळतो.[३] गेली ८/९ वर्षे महाराज महाराष्ट्रात नसल्यामुळे स्वराज्यामधील प्रदेशांची व गडकोटांची व्यवस्था त्यांना प्रत्यक्ष पाहावयास मिळाली नव्हती. ती पाहावी व ठिकठिकाणच्या मराठी लष्करांना व शिबंदींना दिलदिलासा द्यावा, हा या स्वारीमागे हेतू होता. स्वारीच्या परतीच्या प्रवासात हे राजकुटुंब प्रतापगडावर थांबले. त्यांनी तिथे श्री भवानी मातेची पूजा बांधली. याच वेळी विशाळगडावर राजसबाईंना पुत्र झाला– (२३ मे १६९८). संभाजीराजे असे या द्वितीय युवराजाचे नामकरण केले गेले.

तत्कालीन कागदपत्रांचे अवलोकन करता असे दिसून येते की, जिंजीहून परतल्यानंतर राजाराम महाराज व ताराबाई हे दोघे पन्हाळा-विशाळगड-वसंतगड-सज्जनगड-सातारा अशा किल्ल्यांच्या आसमंतात एकसारखी भ्रमंती करताहेत. अर्थात, ही भ्रमंती स्वराज्यातील या महत्त्वाच्या प्रदेशातील गडकोटांची संरक्षण-फळी मजबूत करण्यासाठी होती. औरंगजेब बादशहा आता स्वराज्यावर पुन्हा जोमाने हल्ला करण्याच्या तयारीत होता. त्याच्या प्रतिकाराची योजना मराठ्यांच्या बाजूवर

अशी उभी राहत होती.

या सुमारास राजाराम महाराजांनी सातारा किल्ल्यावर आपली नवी राजधानी स्थापन केली. पूर्वीची राजधानी रायगड अद्यापि मोगलांच्या ताब्यातच होती. कर्नाटकातील दुसरी राजधानी जिंजीही शत्रूने घेतली होती. अशा परिस्थितीत स्वराज्यावर चौफेर नजर टाकण्यास साताऱ्यासारखेच मध्यवर्ती ठिकाण महाराजांना पसंत पडणे स्वाभाविक होते. नव्या राजधानीत ताराबाईंचे व त्यांच्या पुत्राचे वास्तव्य होत होते. याच वास्तव्यात राज्याचा सेनापती धनाजी जाधव व राजघराण्याच्या अंत:पूरचा सरहवालदार गिरजोजी यादव यांच्या दरम्यान उद्भवलेल्या तंट्याचा निवाडा महाराणी ताराबाईंनी केल्याचा कागदोपत्रीचा पुरावा उपलब्ध झाला आहे – (२१ फेब्रुवारी १६९९).[४]

या निवाड्याचे एक वैशिष्ट्य म्हणजे त्यामध्ये ताराबाईंनी सेनापती धनाजी जाधवांच्या विरुद्ध गिरजोजी यादवाच्या बाजूने निकाल दिलेला आहे. धनाजीसारख्या मातब्बर सेनानीच्या रागलोभाची पर्वा न करता अत्यंत न्यायनिष्ठुरपणे व कणखरपणे ताराबाईने केलेल्या या निवाड्याने त्यांच्या स्वभाव-प्रकृतीवर प्रकाश टाकला जातो. ताराबाई ही मुळातच कणखर वृत्तीची स्त्री होती, हे राजारामकालातच सिद्ध होऊन जाते!

वैधव्याची कुऱ्हाड आणि संपूर्ण राज्याचा 'कसाला'

संभाजी महाराजांच्या हत्येनंतरच्या कालखंडात राजाराम महाराजांनी कर्नाटकात राजधानी स्थापून तेथून मोगलांशी संघर्ष चालू ठेवला आणि सात-आठ वर्षे वेढा घालून बसलेल्या मोगली फौजांशी झुंज देत शेवटी शत्रूच्या हातावर तुरी देऊन ते निसटून महाराष्ट्रात आले. बादशहाच्या शहास मराठ्यांनी डावपेच लढवून प्रतिशह दिला होता. त्यामुळे चिडून जाऊन त्याने मराठ्यांच्या ताब्यात असणाऱ्या किल्ल्यांवरील मोहीम जातीने हाती घेतली होती. सह्याद्रीच्या कडेकपारीवरील किल्ले जोपर्यंत मराठ्यांच्या हाती आहेत तोपर्यंत मराठी सत्ता नामशेष होणार नाही, याची त्याला पूर्ण खात्री पटली होती. या कामगिरीत आपले सरदार कामचुकारपणा करतात असा त्याचा ग्रह असल्याने किल्ले जिंकण्याचे काम त्याने आपल्याच अंगावर घेतले होते.

सन १६९५ सालापासून औरंगजेब बादशहा भीमा नदीच्या काठी इस्लामपुरी (ब्रह्मपुरी) येथे छावणी करून होता. आता तो १९ ऑक्टोबर १६९९ रोजी प्रचंड सैन्य घेऊन स्वराज्यावर चालून आला. पण बादशहा अशी मोहीम सुरू करणार याची बातमी मराठ्यांना मिळाल्यामुळे राजाराम महाराजांनी त्यास प्रतिशह म्हणून मोगली मुलखात लष्करी मोहीम हाती घेतली. बादशहाने पुढे होऊन कऱ्हाडजवळचा वसंतगड किल्ला हस्तगत केला आणि लगेच मराठ्यांच्या नव्या राजधानीस-सातारा

किल्ल्यास वेढा दिला (डिसेंबर १६९९). हा वेढा बसण्यापूर्वीच ताराबाईंनी आपल्या पुत्रासह विशाळगडाकडे कूच केले होते. साताऱ्याच्या तुलनेने विशाळगड तशी फार सुरक्षित जागा होती. बिकट जंगलात व डोंगराळ भागातील हा किल्ला मराठी सत्तेचे एक प्रमुख केंद्र बनून राहिला होता.

सातारा मोठ्या जिद्दीने मराठे लढवीत होते. या वेढ्याची विलक्षण माहिती प्रस्तुत ग्रंथात अन्यत्र आली आहेच. इथे एवढेच लक्षात घेऊ की साताऱ्याचा संग्राम चालू असतानाच मोगली मुलखातील मोहिमेवर असणाऱ्या राजाराम महाराजांचा अकाली मृत्यू घडून आला (२ मार्च १७००). त्या वेळी त्यांचे वय अवघे ३० तर ताराबाईंचे अवघे २५! ऐन तारुण्यात वैधव्याची कुऱ्हाड ताराबाईंवर कोसळली! संभाजी महाराजांच्या हत्येनंतर मराठी राज्याला बसलेला हा दुसरा जबरदस्त धक्का होता. मोगली गटात बादशहापासून सामान्य शिपायापर्यंत सर्वांना वाटले की मराठी सत्ता आता संपली! राजारामानंतर मागे राहिलेल्या दोन निराधार राण्या व त्यांची दोन लहान मुले ही आपल्याशी काय लढणार! मराठ्यांशी चालू असलेले हे युद्ध आता संपणार आणि आपण लवकरच उत्तरेकडे परतणार, म्हणून बादशाही छावणीतील सर्वांना आनंद झाला. पण हे घडणार नव्हते. वैधव्याचे दुःख बाजूस ठेवून ताराबाईंनी मराठ्यांच्या गादीवर आपला पुत्र शिवाजीराजे यास बसविले आणि राज्यकारभाराची आणि लष्करी मोहिमांची सर्व सूत्रे आपल्या हाती घेतली. मराठ्यांच्या बाजूवर त्यांनी नेतृत्वाची उणीव भासू दिली नाही; इतकेच नव्हे तर पतीपेक्षाही खंबीर नेतृत्व त्यांनी मराठ्यांना दिले.

या आमच्या विधानास पुन्हा खाफीखानाचीच महत्त्वाची साक्ष आहे, तो म्हणतो–

"राजारामाची बायको ताराबाई हिने विलक्षण धामधूम उडविली. त्यामध्ये तिच्या सैन्याच्या नेतृत्वाचे व मोहिमांच्या व्यवस्थेचे गुण प्रकर्षाने प्रकट झाले. त्यामुळे मराठ्यांचे आक्रमण आणि त्यांची धामधूम दिवसेंदिवस वाढतच गेली."[५]

खाफीखानाच्या वृत्तान्तामधील 'सैन्याचे नेतृत्व व मोहिमांच्या व्यवस्थेचे गुण' ही शब्दयोजना फार महत्त्वाची आहे. कारण येथून पुढे मराठ्यांचा ७/८ वर्षांचा इतिहास म्हणजे त्यांनी औरंगजेब बादशहाशी दिलेल्या संघर्षाचा इतिहास आहे. हा लष्करी संघर्ष मराठ्यांच्या या राणीने खुद्द आपल्या नेतृत्वाखाली केला, हे या कालखंडाचे मोठे वैशिष्ट्य आहे.

ताराबाईंनी मराठी राज्याची सर्व सूत्रे धारण करून आपल्या पुत्राच्या नावे कारभार केल्याचे दाखले मराठी कागदपत्रांतही येतात. एका सनदेमध्ये पुढे खुद्द शिवाजी राजांनीच (ताराबाईपुत्र) या प्रसंगाचे वर्णन करताना म्हटले आहे–

"मुख्य ताम्राने (औरंगजेबाने) राज्यावरी चालोन घेतले. तैशा प्रसंगात राजश्री कैलासवासी स्वामीने (राजाराम) सिंहगडचे मुकामी कैलासवास केला. स्वामीवरी

(शिवाजी राजे) व मातुश्री साहेबावरी (ताराबाई) संपूर्ण राज्याचा कसाला (कठीण परिश्रम) पडिला.''[६]

धडफळे यादीतील एक नोंद सांगते– ''सिवाजी राजे धाकटे, राजारामाचे व ताराबाईंचे पुत्र, यांणी राजाराम वारल्यावर राज्य केले. कारभार कुल (सर्व) ताराई महाराजांनी केला.''[७]

शिवछत्रपतींच्या मुत्सद्दीगिरीचे अनुकरण

राज्यकर्ती म्हणून ताराबाईंच्या जीवनातील अगदी पहिलाच व महत्त्वाचा असा एक प्रसंग इतिहासात नमूद आहे. हा प्रसंग त्यांच्या मुत्सद्देगिरीच्या डावपेचाचा असून वैधव्याच्या ताज्या दुःखद कालखंडातील आहे. तो असा–

राजाराम महाराजांच्या मृत्यूसमयी ताराबाई आपल्या पुत्रासह विशाळगडावर होत्या हे आपण पाहिलेच आहे. महाराजांच्या मृत्यूची वार्ता त्यांना ४-५ मार्चच्या सुमारास पोहोचली होती आणि १२ मार्चचे मोगल दरबाराचे बातमीपत्र म्हणते की, ताराबाईंनी रुहुल्लाखानामार्फत बादशहाशी वाटाघाटी सुरू केल्या आहेत. म्हणजे महाराजांच्या मृत्यूची बातमी समजताच ताराबाईंनी विशाळगडाहून आपले वकील साताऱ्याच्या पायथ्याशी वेढा घालून बसलेल्या औरंगजेबाकडे पाठविले होते. कोणत्याही हिंदू स्त्रीला पतिनिधनाचे दुःख असह्य असते, तशात ऐन तारुण्यात पतीचे निधन झाले, तर तिच्या दुःखाला पारावार राहत नाही. पतीच्या मृत्यूने ताराबाईंना दुःख झाले नाही असे कसे म्हणता येईल? परंतु ज्यांच्यावर राज्याची मदार असते, अशा व्यक्ती वैयक्तिक दुःखाचे प्रदर्शन करीत बसत नाहीत. मराठ्यांची ही राणी विशाळगडावर शोक करीत बसली नाही; कारण तो समय शोक करीत बसण्याचा नव्हता. मराठ्यांच्या स्वातंत्र्याचा संग्राम चालू ठेवणे व मराठी वीरांना दिलासा देऊन हिंदवी स्वराज्याचे संरक्षण करणे, हे कर्तव्य ताराबाईंपुढे उभे होते. म्हणून पतिनिधनाच्या दुःखाने खचून न जाता त्या प्राप्त परिस्थितीवर मात करण्यासाठी निर्धाराने उभ्या रहिल्या. त्यांचे हे कृत्य त्यांच्या असामान्य मनोनिग्रहाचे प्रतीक होते.

ताराबाईंनी आपल्या वकिलांमार्फत बादशहाकडे असे मुद्दे तहासाठी पाठविले होते – १) आपल्या पुत्रास (शिवाजीराजे) सात हजारी मनसब व दक्षिणेच्या देशमुखीचे हक्क मिळावेत. २) त्यासाठी दक्षिणेच्या मोगल सुभेदाराच्या सेवेत मराठ्यांची पाच हजार मराठी फौज राहील आणि मोगलांना पन्हाळा, सातारा, चंदन-वंदन, परळी इत्यादी सात किल्ले मिळतील आणि ३) छत्रपती शिवाजी महाराज (थोरले) किंवा उदयपूरचा महाराणा यांना जशी दरबारी येऊन मोगल बादशहास मुजरा करण्याची सक्ती नव्हती, तशी सक्ती शिवाजीराजे यांच्यावरही नसावी.

या तहाच्या अटीस बादशहा तयार झाला नाही. मराठ्यांनी आपले सर्वच किल्ले देऊन टाकले, तर त्यांच्याशी तह होऊ शकेल, असे त्यांनी मराठी वकिलांना सांगितले. त्यामुळे तहाच्या वाटाघाटी फिसकटल्या.[८]

बादशहाशी अशा वाटाघाटी करण्यात ताराबाईंचे दोन प्रमुख उद्देश होते : पहिला, वाटाघाटीच्या राजकारणात बादशहास गुंतवून त्याचे लक्ष द्विधा करायचे. दुसरा, वाटाघाटी यशस्वी झाल्या तर काही किल्ले व प्रदेश मोगलांना देऊन बादशहास उत्तरेकडे जाण्यास उद्युक्त करावयाचे. बादशहा दिल्लीस गेला की, पुन्हा दिलेले किल्ले व प्रदेश जिंकून घ्यायचे. या ठिकाणी सन १६६५ साली मिर्झाराजा जयसिंगाच्या स्वारीच्या वेळी शिवाजी महाराजांनी स्वीकारलेल्या मुत्सद्देगिरीचे अनुकरणच ताराबाई करीत होत्या, हे स्पष्ट आहे. जयसिंग २३ किल्ल्यांवर तहास तयार झाला. परंतु औरंगजेब अधिक कडवा होता. सह्याद्रीत असलेले मराठ्यांचे सर्व दुर्गम किल्ले हाती आल्याशिवाय मराठी सत्ता नामशेष होणार नाही, असे त्यास वाटत होते. म्हणूनच त्याने सर्वच किल्ल्यांची ताराबाईंकडे मागणी केली होती. अर्थात अशा मागणीस ताराबाई तयार होणे शक्यच नव्हते.

ताराबाईंची युद्धनीती

दरम्यान, साताऱ्यावर बादशहाने जोरदार हल्ले चढविले. १३ मार्च रोजी त्याने किल्ल्याच्या तटाखाली सुरुंगाचे दोन महाभयंकर स्फोट घडवून आणून सतरा गज लांबीची तटबंदी उद्ध्वस्त केली. त्यामुळे आता किल्ला फार काळ लढविणे मराठ्यांना अवघड झाले. तेव्हा ताराबाईंच्या धोरणांनुसार किल्लेदाराने वाटाघाटी करून किल्ला बादशहाच्या हवाली केला– (२१ एप्रिल १७००).

बादशाही फौजेने वेढा घातलेला किल्ला शक्य तितक्या अधिक काल लढवायचा. बादशहास जास्तीत जास्त काळ त्या किल्ल्याच्या पायथ्याशी गुंतवून ठेवायचे व शेवटी निरुपाय झाला तर वाटाघाटी करून किल्ला त्याच्या ताब्यात द्यायचा (या वेळी जमले तर बादशहाकडून रोख रक्कम घ्यायची), अशी किल्ल्यांच्या संदर्भात ताराबाईंनी राजनीती व रणनीती स्वीकारली होती. येथून पुढच्या बादशहाच्या पन्हाळा, विशाळगड इत्यादी वेढ्यांकडेही ताराबाईंच्या या राजनीतीच्या दृष्टीने पाहिले पाहिजे. बादशहा हा काही किल्ले डोक्यावर उचलून दिल्लीला घेऊन जाणार नाही, हे ताराबाईंना चांगले माहीत होते. म्हणून त्याची पाठ वळताच आपण गेलेले हे किल्ले परत मिळवू शकू, अशी हिंमत त्या बाळगून होत्या.

किल्ल्याच्या पायथ्याशी वेढा घालून बसलेल्या बादशहाच्या सैन्यावर मराठ्यांचे हल्ले चालू असतच, पण त्याशिवाय ताराबाईंनी धनाजी जाधव, हणमंतराव निंबाळकर, राणोजी घोरपडे, नेमाजी शिंदे इत्यादी अनेक मराठा सेनानींना मोगलांच्या

मुलखात धुमाकुळीच्या मोहिमांवर पाठवले होते. त्यांचा बंदोबस्त करण्यासाठी बादशहा जुल्फिकारखान, दाऊदखान, राव दलपत बुंदेला, शहाजादा बेदारबख्त इत्यादी अनेक नामांकित सेनानींना एकामागून एक याप्रमाणे पाठवीत होता. मोगल मराठा सैन्यांच्या धावपळीच्या या युद्धाचा वृत्तान्त औरंजेबाचा चरित्रकार भीमसेन सक्सेना याने आपल्या ग्रंथात साद्यंत दिला आहे. तो म्हणतो की सन १६९९-१७०० च्या मोहिमेच्या या कालात एकट्या जुल्फिकारखानास दोन हजार कोसांच्या हालचाली कराव्या लागल्या![९] भीमसेनाच्या या विधानावरून मराठे मोगली सैन्याची महाराष्ट्रात कशी दमछाक करीत होते हे ध्यानी येते.

अशा प्रकारे ताराबाईंनी मोगलांशी लढताना एकाच वेळी संरक्षणात्मक व आक्रमक भूमिका घेतलेली दिसून येते. सह्याद्रीच्या परिसरातील आपल्या गडकोटांचे व मुलखाचे संरक्षण करीत असतानाच त्यांच्या फौजा मोगलांच्या मुलखाची नासाडी करण्यासाठी धावत होत्या.

शाहू महाराजांच्या तोतयांचा बंदोबस्त

मोगली फौजांशी असा संघर्ष चालू असता ताराबाईंना राज्यांतर्गत उद्‌भवणाऱ्या विघ्नांना व संकटांनाही तोंड द्यावे लागत होते. याच दरम्यान मराठी राज्यात शाहू महाराजांचे दोन तोतये उभे राहिले. पहिला तोतया पन्हाळ्याच्या परिसरात खटावच्या खंडो लिंगो कुलकर्णी याने केला, तर दुसरा तोतया सुधागडच्या परिसरात जावजी नाईक बलकवडे या पराक्रमी पण कारस्थानी मराठ्याने केला. या दोन तोतयांत खंडो लिंगो कुलकर्णीच्या तोतयाने तर मराठी राज्यांच्या सरकारकुनांतही मोठी खळबळ माजविली.

ताराबाईंच्या रामचंद्रपंत अमात्य व परशुरामपंत या दोन महत्त्वाच्या प्रधानांत या प्रश्नावरून 'गर्गशा'ही लागल्याचे एका तत्कालीन अस्सल पत्रात नमूद केले आहे : 'राजेश्री रामचंद्रपंत व परशरामपंत यांचा गर्गशा लागला. पनाळेखाले खंडोपंत खटावकर याणे राजेश्री संभाजीराजे याचा पुत्र आपण शाहू राजे तांब्रांच्या निर्बंधातून मोहिला.'[१०] खंडो लिंगोने उभा केलेले तोतयाचे नाटक इतके बेमालूमपणे वठविले गेले होते की रामचंद्रपंत अमात्यासारखा अत्यंत चाणाक्ष मुत्सद्द्याचीही त्यामुळे फसगत झाली होती. (परशुरामपंत हा ताराबाईंचा खास विश्वासातील होता हे प्रसिद्धच आहे. याचा अर्थ तोतया शाहूची बाजू रामचंद्रपंताने उचलून धरली होती हे उघड आहे.)

जावजी नाईक बलकवड्याच्या तोतयेगिरीनेही स्वराज्यांतर्गत संकट निर्माण केले होते. वास्तविक जावजी म्हणजे मोठा पराक्रमी माणूस. मराठी सैन्यात 'सप्तसहस्त्री' या हुद्द्यावर असणारा. कोरीगड व सिंहगड हे किल्ले मोगलांकडून

त्याने नरवीर तानाजीसारखे पराक्रम करून जिंकून घेतलेले. पण त्याला तोतयेगिरीची दुर्बुद्धी सुचली. त्याच्याविषयी ताराबाईंचा पेशवा बहिरो मोरेश्वर आपल्या एका पत्रात म्हणतो– ''साल गुदस्ता जावजी बलकवडा याने हरामखोरीचे ढंग करून किल्ले सुधागडचा आसरा करून तोतयाचा बहाणा केला आणि लोक जमाव करून मुलखात स्वारी घालून गाव मारून नेऊ लागला. त्यास नतीजा त्याचे कर्तव्यानुरूप जाला...''[११]

हे दोन्ही तोतये ताराबाईंनी हिंमतबाजीने व निर्धाराने मोडून काढले. स्वराज्यात मोगल शत्रू उभा ठाकला असता ताराबाईंना अशा अंतर्गत शत्रूंचाही बंदोबस्त करावा लागणार होता. तोतयांचे हे प्रकरण ताराबाईंच्या समोरचा मार्ग किती खडतर होता हेच दाखवून देते.

'औरंगजेबाला तरी ठेचगा द्यावा!'

सातारा व त्यानंतर परळी असे दोन किल्ले सन १६९९-१७०० च्या मोहिमेच्या कालात जिंकून बादशाहा पावसाळ्यात माणदेशात (साताऱ्याच्या पूर्वेला) छावणीस गेला. पुढच्या साली त्याने मराठ्यांचा प्रसिद्ध जोडकिल्ला पन्हाळा-पावनगड यास वेढा घातला. जुल्फिकारखान, शहाजादा बेदारबख्त, रुहुल्लाखान, तरबियतखान इत्यादी अनेक नामांकित सेनानी त्याच्या सैन्यात होते. तोफांची मारागिरी, भुयार खणून किल्ल्यात जाण्याचा प्रयत्न, सैनिकांचे हल्ले अशा कोणत्याच प्रकारास पन्हाळा दाद देत नव्हता. किल्ल्यातील विठोजी केसरकर, त्र्यंबकजी इंगळे हे अधिकारी व बाहेरचे एसोजी साठम, सूर्याजी साठम हे मराठा सरदार मोगलांशी जिद्दीने लढत होते.

अशाच एका प्रसंगी विठोजी केसरकराने गडाबाहेर पडून मोगलांचा मोर्चा मारून काढल्याची वार्ता विशाळगडावर वास्तव्य करून असणाऱ्या ताराबाईंना समजताच त्यांनी केसरकराचे कौतुक करणारे जे पत्र लिहिले आहे त्यामध्ये त्यांची शत्रूशी लढण्याची जिद्द व आत्मविश्वास प्रकट होतो. पत्रात ताराबाई लिहितात– 'तुम्ही हमेशा कस्त करून गनिमास नजिता पावविता, एक दोन वेळ मोर्चा मारिला. औरंगजेबाला तरी ठेचगा द्यावा अशी उमेद धरता, म्हणून हे वर्तमान देवजी रघुनाथ व फडणीस यांणी विदित केले. त्यावरून तुमचा मजुरा झाला. ऐसियास तुम्ही एकनिष्ठ सेवक तैसेच राहा. याउपरी औरंगजेब आला आहे तरी त्याचा हिसाब न धरता स्वामीची जागा जतन करणे. स्वामी उर्जित हरबाब करतील. दिलासा असो देणे.'[१२] (दि. १२ मार्च १७०१).

हल्ला करून पन्हाळा जिंकणे मोगली सेनेस अशक्य होते. पावसाळा जवळ येत चालला होता. त्याच्या आत किल्ला कोणत्याही परिस्थितीत ताब्यात येणे आवश्यक होते. शेवटी बादशहाने शहाजादा कामबक्ष आणि तरबियतखान यांच्यामार्फत

मराठ्यांशी वाटाघाटी सुरू केल्या. पन्हाळा-पावनगड या जोडकिल्ल्यासाठी मराठ्यांना बादशहाने ५५ हजार रुपये दिले व किल्ला ताब्यात घेतला! (२८ मे १७०१).

किल्ला अशा प्रकारे जिंकून घेताच बादशहा पुन्हा पावसाळ्याच्या छावणीसाठी माणदेशाकडे गेला. बादशहा पन्हाळा जिंकण्यास यशस्वी झाला तरी वर्षभराच्या मोहिमेच्या कालखंडात त्याच्यासारख्या महाबलाढ्य सत्ताधीशाने एखाददुसरा किल्ला जिंकण्यात काहीच कौतुक नव्हते! याउलट त्याला त्याच्या फौजांसह वर्षभर अशा एखाद्या किल्ल्याच्या पायथ्याशी जखडून ठेवण्यात मराठे यशस्वी झाले होते, ही गोष्ट लक्षात घेतली पाहिजे. ताराबाईंची रणनीती होती ती हीच.

'अवघे एकदिल होऊन औरंगजेबास जडून राहणे!'

पावसाळा संपताच पुन्हा बादशहा पन्हाळ्याच्या पलीकडे ऐन सह्याद्रीत असणाऱ्या विशाळगडावर निघाला. विशाळगडावर बाल छत्रपती शिवाजीराजे व ताराबाई यांचे वास्तव्य होते. बादशहा चालून येतो आहे, हे समजताच ताराबाईंनी बाल छत्रपतींसह आपली राजधानी प्रतापगडावर हलविली आणि तेथून त्या युद्ध प्रयत्नांचे संयोजन करू लागल्या. विशाळगडचा वेढा व त्यात झालेली मोगली फौजांची दाणादाण हा ताराबाईकालातील मोठा रोमांचकारी प्रसंग आहे. येथे बादशहाशी लढताना ताराबाईंनी कोणता पवित्रा घेतला होता हे पाहावयाचे आहे.

सुदैवाने या वेढ्याच्या प्रसंगी ताराबाईंनी प्रतापराव मोरे या मराठा सरदारास लिहिलेले एक दुर्मिळ पत्र उपलब्ध आहे. त्या पत्रावरून ताराबाईंची त्या वेळची मन:स्थिती, सरदारांशी त्यांची मायेची वागणूक, त्यांचे लष्करी धोरण, शत्रूशी लढण्याचा निर्धार अशा अनेक बाबींवर प्रकाश पडतो. त्या पत्रात त्या प्रतापरावास लिहितात –

'तुम्ही व राजश्री संताजी पांढरे फौजेनशी मलकापुरानजीक औरंगजेबाची चौकी होती ते मारली. हे वर्तमान कळल्यावरी स्वामीने तुम्हास आज्ञापत्रे पाठविली आहेत. ती पाऊन वर्तमान कळले. औरंगजेब विशाळगडास बिलगला याजकरिता त्याचे कविलावाड मारून हमेशा गोटावर हल्ले करावे, तरीच तो बलकुबल (धास्तावून) राहतो. याजकरिता तुम्ही... लोक आपले अवघे एकदिल होऊन औरंगजेबास जडून राहणे. तुम्ही स्वामींचे एकनिष्ठ सेवक. मायेचे विश्वासू आहां. तरीच या प्रसंगी साहस करून मुख्य शत्रूच्या मुकाबल्यास आलेत ये गोष्टीने औरंगजेब दिक होऊन थोरच कार्य होऊ आले.

'प्रस्तुत स्वामीचा मुकाम किले प्रतापगडी जाला आहे. बलकुबलीच्या प्रसंगास स्वामींचे तोलदार फौज असली पाहिजे. औरंगजेब गनीम दगेखोर आहे. कोणे समयी काय विचार करील तोही काही कळत नाही. त्यास तुम्ही बळकट फौजेनिशी या

तोंडे राहिस तरी त्याचे वस्तु चळवळ करवत नाही. आजीचे प्रसंगी भरवसा तुम्हा लोकांचा आहे... ये गोष्टीचे अगत्य धरून फौजेनशी या तोंडे राहोन अवरंगजेबाचा कविलावाड मारून हैराण करणे. तो विशाळगडचा ख्याल सोडी, तुम्हा लोकांच्या कीर्ति होऊन स्वामी समाधान पावेत ऐसी गोष्टी करणे. दूर प्रांते स्वारीस जाल तर हे तोंड सहजच मोकळे जाईल. म्हणजे अवरंगजेब येखादी फौज या तोंडे पाठवावयास उशीर लावणार नाही. समयी स्वामी समीप तुम्हास यावया गांठ पडणार नाही. याकरिता अवरंगजेबास सोडून दुसरे (कडे) सर्वथा नच जाणे. समीपच राहोन स्वामी खुशाल या जागा रहात ते करणे. राज्य राखणे. तुमचे सेवेचा मजरा होय असी गोष्टी करणे. जाणिजे. बहुत काय लिहिणे.'[१३]

या पत्रातून ताराबाईंच्या धोरणविषयक काही बाबी स्पष्ट होतात. त्यांच्या मते – १) वेढा घालून बसलेल्या मोगली सैन्यावर सारखे हल्ले चढवून आणि मोगली रसदी मारून औरंगजेबास सतत हैराण केले पाहिजे. असे झाले की, तो 'विशालगडाचा ख्याल' सोडील. २) प्रतापगडावर बाल छत्रपतींचे वास्तव्य होते. कोणत्याही परिस्थितीत छत्रपती सुरक्षित राखणे, हे मराठ्यांचे पहिले कर्तव्य होते. कारण ते पकडले गेले असते तर मराठ्यांच्या गादीचे दोन्हीही वारसदार (शाहूराजासह) बादशहाच्या हाती पडणार होते व हिंदवी स्वराज्याचा ग्रंथ आटोपला असता. या पत्रावरून हेही दिसून येते की मोगली मुलखावर आपल्या सरदारांच्या मोहिमा ताराबाई पाठवीत असता, खुद्द आपल्या मुलखात बादशाही फौजाशी किती जागरूकपणे त्या लढत होत्या.

विशाळगड परशुरामपंत लढवीत होता. तो पावसाळ्यापूर्वी हल्ला करून जिंकून घेणे मोगलांना केवळ अशक्य होते. आणि विशाळगडाच्या पावसाळ्यात मोगल सापडले तर त्यांचा भयानक संहार निश्चित होता. तेव्हा बादशहाच्या वतीने शहाजादा बेदारबख्ताने किल्ला हवाली करण्यासाठी मराठ्यांच्या विनवण्या सुरू केल्या! शेवटी मराठ्यांनी दोन लाख रुपये हाती घेऊन विशाळगड बादशहाच्या ताब्यात दिला! (८ जून १७०२) मोगली सैन्य विशाळगडाहून तातडीने निघाले. पण सह्याद्रीच्या त्या रौद्र पावसाने त्यास गाठलेच, आणि मग त्या सैन्याच्या हैराण गतीस पारावार राहिला नाही! त्यातच मराठ्यांचे हल्ले सुरू झाले. मोगली फौजेतील पाच अधिकारी त्यांनी पकडले. इटालियन प्रवाशी मनुची सांगतो की हे पाच अधिकारी इतक्या महत्त्वाच्या हुद्द्यावरचे होते की औरंगजेबाला त्यांच्या सुटकेसाठी प्रत्येकी एक लाख रुपये दंड द्यावा लागला![१४] बादशहा कसाबसा पन्हाळ्याजवळ आला. विशाळगड ते पन्हाळा हे अवघ्या ३० मैलांचे अंतर कापण्यास शाही फौजांना ३८ दिवस लागले!

ताराबाईंचे आक्रमक धोरण

बादशहा जेव्हा विशाळगडाच्या पायथ्याशी वेढा घालून बसला होता तेव्हा ताराबाईंनी आपल्या फौजा औरंगाबादेच्या प्रदेशात पाठविल्या होत्या. त्यांचा मोड करण्यासाठी बादशहाने जुल्फिकारखानास धाडले. पण खानासच पळवून लावून पुढे मराठे वऱ्हाड प्रांताकडे निघून गेले.[१५]

इकडे दक्षिण कोकणात ताराबाईंनी बहिर्जी ऊर्फ हिंदुराव घोरपड्यास पाठविले होते. त्याने तेथे मोठी धामधूम माजवून भीमगडावर हल्ला केला व तो किल्ला काबीज करून तेथील मोगल अधिकाऱ्यास कैद केले![१६] व लवकरच हिंदुरावाने फोंडा महाल काबीज करून फोंड्याच्या किल्ल्यास वेढा घातला. निकराचा लढा देऊन तोही किल्ला त्याने हस्तगत केला.[१७]

या सुमारास ताराबाईंनी कृष्णा सावंत या शूर सरदारास माळव्यात स्वारीवर पाठविले होते. राजाराम महाराजांच्या कारकिर्दीच्या शेवटी (१६९९-१७००) याच कृष्णा सावंताने नर्मदा प्रथमच पार करून माळव्यात धामधूम केली होती. नर्मदा ओलांडून माळव्यात स्वारी करणारा हा पहिला मराठा सेनानी होय! आताही त्याने नर्मदा पार करून माळव्यात खंडण्या वसूल केल्या व तेथून तो सुखरूपपणे मायदेशी परतला.[१८]

बादशहाचा विशाळगडास वेढा चालू असतानाच मराठ्यांच्या एका फौजेने मोगलांचे प्रसिद्ध नगर बुऱ्हाणपूर यावर हल्ला चढविला. या हल्ल्यात मराठ्यांनी ते नगर उद्ध्वस्त करून तेथील सुभेदारास कैद केले. मराठ्यांना खंडणी देऊनच त्या सुभेदाराला आपली सुटका करून घ्यावी लागली. या विजयानंतर मराठे गोवळकोंड्याच्या बाजूने सरकले. मनुची म्हणतो की, आपण एखाद्या जिंकलेल्या प्रदेशात प्रवेश करावा त्याप्रमाणे मराठ्यांनी गोवळकोंड्यात प्रवेश केला. खंडणी दे नाहीतर सर्व नगर बेचिराख करू, अशी धमकी त्यांनी तेथील सुभेदारास दिली. मराठ्यांच्या लष्करी सामर्थ्यासमोर शरण जाण्यावाचून त्याच्यासमोर दुसरा पर्याय नव्हता. नगराच्या रक्षणार्थ भली मोठी खंडणी देऊन त्याला मराठ्यांना परत घालवावे लागले![१९]

याच वेळी ताराबाईंची आणखी एक फौज वऱ्हाडात मोहीम करीत होती. मराठ्यांना प्रतिकार करण्यासाठी वऱ्हाडचा सुभेदार अली मर्दान खान धावून आला. मराठ्यांनी त्याचे सैन्य कापून तर काढलेच, शिवाय खुद्द खानासच कैद करून टाकले![२०]

दरम्यान, बादशहा विशाळगडाच्या मोहिमेवरून बहादूरगडास येऊन छावणी करून राहिला होता. आता मराठे त्याच्या छावणीभोवती धामधूम करू लागले.

एकदा तर बादशहाने हत्ती छावणीच्या बाहेर चरावयास नेले असता मराठ्यांनी धाड घालून त्यांना पळवून नेले. तेव्हा त्यांना सोडवून आणण्यासाठी बादशहाने महमद अमीनखान या आपल्या सरदारास सैन्य देऊन पाठविले. खानाने मराठ्यांना गाठले खरे, पण मराठ्यांनी उलटून त्याच्यावर असा काही हल्ला केला की बिचाऱ्या खानास आपल्याजवळचे हत्ती-घोडे इतकेच काय शस्त्रे व अंगावरचे कपडेही मराठ्यांना द्यावे लागले. त्यांच्यापासून खानाने आपली कशीबशी सुटका करून घेतली आणि अत्यंत लज्जित अवस्थेत तो छावणीत परतला.[२१]

लवकरच बादशहा मराठ्यांचे किल्ले घेण्याच्या मोहिमेवर पुन्हा निघाला. आता त्याला मराठ्यांचा प्रसिद्ध किल्ला सिंहगड घ्यायचा होता. मार्गात जेजुरीच्या मंदिराची नासधूस करून तो आपल्या सैन्यासह सिंहगडाच्या पायथ्याशी डिसेंबर १७०२ मध्ये पोहोचला आणि लगेच त्याने किल्ल्याचा वेढा सुरू केला.

ताराबाईंच्या नेतृत्वाखाली मराठ्यांची चौफेर भरारी

बादशहा असा मराठ्यांच्या एखाद्या किल्ल्यास वेढा घालण्याचा उद्योग करीत असता ताराबाईंनी मात्र आपल्या फौजा बादशहाच्या मुलखात सर्वत्र पाठवून त्यास जेर करण्याचा मनसुबा आखला होता. ताराबाईंचा सेनापती धनाजी जाधव उत्तर कर्नाटकात धुमाकूळ घालत होता. विजापुरी कर्नाटकाचा फौजदार चीनकिलीचखान (भावी निजामुल्मुक) हा विजापूरच्या सुभेदारीवर रुजू होण्यास जात असता धनाजी त्याच्यावर चालून गेला. तेव्हा खानाने घाबरून जाऊन मुद्‌गलच्या किल्ल्यात आश्रय घेतला. त्याच्या साहाय्यास मोगलांचा सेनापती जुल्फिकारखान त्वरेने धावला. पण तो तेथे पोहोचण्यापूर्वीच मराठ्यांनी गुलबर्ग्याच्या दिशेने कूच केले होते.[२२]

याच वेळी मराठ्यांचा दुसरा सेनानी नेमाजी शिंदे पन्नास हजाराची फौज घेऊन माळव्यात घुसला. त्याच्या सोबत केसो त्रिमल पिंगळे, काळोजी पवार, संभाजी पवार इत्यादी अनेक मराठा सेनानी होते. माळव्यात प्रवेश केल्यावर मराठ्यांनी आपल्या फौजा विभागल्या. त्यांची एक फौज उजैनवर चालून गेली व तेथे त्यांनी धामधूम सुरू केली. दुसरी फौज सिरोंजवर गेली व तिने ते नगर लुटून घेतले. दरम्यान, मराठ्यांच्या आणखी एका फौजेने बुऱ्हाणपुरास वेढा घातला होता. मराठ्यांच्या या धामधुमीच्या बातम्या सिंहगडाच्या पायथ्याशी असलेल्या बादशहाकडे येत होत्या. तो तेथून जुल्फिकारखान, बेदारबख्त, राजा जयसिंह इत्यादी सेनानींना मराठ्यांचा पाठलाग करून त्यांचा मोड करण्याचे हुकूम पाठवीत होता. त्याच्या हुकमाप्रमाणे त्याचे हे सरदार मराठ्यांच्या पाठलागावर जात होते. पण ते तेथे पोहोचेपर्यंत मराठे दूर कुठेतरी पसार होत होते.

या वेळीही असेच झाले. मोगलांच्या फौजा येईपर्यंत मराठे वऱ्हाडात पसार झाले होते, तर काही खानदेशात घुसले होते. माळव्यातील मराठ्यांचा मोड करण्यासाठी निघालेल्या जुल्फिकारखानास मार्गात औरंगाबाद मुक्कामीच मराठ्यांच्या नंदुरबारच्या स्वारीची बातमी समजली. तेव्हा तो त्यांच्या पाठलागावर तिकडे वळला. खान जवळ येताच मराठ्यांनी नंदुरबारचा वेढा उठवून बागलाणात कूच केले. खानाने त्यांचा पाठलाग सुरू करताच त्यांनी दक्षिणेचा रस्ता धरला. ते बादशाही छावणीच्या रोखाने येऊ लागले. त्यांच्या मागोमाग खान अगदी शिरवळपर्यंत येऊन पोहोचला. पण मराठे त्याच्या हाती लागले नाहीत. शेवटी तो बादशाही छावणीत रुजू झाला. परंतु त्याला विश्रांती अशी लाभली नाही. खानदेशात मराठ्यांची चाळीस हजाराची फौज पुन्हा शिरल्याची बातमी येताच बादशहाने खानास तातडीने तिकडे धाडले. परंतु खान खानदेशात पोहोचेपर्यंत मराठे वऱ्हाडकडे निघून गेले होते.[२३]

(या काळात मराठ्यांच्या अशा शेकडो मोहिमांचे संदर्भ तत्कालीन साधनांत उपलब्ध आहेत. स्थलमर्यादेमुळे त्या सर्वांचा परामर्ष येथे घेता येणार नाही. तथापि, उपरोक्त काही मोहिमांच्या वर्णनावरून त्या काळात ताराबाईंच्या मराठी फौजा मोगलांशी कशा पद्धतीने संघर्ष करीत होत्या याचे उत्तम दिग्दर्शन घडते.)

बादशहा सिंहगड, राजगड व तोरणा जिंकतो

सिंहगड घेण्यासाठी बादशहाने तोफांची जबरदस्त मारागिरी केली होती. पण औरंगजेबाचा चरित्रकार साकी मुस्तैदखान म्हणतो की, किल्ला इतका मजबूत होता की तो परमेश्वरानेच मिळवून द्यावा, नाहीतर कितीही प्रयत्न करा, तो सर होणे शक्य नाही! शेवटी नेहमीप्रमाणे बादशहाच्या तोफखान्याचा प्रमुख तरबियतखान याने किल्ल्यातील मराठा शिबंदीशी (बादशहाच्या संमतीने) वाटाघाटी सुरू केल्या व भली मोठी रक्कम देऊन तो हस्तगत केला गेला– (८ एप्रिल १७०३).

सिंहगड बादशहास देण्यात तेथील मराठा शिबंदीने थोडा उतावळेपणाच केला होता. पावसाळा तोंडावर येईपर्यंत किल्ला भांडवावयाचा व शेवटी मोठी रक्कम घेऊन तो बादशहास द्यायचा, असे ताराबाईंचे धोरण होते. पण सिंहगडाच्या शिबंदीने निष्कारण घाई केली म्हणून ताराबाईंनी त्यांना लिहिलेल्या आपल्या पत्रात आपला संताप व्यक्त केला आहे. त्या म्हणतात–

''सिंहगडास औरंगजेब बिलगला होता. त्यास नतिजा पावावयानिमित्त स्वामीने तुम्हास किल्ला मजकुरी ठेवले होते. उतावळी करून, हिंमत सोडून, तहरह करून किल्ल्यावरून उतरून राजगडास आलेस म्हणोन वर्तमान... हुजूर विदित केले. त्यास स्वामीने तुमचे मदतीस लोक पाठविले. ऐवजदास पाठविण्यास काही न्यून

केले असता उताविळी करून हिंमत सोडून ही गोष्ट केली हे काही बरे केले नाही. पर्जन्य पडेपर्यंत किल्ला भांडवावयाचा होता ती गोष्ट न केली...''[२४] पावसाळ्यापर्यंत बादशहास वेढ्यात गुंतवून ठेवला की त्याला दुसऱ्या किल्ल्यास वेढा घालण्यास अवधी मिळत नाही आणि एकच किल्ला घेण्यात त्याची वर्षाची मोहीम संपते असे ताराबाईंचे गणित होते.

मराठ्यांच्या सुदैवाने बादशहा आणखी दुसऱ्या किल्ल्यास वेढा घालण्यास पुढे सरकला नाही. त्याचे कारण पावसाळा येण्यास तसा फार अवधी राहिलेला नव्हता. त्याने जवळच्या पुण्यावरच छावणी केली.

आतापर्यंत बादशहाने मराठ्यांचे वसंतगड, सातारा, परळी, पन्हाळा, विशाळगड व सिंहगड हे महत्त्वाचे किल्ले जिंकून घेतले होते. हे किल्ले शत्रूस काबीज झाले तरी ताराबाई नाउमेद झाल्या नव्हत्या. कारण त्या हिंमत बाळगून होत्या की आपण हे किल्ले आज ना उद्या मोगलांच्या हातून काढून घेणार आहोत. मनुचीने आपल्या ग्रंथात ही गोष्ट अचूकपणे टिपली आहे. तो म्हणतो की, मराठे कावेबाज आहेत. बऱ्याच वेळा ते मोगलांना किल्ला घेऊ देतात. मोगलांकडून त्या किल्ल्यात साधनसामग्रीची चांगली व्यवस्था होईपर्यंत थांबतात आणि मग मोगलांनी किल्ला काबीज करताना दाखविलेल्या तत्परतेहून अधिक तत्परतेने तो पुन्हा हस्तगत करतात.[२५]

आता औरंगजेबावर तहाची याचना करायची पाळी!

राजाराम महाराजांच्या अकाली निधनानंतर कोसळलेल्या संकटातून मराठी राज्य निभावून नेण्यासाठी ताराबाईंनी सन १७०० साली आपल्या बाजूने तहाचा प्रस्ताव बादशाही छावणीत धाडल्याचे आपण पाहिले आहेच. पण हा तहाचा प्रस्ताव बादशहाने धुडकावून लावून मराठ्यांच्या सर्वच किल्ल्यांची मागणी केली होती! मराठी राज्य आपण बुडवू शकू, आणि आता राजाराम गेल्यानंतर तर निश्चितपणे बुडवू, असा त्या वेळी त्यास आत्मविश्वास होता. पण आता ताराबाईंनी बादशहाचा हा आत्मविश्वास अनाठायी असल्याचे सिद्ध केले होते.

१ मे, १७०३ रोजी बादशहा सिंहगडाहून पुण्यास आला. पुण्यात बादशहाचा मुक्काम साडेसहा महिने होता. या कालात त्याने मराठ्यांशी राजकारणाचे डावपेच सुरू केले.

मराठ्यांना लष्करी मोहिमांनी जिंकणे अशक्य आहे, हे आता बादशहाला पुरेपूर कळून चुकले होते. राजाराम महाराजांच्या कारकिर्दीत मराठी लष्कराच्या हालचालींचे क्षेत्र प्रामुख्याने महाराष्ट्रापुरते मर्यादित होते. परंतु आता ताराबाईंच्या कारकिर्दीत मराठ्यांनी गुजरात, माळवा, तेलंगण आणि कर्नाटक अशा अनेक मोगली मुलखात

मोहिमा सुरू केल्या होत्या. ते मोठमोठी शहरे लुटीत होते, नामांकित सेनानींना कैद करीत होते आणि अनेक ठिकाणांहून सक्तीने चौथाई वसूल करीत होते. मराठ्यांच्या स्वाऱ्यांपासून मोगली प्रदेशांचे रक्षण करण्याचे काम दिवसेंदिवस बिकट होत चालले होते. बादशहावर डाव उलटला होता. पण तो डगमगला नव्हता.

अशा प्रतिकूल परिस्थितीतही मराठ्यांची आक्रमणे थांबविण्याचा काही मार्ग निघतो का, ते तो पाहू लागला होता. मराठ्यांशी वाटाघाटी करून त्यांच्याशी तह करता आला, तर त्याच्या डोळ्यांसमोर मोगली साम्राज्याची होणारी वाताहात थांबेल, असे त्याला वाटत होते. या वाटाघाटीत त्याच्या कैदेत असणारे शाहूराजे म्हणजे त्याच्या हातात असणारा हुकमी डाव होता. त्यांचा उपयोग तो आपली वाटाघाटीमधील शक्ती वाढविण्यासाठी करू इच्छित होता.

मराठ्यांशी वाटाघाटी करून तह करण्याची कामगिरी बादशहाने आपला प्रिय पुत्र कामबक्ष याजकडे सोपविली. मोगली चाकरीत असलेल्या रायभानजी भोसल्याच्या मध्यस्थीने मराठ्यांशी शहाजादा कामबक्षाची बोलणी चालू होती. या वाटाघाटीचे महत्त्व बादशहास इतके वाटत होते की, त्याने रायभानजीला एकदम सहा हजारी मनसबदार बनविले – (१० जुलै, १७०३). पुढे नोव्हेंबरात बादशहाने शाहूराजांना नजरकैदेतून काढून त्यांना अलंकार व सोनेरी साज असलेला घोडा देऊन त्यांचा सन्मान केला आणि त्यांस कामबक्षच्या हवाली केले. कामबक्षानेही त्यांना खिलातीची वस्त्रे दिली. शाहूराजांचा तंबू हा बादशहाच्या निवासस्थानाजवळ असे. आता तो तेथून हालवून शहाजाद्याच्या निवासस्थानाजवळ नेण्यात आला. असे सर्व करण्यात बादशहाला हे दाखवायचे होते की, त्याला खरोखरच शाहूराजांची सुटका करून मराठ्यांशी तह करावयाचा आहे. मराठ्यांचे वकील बादशाही छावणीत येऊन शाहूराजांना भेटतील, असे त्याला वाटत होते. अनेक वेळा कामबक्षाने आपले वकील सेनापती धनाजी जाधवाकडे पाठविले. परंतु ताराबाई आणि त्यांचे सेनापतीसह व इतर बादशहाशी वाटाघाटी करून तह करण्यास राजी झाले नाहीत.

भीमसेन सक्सेना म्हणतो, ‘‘शहाजादा कामबक्ष यांनी आपली माणसे एकाहून अधिक वेळा धनाजी जाधवाकडे पाठविली. पण मोगलांनी मराठ्यांना थोडेच जिंकून घेतले होते? दख्खनचा तमाम सुभा, काही कष्ट न करता शिऱ्याचा गोळा घशात घालण्यात मिळावा, तसा ताब्यात गेला होता. ते काय म्हणून तहाला प्रवृत्त होतील?’’ मराठ्यांशी तह होणे शक्य नाही, हे समजून चुकल्यावर बादशहाने पुन्हा शाहूराजांना नजरकैदेत ठेवले.[२६]

‘औरंगजेबाचा हिसाब न धरिता नतिजा पाववावा!’

मराठ्यांशी तह होत नाही हे पाहून सन १७०३ चा पावसाळा संपल्यावर १०

नोव्हेंबर रोजी बादशहाने आपल्या सैन्यासह पुण्याहून राजगडाच्या रोखाने कूच केले. राजगडापर्यंत डोंगराळ रस्ता दुरुस्त करण्यासाठी मोगलांचे हजारो कामगार दोन महिने राबत होते. या सुमारास दक्षिणेत भयानक दुष्काळ पडला होता. प्रजा अन्नान्न करून मरत असतानाही बादशहा आपली मोहीम तहकूब करावयास तयार नव्हता. साकी मुस्तैदखान तर म्हणतो की बादशाही लष्करातील बाजार गरीब-गुरीबांच्या आक्रोशांनी भरून गेला होता![२७]

तीन माच्या व मजबूत तटबंद्यांनी वेढलेला राजगड म्हणजे एक बुलंद किल्ला होता. त्याला पूर्ण वेढा घालणे अशक्य होते. बादशहाने किल्ल्यावर हल्ले करण्याचे काम हमीदुद्दीनखान बहादूर व तरबियतखान यांच्यावर सोपविले होते. त्यांनी दमदमे उभारून तोफांची मारागिरी सुरू केली. सुवेला माचीसमोर खुद्द बादशहाने आपला तळ दिला होता. त्या वेळी ताराबाई दक्षिण कोकणात रांगणा किल्ल्यावर होत्या. पण त्यांचे लक्ष राजगडाकडे होते. राजगड लढविण्याचे काम त्यांनी आपल्या विश्वासातील प्रधान शंकराजी नारायण सचिव याच्याकडे सोपविले होते. गडाच्या शिबंदीवर संताजीराव सिलंबकर हा पराक्रमी मराठा नामजाद केला गेला होता. या संताजीस व गडावरच्या शिबंदीस राजगड हिमतीने लढविण्यासाठी उत्तेजन देताना ताराबाई लिहितात–

‘अवरंगजेब किले राजगडास बिलगला आहे. मोर्चे चालऊन यालगार (हल्ला) ... करितो. परंतु तुम्ही त्याचा हिसाब न धरिता शर्तीनसी नतीजा पावविता म्हणून शंकराजी पंडित सचीव याणी लिहिले व सांप्रत तुमचे मर्दानगीचे वर्तमान राजश्री सोनजी फर्जद याणी लिहिले त्यावरून कळो आले. तुमचे सेवेचा मजरा जाला. तरी तुम्ही स्वामीचे एकनिष्ठ सेवक तरवारेचे आहे. पुढेही एकच रीतीने अवरंगजेबास नतीजा पावऊन फत्तेचे वर्तमान लिहून पाठविणे. स्वामी तुमची सर्फराजी करितील...[२८] (१९ डिसेंबर १७०३).

राजगड पराक्रमाने लढवीत असता संताजी सिलंबकर स्वामिकार्यावर ठार झाला. पण शिबंदीने पुढे दोन महिने किल्ला हिमतीने लढविला. शेवटी मोगलांनी एका माचीचे प्रवेशद्वार काबीज केल्यावर मराठ्यांनी माघार घेऊन राजगडच्या बालेकिल्ल्याचा आश्रय घेतला. आता किल्ला फार काळ लढविणे शक्य नाही हे पाहून रुहुल्लाखानामार्फत वाटाघाटी सुरू केल्या आणि शिबंदीस बिनशर्त बाहेर पडू द्यावे या अटीवर किल्ला बादशहाच्या हवाली झाला– (१६ फेब्रुवारी १७०४).[२९]

राजगडावर एक आठवडा मुक्काम करून बादशहाने आता तोरणा हस्तगत करण्यासाठी कूच केले. दोन मुक्कामात तो तोरण्याच्या पायथ्याशी पोहोचून त्याने वेढा सुरू केला. बादशहाचा एक सरदार अमानुल्लाखान याने किल्ले घेण्यात पटाईत असे त्या भागातीलच भाडोत्री मावळे लोक गोळा केले आणि एका मध्यरात्री

किल्ल्याचा अवघड कडा तो त्यांच्या मदतीने चढला. मोगलांच्या अचानक हल्ल्यामुळे मराठा शिबंदीला हार खावी लागली. किल्ला बादशहाच्या हाती पडला. त्या दिवशी बादशहाचा ८९ वा वाढदिवस होता! (१० मार्च १७०४). खाफीखान म्हणतो, ''लोकांत एक गोष्ट जगजाहिर आहे... ती ही की हा एकच किल्ला हल्ला करून जिंकून घेण्यात आला. यात तडजोडीची बोलणी किंवा देण्या-घेण्याच्या गोष्टी घडून आल्या नाहीत!''[३०]

हे बादशहाचे भाग्यच म्हटले पाहिजे!

तोरणा किल्ला जिंकल्यावर बादशहा आपल्या सैन्यासह जुन्नर भागातील खेडवर छावणीसाठी गेला. तेथे त्याचा मुक्काम ऑक्टोबर १७०४ पर्यंत होता. याच दरम्यान बादशाही फौजांनी राजमाची व लोहगड हे दोन किल्ले जिंकून घेतले होते. आता बादशहाच्या डोक्यात उत्तर कर्नाटकातील बेरड जमातींची राजधानी वाकिणखेड जिंकून घ्यायचे विचार घोळू लागले होते. या बेरडांचे व मराठ्यांचे संगनमत झाल्याने दक्षिणेतील आपली मोहीम लांबत चालली आहे, असे त्यास वाटत होते. म्हणून त्याने आता बेरडांना शिक्षा करण्यासाठी वाकिणखेड्याकडे कूच केले. फेब्रुवारी १७०५ मध्ये वाकिणखेड्याचा मोगली वेढा चालू झाला. बेरड मराठ्यांचे मित्रच असल्याने त्यांच्या संकटकाळात मदत करण्यासाठी मराठ्यांच्या राणीने आपल्या बाजूने धनाजी जाधव व हिंदुराव घोरपडे यांच्याबरोबर पाच हजाराची फौज पाठविली.[३१]

बेरड व मराठ्यांनी मोगलांशी निकराची झुंज दिली. पण शेवटी निरुपाय होऊन वाकिणखेडा त्यांना सोडून द्यावा लागला– (एप्रिल १७०५). किल्ला ताब्यात आला तरी उत्तर कर्नाटकातील मराठे - बेरडांची धामधूम वाढतच गेली.

वाकिणखेडा जिंकून घेतल्यावर बादशहाने जवळच्याच देवापूर या ठिकाणी छावणी केली. तेथे तो गंभीर आजारी पडला. त्याच्या मृत्यूच्या अफवा दररोज दक्षिणेत पसरून मोगली सैन्यात अस्वस्थता निर्माण झाली. पण या आजारातून तो लवकरच बरा झाला. तेव्हा देवापूरच्या मुक्कामाहून निघून तो बहादूरगडास येऊन पोहोचला (डिसेंबर १७०५). तेथून आपल्या शेवटच्या मुक्कामासाठी तो अहमदनगरास आला. (२० जाने. १७०६).

देवापूर ते बहादूरगड व तेथून अहमदनगर या प्रवासात बादशहाच्या सैन्यावर मराठ्यांनी एकसारखे हल्ले चढवून मोगलांची मोठी हैराणगत केली. कूच करणाऱ्या बादशाही लष्कराभोवती मराठ्यांच्या लष्करी तुकड्या एकसारख्या घोंघावत राहिल्या. त्यांनी अनेक धाडसी हल्ले चढविले. अशाच एका हल्ल्याचे वर्णन भीमसेन सक्सेनाने दिले आहे. तो म्हणतो, ''बहादूरगड ते अहमदनगर या सहा दिवसांच्या

प्रवासात मराठ्यांनी बादशाही सैन्यावर धाडसी आक्रमणे केली. त्यांचा मोड करा म्हणून बादशहाने हमीदुद्दीनखान बहादूर यास आज्ञा केली. पण तो अननुभवी होता. त्याने आपले सरकार व अधिकारी यांना मराठ्यांशी लढण्यासाठी म्हणून पाठविले. मराठ्यांनी मोगलांचे हे सैन्य किती कुचकामी आहे हे पाहिले. ते मोगलांवर तुटून पडले. त्यांनी अनेक मोगलांना मारले आणि कित्येकांना धरून नेले. त्यांनी अनेक घोडीही धरून नेली... त्याच वेळी बादशहा आपल्या सिंहासनवजा उघड्या पालखीतून जात असताना मराठ्यांना दिसला. पण बादशहाबद्दल आदराची भावना म्हणून मराठे त्याला लांबून पाहत राहिले. मराठे असे वागले हे बादशहाचे भाग्यच म्हटले पाहिजे![३२]

माळवा, गोवळकोंडा, कर्नाटक इ. प्रदेशांत मराठ्यांच्या मोहिमा

बादशहाचे मुख्य सैन्य मराठ्यांचे किल्ले घेण्यात गुंतल्यामुळे, मोगली प्रदेशांवर राजरोसपणे हल्ले करून ते लुटण्याची संधी मराठ्यांना प्राप्त झाली. ताराबाईंनी या संधीचा फायदा उठवून आपले सरदार बादशाही मुलुखांत पाठवून तेथे प्रचंड धामधूम माजविण्याच्या सपाटाच लावला. त्यांच्या आदेशाने नेमाजी शिंदे, केसो त्रिमल व परसोजी भोले हे मराठा सेनानी वऱ्हाडात मोहीम चालवीत होते. त्यांनी बादशाही सुभेदार रस्तुमखानास कैद करून पन्नास हजार स्वारांच्या फौजेनिशी नर्मदा पार करून माळव्यात प्रवेश केला व अनेक खेडी आणि नगरे लुटून सिरोंजला वेढा दिला. (जाने-फेब्रुवारी १७०४).

मराठ्यांच्या फौजा माळव्यात कालाबागपर्यंत पसरल्या होत्या. न जाणो मराठे आगऱ्यावरही घसरतील, अशी धास्ती बादशहाला वाटली. तेव्हा त्याने तातडीने शहाजादा बेदारबख्त आणि गाजीउद्दीन फिरोजजंग यांना मराठ्यांचा पाठलाग करण्याच्या आज्ञा सोडल्या. शहाजादा औरंगाबादेवर होता, तर फिरोजजंग हा वऱ्हाडात होता. बादशाही आज्ञेप्रमाणे ते मराठ्यांचा मोड करण्यासाठी आपल्या फौजा घेऊन माळव्यात गेले खरे, पण मोहिमेतील त्यांच्या कामचुकारपणामुळे त्यांच्या हाती फारसे लागले नाही. मराठी फौज यशस्वीपणे लुटीसह मायदेशी आली.[३३]

मराठ्यांच्या एका फौजेचा माळव्यात असा धुमाकूळ चालू असता त्यांची दुसरी एक बावीस हजाराची फौज हैदराबादेहून पुढे होऊन मच्छलीपट्टणपर्यंत पोहोचली (फेब्रु. १७०४). मच्छलीपट्टणजवळच्या पालोकोलू या ठिकाणावर मराठ्यांनी हल्ला करून आजूबाजूच्या प्रदेशात फौजा पाठवून त्यांनी सक्तीने चौथाई वसूल केली. नंतर ते परत फिरले. पण पुन्हा त्यांनी हैदराबादेच्या प्रदेशावर आक्रमण केले. गोवळकोंडा शहरावर हल्ला चढवून ते त्यांनी लुटून घेतले.

मनुची म्हणतो, "गोवळकोंड्याचा सुभेदार हतबल होऊन भागानगरच्या किल्ल्यात

जाऊन लपला होता. परंतु मराठ्यांनी त्याची पाठ सोडली नाही. त्याला अनेक प्रकारच्या धमक्या देऊन त्यांनी त्याच्याकडून मोठी रक्कम उपटली आणि मगच ते पसार झाले.''[३४] मनुचीच्या या वृत्तान्तास मोगलांचा इतिहासकार भीमसेन सक्सेनानेही दुजोरा दिला आहे.[३५]

याच दरम्यान कर्नाटकात ताराबाईंनी धनाजी जाधव, हणमंतराव निंबाळकर व हिंदुराव घोरपडे या तीन सेनानींना ५०/६० हजार घोडदळाच्या फौजेसह पाठविले होते. मराठ्यांच्या या प्रचंड फौजेसमोर कर्नाटकातील ठाणी व किल्ले भराभर शरण जाऊन मागेल ती खंडणी देत होते. उत्तर कर्नाटकातील सिरा या ठिकाणी मराठ्यांनी आपल्या फौजेचे तीन विभाग केले. त्यांपैकी एका विभागाने खाली दक्षिणेत उतरून एका राजाकडून (?) तीस लाखांची खंडणी वसूल केल्याचे मनुची सांगतो.

मराठ्यांच्या दुसऱ्या विभागाने त्रिचनापल्लीच्या प्रदेशातून खंडण्या वसूल केल्या. या वेळी कर्नाटकात दाऊदखान हा मोगलांचा मातबर सरदार आपल्या सैन्यासह होता. पण त्याने मराठ्यांची धास्ती खाऊन अर्काटच्या किल्ल्यात स्वत:स कोंडून घेतले. तथापि, मराठ्यांनी त्याचा पिच्छा सोडला नाही. त्याला एकदा ५ लाख व दुसऱ्यांदा सात लाख अशी वर्षातून दोनदा खंडणी देऊन मराठ्यांच्या हल्ल्यापासून आपले संरक्षण करावे लागले![३६]

मराठे टोळ-मुंग्याप्रमाणे दक्षिणेत पसरले!

मराठ्यांच्या दृष्टीने स्वराज्यातील मोगली फौजांवर व ठाण्यांवर हल्ले करून त्यांना हैराण करण्याचा काळ आता मागे पडला आहे. असे हल्ले मराठे करीत होतेच, शिवाय आता ते राजरोसपणे बादशाही मुलखावर धाडी घालू लागले होते. स्वातंत्र्ययुद्धाच्या या तिसऱ्या कालखंडात– ताराबाईकालात– मराठ्यांचा पवित्रा काही ठिकाणी बचावात्मक दिसत असला, तरी एकंदरीत पाहता तो आक्रमक बनला होता. आता आपल्या सुभ्यांचा बचाव करण्याची पाळी बादशहावर आली होती.

भीमसेन सक्सेना म्हणतो, ''नर्मदेच्या दक्षिणेस दख्खन, खानदेश, वऱ्हाड, कोकण या प्रांतातील परगण्यांतून आणि खेड्यांतून, सारांश, सर्वत्र मराठे हे टोळ आणि मुंग्या याप्रमाणे पसरले होते. मागील सुभेदारांच्या काळात त्यांची अशी गर्दी कधीच झाली नव्हती.''[३७]

बादशाही मुलखात अनेक सरंजामदार होते. परंतु त्यांच्याजवळ त्यांच्या जहागिऱ्यांचे संरक्षण करण्यासाठी पुरेशा फौजा नव्हत्या. शिवाय त्यांच्यामागे बादशाही कारकुनांचा पैशासाठी सारखा लकडा लागलेला असे. अशा स्थितीत अनेक सरंजामदार मराठ्यांना मिळाले. अनेक प्रदेशांतील वतनदार आणि रयत मराठ्यांशी संगनमत

करून राहू लागले. अनेकांनी बादशहाविरुद्ध बंडाळी करण्यास सुरुवात केली. तेव्हा अनेक खेड्यांतील प्रजेकडून बादशहाने शस्त्रे व घोडी जप्त केली.[३८]

दक्षिणेतील विजापूर व गोवळकोंडा ही राज्ये जिंकल्यावर बादशहाने जसा त्या राज्यांचा प्रदेश आपल्या सरदारांत मनसब म्हणून वाटून टाकला होता, तसा ताराबाईंनीही तो प्रदेश आपल्या सरदारांत विभागून देण्यास सुरुवात केली होती. ही संरजामी पद्धत ताराबाईंनी नव्याने सुरू केली होती, असे मुळीच नाही. राजाराम महाराजांनीच मराठी फौजा जमविण्यासाठी व मराठे राज्याचे अस्तित्व टिकविण्यासाठी या सरंजामी पद्धतीचे पुनरुज्जीवन केले होते. त्यांच्यानंतर ताराबाईंनी ही पद्धत तशीच चालू ठेवली. बऱ्याच वेळा ताराबाई एखाद्या सरदाराला जहागीर म्हणून एखादा मुलूख देत असत तो मोगली मुलूखच असे. तो जिंकून तेथे आपले वर्चस्व निर्माण करण्याची सर्वस्वी जबाबदारी त्या सरदाराची असे. त्याने स्वत:च्या हिमतीवर फौजा उभ्या कराव्यात, मुलूख मारावा आणि हव्या त्या ठिकाणी आपले कार्यक्षेत्र निवडावे, असे कृतिस्वातंत्र्य मराठा सरदारांना देण्यात आले. त्यामुळेच ते विशाखापट्टणपर्यंत धडक मारू शकले.

खाफीखान म्हणतो, ''बादशहा आणि त्याचे अमीरउमराव दूर डोंगराळ मुलखात आहेत, हे पाहून मराठे मोठमोठी सैन्ये घेऊन बादशाही मुलखात आक्रमण करून उच्छाद मांडू लागले. ताराबाईंचे सरदार जेथे जात तेथे आपले कायम बस्तान बसवीत, तेथे आपले कामाविसार नेमीत, तेथे आपली बायकामाणसे, हत्ती, तंबू इत्यादींना घेऊन नि:शंकपणे महिनेच्या महिने आणि वर्षेच्या वर्षे ते राहू लागले. त्यांचा पराक्रम मर्यादेबाहेर गेला. त्यांनी बादशाही परगणे आपापसांत वाटून घेतले आणि बादशाही पद्धतीप्रमाणे त्यांनी सुभेदार, कामविसदार, राहदार इत्यादी अधिकारी नेमले.[३९]

ताराबाईंच्या या आक्रमक धोरणाचा असा परिणाम झाला की, एका परगण्यात किंवा प्रांतात दोन दोन सरंजामदार निर्माण झाले. पूर्वीचा मोगल सरंजामदार आणि नंतरचा मराठा सरंजामदार.[४०]

दक्षिणेतील अनेक सुभ्यांत चौथ वसूल करण्यासाठी मराठ्यांनी आपले कामाविसदार नेमले होते. जेथे मोगल अधिकारी निमूटपणे चौथ वसूल करू देत तेथे मराठे स्वाऱ्या करीत नसत. परंतु जेथे मराठ्यांना प्रतिकार होई, तेथे मराठी फौजा धुमाकूळ घालून सक्तीने चौथ वसूल करीत. याशिवाय व्यापाऱ्यांकडूनही मराठे कर घेत. ताराबाईकालात मराठ्यांनी मोगलाईत अनेक ठिकाणी गढ्या बांधून आपापले बस्तान बसविण्यास सुरुवात केली होती.

खाफीखान म्हणतो, ''प्रत्येक सुभ्यात मराठ्यांनी एक-दोन गढ्या बांधल्या होत्या. तेथे त्यांची मुख्य ठाणी असत. भोवतालच्या प्रदेशांतून लुटून आणलेली

मालमत्ता, ते त्या गढ्यांतून ठेवीत. काही खेड्यातील मुकादमांनी काफर (मराठे) सुभेदारांबरोबर मिळून गढ्या बांधल्या आणि त्यांच्या पाठिंब्याने ते कुणाला किती रक्कम द्यायची याबद्दल बादशाही अधिकाऱ्यांबरोबर करारमदार करू लागले. मराठ्यांनी अहमदाबाद आणि माळव्याच्या सरहद्दीपर्यंत लुटालूट करून सर्व काही धुळीस मिळविले. त्यांनी अहमदाबाद आणि उज्जैन प्रदेशापर्यंत उच्छाद मांडला. बादशाही छावणीतून दहा-बारा कोसावरसुद्धा ते व्यापाऱ्यांच्या काफिल्यांवर तुटून पडत. बादशाही खजिन्यावरही ते हल्ले करून तो लुटून नेत, त्यांच्या कारवायांचे वर्णन करणे म्हणजे निरर्थक कष्टी होणे आहे.''[४१]

दक्षिणेतील अफाट प्रदेशाची संरक्षणव्यवस्था करणे मोगल बादशहाला शक्य झाले नाही. जेथे संरक्षणव्यवस्था नसते तेथे राज्यकारभार यंत्रणा उभी राहणे कठीण असते. आदिलशाही व कुतुबशाही बादशहाने जिंकल्यामुळे या दोन शाह्यांचा प्रदेश आता मोगली प्रदेश झालेला होता. अशा मोगली प्रदेशांची–शत्रूच्या प्रदेशाची शक्य तेवढी नासाडी करणे, हे मराठ्यांच्या युद्धकर्तव्यात मोडत होते. परंतु मराठी फौजांच्या उच्छादांमुळे दक्षिणेतीय रयतेची स्थिती मात्र असाहाय्य झाली होती.

मराठ्यांच्या स्वाऱ्यांविषयी भीमसेन सक्सेना लिहितो, 'मराठे प्रत्येक परगण्यातून आणि प्रत्येक स्थळातून मन मानेल तशा रकमा घेतात. पिकामध्ये आपली जनावरे चरण्यासाठी सोडतात. पिके उद्‌ध्वस्त करतात. पाठोपाठ मोगलांची सैन्ये येतात. पण उद्‌ध्वस्त शेतीवर सैन्याने कसे जगावे, सगळी व्यवस्था नष्ट झाली आहे... आता परिस्थिती मर्यादेच्या बाहेर गेली आहे. देश उद्‌ध्वस्त झाला आहे. कुणाचीच दाद लागत नाही; सगळेच देशोधडीला लागले आहेत.'[४२]

गेलेले गडकोट पुन्हा काबीज

वाकिणखेड्याच्या मोहिमेवर बादशहा महाराष्ट्राच्या बाहेर पडताच मोगलांनी जिंकून घेतलेली गडकोट ठाणी ताराबाईंनी पुन्हा काबीज करावयाचा सपाटा लावला. बादशहाने थोडी माघार घेताच मराठे इतक्या तत्परतेने गडकोट ठाणी परत जिंकून घेतात, तर त्याच्या मृत्यूनंतर त्याने जिंकून घेतलेले किल्ले व मुलूख त्याच्या वंशजांच्या ताब्यात किती दिवस राहील, याची थोडीशी चुणूक ताराबाईंनी या वेळी दाखविली!

उत्तर कर्नाटकातील कोपलचा सुप्रसिद्ध किल्ला शिवछत्रपतींनी कर्नाटक स्वारीच्या प्रारंभीच जिंकून हिंदवी स्वराज्यात सामील केला होता. ताराबाईकालात कोणी दुदुस्कर नावाचा मराठा किल्लेदार तेथे होता. मोगलांनी त्यास लाच देऊन किल्ला ताब्यात आणला, तेव्हा ताराबाईंनी आपल्या बाजूने नरहरी रुद्र नावाच्या सरदारास पाठवून किल्ल्यावर हल्ला चढविला व तो पुन्हा आपल्या कबज्यात आणला– (डिसें. १७०४)[४३]

लवकरच सन १७०५ च्या प्रारंभी धावजी विसार व चाफाजी शिंदे या दोन मराठा सरदारांनी बादशहाने नुकताच जिंकून घेतलेला लोहगड हा किल्ला माळा लावून पुन्हा काबीज केला. धावाजी विसाराच्या व त्याच्या सहकाऱ्यांच्या या पराक्रमाबद्दल कौतुक करताना ताराबाई लिहितात– 'तुम्ही चांगली मेहनत करून लोहगड हस्तगत केला. हे काम थोरच केले, तुमचे शेवेचा मुजरा झाला... त्या प्रांतीची भिस्त बहिरो पंडित प्रधान यावरी आहे... त्यांचे आज्ञेत वर्तोन राजमाची आदीकरून आणखी देसदुर्ग साध्य कर्ण (करणे) आणि आपला मुजरा करून घेणे.'[४४]

लोहगडची कामगिरी ताराबाईंनी बहिरोपंतावर सोपविली होती, तर सिंहगडची कामगिरी शंकराजी नारायण सचिवाकडे सुपूर्द केली होती. शंकराजी नारायणच्या हाताखालच्या रामजी फाटक, त्र्यंबक शिवदेव व पंताजी शिवदेव या शूर मराठ्यांनी रात्री माळा लावून सिंहगडावर प्रवेश केला आणि अचानक हल्ला करून तेथील मोगली शिबंदी कापून काढली. किल्लेदार देवीसिंग यास कैद केले.

ही वार्ता समजल्यावर ताराबाई या पराक्रमी मराठ्यांचे कोतुक करताना म्हणतात, "...करत करून किले सेंहगड हस्तगत केला. देवीसिंग किलेदार हे पाडाव करून फते केला म्हणोन पंत मारनिल्हेनी हुजूर लिहिले, त्यावरून तुमचे सेवेचा मुजरा जाहाला. तरी तुम्ही एकनिष्ठ मर्दानी सेवक आहा. तुम्हापासून स्वामीकार्याशी अंतर पडो पाहाते की काय! याउपरीहि सचीवपंताचे आज्ञेप्रो । स्वामीकार्य करीत जाणे म्हणजे कुलास उर्जीत होईल"[४५] (२९ एप्रिल १७०५).

वाकिणखेडा जिंकून बादशहा देवापुरास छावणी करून असता सिंहगड आपल्या कबज्यातून गेल्याची धक्कादायक बातमी त्यास मिळाली. बादशहाही तेवढाच जिद्दी होता. त्याने सिंहगड पुन्हा जिंकून घेण्यासाठी हमीदुद्दीनखान व तरबियतखान या दोन सरदारांना तातडीने रवाना केले.[४६] एवढ्यात राजमाची हा मोगलांनी जिंकून घेतलेला किल्ला पुन्हा मराठ्यांनी हल्ला चढवून जिंकून घेतल्याची दुसरी बातमी बादशाही छावणीत आली! पेशवा बहिरोपंताच्या हाताखाली असणाऱ्या गुणाजी सावंत या मराठा सरदाराने हा पराक्रम करून दाखविला होता. गुणाजी सावंताच्या गुणांचे कौतुक करून त्यास शाबासकी देणारे ताराबाईंचे पत्र उपलब्ध आहे– (जून १७०५).[४७]

मोगल पादशाहीचा केवढा दैवदुर्विलास!

तब्बल बावीस वर्षांनी बादशहा अहमदनगरास आला होता. आपल्या मोहिमांच्या व आयुष्याच्या वाटचालीतील हा शेवटचा टप्पा आहे, हे त्याला कळून चुकले होते.[४८] तरीही त्याने मराठ्यांशी चालू असलेले युद्ध तहकूब केले नव्हते. महाराष्ट्रात

व इतरत्र मराठी फौजांशी त्याच्या फौजा सामना देतच होत्या. बादशहा युद्ध हरला होता आणि तरीही तो आयुष्याच्या अंतापर्यंत लढण्याची जिद्द बाळगून होता. तेव्हा अशा बादशहाला त्याच्या मृत्यूपूर्वीचा शेवटचा तडाखा देण्याचे ताराबाईंनी ठरविले.

त्यानुसार त्यांनी सेनापती धनाजी जाधव, नेमाजी शिंदे, दादो मल्हार, रंभाजी निंबाळकर व दमाजी थोरात या नामांकित सेनानींना खुद्द बादशहाच्या अहमदनगरच्या छावणीवर चालून जाण्याची आज्ञा केली. हे सर्व सेनानी आपल्या लष्करासह बादशाही छावणीवर घसरले. मराठे चालून आल्याचे समजताच बादशहाने खाने आलम, बख्शी सद्रुद्दीन महंमदखान सफवी व इतर काही सरदार यांना त्यांच्याबरोबर फौज देऊन मुकाबला करावयास धाडले. मराठे व मोगल यांनी धुमश्चक्री सुरू झाली. लढाईत मराठ्यांची बाजू भारी ठरू लागली. तेव्हा खाने आलमने बादशहाकडे विनंती पाठविली की, त्वरित कुमक पाठवून द्यावी. बादशहाने हमीदुद्दीन बहादूर व मतलबखान यांना पाठविले आणि गमतीची गोष्ट अशी की, मराठ्यांच्या पीडेपासून आपल्या सैन्याचे रक्षण व्हावे म्हणून त्याने हमीदुद्दीनबरोबर मंतरलेले ताईत पाठवून दिले.[४१] –(फेब्रु. १७०६).

महाराणी ताराबाईंच्या लष्करापासून आपल्या लष्कराचे रक्षण व्हावे, म्हणून अखिल हिंदुस्थानच्या पादशहाला मंतरलेले ताईत पाठवावे लागले, हा मोगल पादशाहीचा दैवदुर्विलास होय! मोगल इतिहासकार म्हणतात की, या लढाईत 'मराठे पळून गेले.' मराठ्यांना निर्णायक लढाई द्यायचीच नव्हती. त्यांच्या नेहमीच्या पद्धतीनुसार त्यांना हल्ला करून माघार घ्यावयाची होती. अशा अर्थाने मराठे पळून गेले होते.

बादशाही सुभ्यांवर ताराबाईंचे प्रहार

अहमदनगरी बादशहा मृत्यूपूर्वीच्या घटका मोजीत असता महाराष्ट्रात त्याच्या फौजांच्या मोहिमा चालूच होत्या. तथापि, या मोहिमांची भीती ताराबाईंना वाटत नव्हती. ताराबाईंच्या फौजा स्वराज्यात शत्रूशी सामना देत होत्याच शिवाय त्या महाराष्ट्राची सरहद्द ओलांडून बादशाही सुभ्यांवर धाडी घालीत होत्या. गुजरात, माळवा, तेलंगणा व कर्नाटक या प्रदेशांत आपल्या फौजा घुसविल्या की, बादशहाचे व त्याच्या लष्कराचे नीतिधैर्य खचेल आणि शत्रूशी लढण्यासाठी उभारलेल्या प्रचंड फौजांचा खर्चही परस्पर निघेल, या हेतूने ताराबाईंनी आपल्या कारकिर्दीच्या सुरुवातीपासूनच मोगली मुलखात आपल्या फौजा पाठविण्याचे धोरण स्वीकारले होते.

त्याचा परिणाम असा झाला की, मराठ्यांचा प्रतिकार करण्यासाठी कुठे कुठे म्हणून फौजा पाठवाव्या हेच बादशहाला समजेना. माळव्यात मराठे घुसलेत असे समजताच तिकडे फौज रवाना करावी, तर ती तेथे जाईपर्यंत मराठे गुजरातेत जात,

गुजरातेत फौज पाठवावी तोपर्यंत मराठे दुसऱ्याच मार्गाने स्वराज्यात परत येत. त्यामुळे बादशहाची अवस्था शोचनीय झाली.

मनुचीने आपल्या ग्रंथात या तत्कालीन परिस्थितीचे हुबेहूब चित्र रेखाटले आहे. तो म्हणतो, ''मराठ्यांशी युद्ध सुरू करण्यात आपली चूक झाली, असे वाटून औरंगजेबास पश्चात्ताप होत आहे. कारण त्याच्या कल्पनेप्रमाणे त्याला या युद्धात यश आले नाही. दक्षिणेत जो काही प्रदेश त्याने जिंकलेला आहे, तो कबज्यात ठेवण्यासाठी त्याने दक्षिणेत राहणे आवश्यक झाले आहे. या वेळी तो अहमदनगरावर छावणी करून आहे. ही त्याची मोहीम पुढे चालू ठेवील, असा त्याच्या पुत्रांत कुणी नाही. आता मराठ्यांच्या फौजा बादशाही साम्राज्यात सर्व दिशांना धुमाकूळ घालून लुटालूट करीत आहेत. मराठ्यांचे सामर्थ्य आणि धाडस इतके वाढले आहे की, त्यांनी आपले लष्कर दिल्लीपर्यंत घुसविले आणि ते जेथे गेले तेथे त्यांनी लुटालूट केली. याच वेळी त्यांनी गोवळकोंड्याचीही लूट केली. अशा प्रकारे प्रतिदिवशी ते आपल्या वाढत्या सामर्थ्याचे मोगली साम्राज्याच्या प्रत्येक सुभ्यात प्रदर्शन करीत असतात.''[५०]

मराठ्यांच्या स्वातंत्र्ययुद्धाचे पर्व संपत आले होते. परंतु बादशाही सुभ्यांवर काढावयाच्या मोहिमा तहकूब करावयाची गरज ताराबाईंना वाटत नव्हती. उलट शत्रूचे नीतिधैर्य खचले असता दुप्पट जोमाने त्याच्यावर हल्ला करण्यात व तो यशस्वी करून त्यात शत्रूस नेस्तनाबूद करण्यात ताराबाईंच्या कर्तृत्वाची पूर्ती होती. त्यांनी या वेळी मोगली मुलखावर प्रचंड लष्करी मोहिमा पाठविल्या. मराठ्यांच्या फौजा आपल्या साम्रज्याच्या अनेक सुभ्यांत राजरोसपणे धुमाकूळ घालीत असल्याचे चित्र मृत्युशय्येवर पडलेल्या बादशहाला पाहावे लागले.

मनुचीने अशाच एका महत्त्वाच्या लष्करी मोहिमेची नोंद दिली आहे. तो लिहितो, 'बंगालच्या सुभ्यातील ओरिसाच्या प्रदेशात मराठ्यांचे लष्कर पोहोचले. त्यांनी आणखी पुढे कूच करून डाका, राजमहाल इत्यादी शहरे लुटली असती यात काही शंका नाही, परंतु एका हिंदू सरदाराने त्यांचे जंगलातून व डोंगरातून जाणारे मार्ग रोखून धरल्यामुळे त्यांना ते शक्य झाले नाही. म्हणून त्या बिकट प्रदेशात सर्वनाश न पत्करता ते परत फिरले. डाका त्यांना लुटता आले नाही हे खरे, परंतु त्यांनी बरीच लूट स्वदेशी आणली. तसेच माघार घेत असता त्यांना कुणीच प्रतिकार केला नाही. त्या प्रदेशात मोहीम काढण्याची मराठ्यांची ही तिसरी वेळ होती.''[५१]

मनुचीने या मोहिमेची सविस्तर हकिकत दिलेली नाही. परंतु त्याच्या नोंदीमधून एक गोष्ट स्पष्ट होते, ती म्हणजे मराठे उत्तर हिंदुस्थानाच्या रोखाने, डाक्याच्या रोखाने मोहिमा काढू लागले होते. दुसऱ्या एका ठिकाणी मनुची म्हणतो की, मराठ्यांनी दिल्लीपर्यंत फौजा घुसविल्या.[५२] कदाचित मराठे दिल्लीपर्यंत गेलेही नसतील, परंतु नर्मदा पार करून उत्तर हिंदुस्थानात प्रवेश करणारे मराठे, आपण

दिल्लीवरही स्वारी करणार आहोत, अशीही हूल उठवीत असावेत आणि कुणी सांगावे, माळव्यात धुमाकूळ घालणारी एखादी मराठी फौज अत्यंत चपळ हालचाली करून दिल्लीच्या प्रदेशापर्यंत जाऊनही आली असेल!

याच वेळी मराठ्यांनी मोगलांच्या गुजरातच्या सुभ्यातही धमाल उडवून दिली. शहाजादा आज्जम हा गुजरातचा सुभेदार होता. तो मृत्युशय्येवर असलेल्या बापास भेटण्यासाठी अहमदाबादेहून अहमदनगरास आला होता. त्याच्या अनुपस्थितीचा फायदा ताराबाईंनी घेतला आणि धनाजी जाधव व नेमाजी शिंदे या दोघांच्या फौजा त्यांनी गुजरातेत घुसविल्या. खाफीखानाने या मराठी फौजांची संख्या १५/१६ हजार अशी दिली आहे. मराठ्यांची ही फौज सुरतेच्या प्रदेशावर घसरली. सुरतेची उपनगरे आणि भोवतालचा प्रदेश मराठ्यांनी लुटून घेतला. नंतर नर्मदा पार करून ते बडोद्यावर चाल करून गेले, आणि ते समृद्ध नगरही त्यांनी लुटले. तेथून ते परत फिरून नर्मदेच्या तीरावर आले. तेथे त्यांची अब्दुल हमीदखान, नजरअलीखान, इल्तिफातखान इत्यादी १०/१२ मोगल अधिकाऱ्यांच्या २० हजारांच्या फौजेशी मोठी लढाई घडून आली. ऐन लढाईत मराठ्यांनी पळ काढला. तेव्हा मोगल समजले की मराठ्यांचा धीर खचून ते पळून गेले! थोडासा पाठलाग करून मोगल नदीतीरावर विश्रांती घेत असता मराठ्यांनी अचानक छापा घातला.

खाफीखान म्हणतो, "अहमदाबादेच्या या अननुभवी मोगल सैन्याला मराठ्यांच्या युद्धपद्धतीची कल्पना नव्हती. ते हतबुद्ध झाले. घोड्यावर खोगीर चढविणे किंवा स्वत: तयार होणे त्यांना जमले नाही. कोणी धीराचा सेनापती त्यांच्यात नव्हता. मराठ्यांनी त्यांना चहूकडून फोडून काढले. मोगल सैन्याची दाणादाण उडाली... अनेक लोक मारले गेले अगर जखमी झाले. कित्येक नदीत पडून बुडून गेले. नजरअलीखान, अब्दुल हमीदखान आणि इतर सरदार यांनी निष्फळ धडपड केली. पण ते शेवटी कैद झाले... मराठ्यांनी बादशाही फौजेचा पूर्ण पाडाव केला!"[५३] (१५ मार्च १७०६).

मोगली सैन्यावर असा प्रचंड विजय मिळविल्यावर मराठ्यांनी पुन्हा उत्तरेकडे कूच करून अहमदाबादेवर हल्ला चढविला व तेथे बरीच लूट केली. त्यानंतर मराठे गुजरातच्या सुभ्याची लूट आणि कैदी मोगल सरदार यांना घेऊन दिमाखाने महाराष्ट्रात परतले! मनुची सांगतो की, ताराबाईंनी या मोगल सरदारांच्या सुटकेसाठी आठ लाख रुपयांच्या दंडाची मागणी केली.[५४] बहुधा बादशहाने ही रक्कम भरून आपल्या सरदारांची सुटका घडवून आणली असावी.

तिकडे कर्नाटकात मराठ्यांचा दुसरा मोठा पराक्रमी सेनानी हिंदुराव घोरपडे धुमाकूळ घालीत होता. घोरपड्यास वाकिणखेड्याच्या पिड नायक बेरडाची फौज येऊन मिळाली होती. या संयुक्त फौजेने मोगलांचा कर्नाटकातील प्रसिद्ध असा

पेनुकोंड्याचा किल्ला घेऊन त्याच्या किल्लेदारास कैद केले.[५५] पेनुकोंडा म्हणजे विजापुरी कर्नाटक व गोवळकोंडा कर्नाटक या दरम्यानच्या प्रदेशाची मुख्य किल्लीच होती. या विजयाने मोगलांच्या कर्नाटकातील सत्तेस मोठा हादरा बसला होता.

औरंगजेब बादशहाची चिरनिद्रा

ताराबाईंच्या नेतृत्वाखालच्या मराठ्यांचे मोगली साम्राज्याच्या माळवा, गुजरात, कर्नाटक, इ. सुभ्यांवर अशा प्रकारचे राजरोस प्रहार चालू असताना, औरंगजेब बादशाह मात्र अहमदनगरच्या आपल्या छावणीत मृत्यूची प्रतीक्षा करीत होता. त्याची मुले शहाजादा आज्जम, शहाजादा कामबक्ष यांच्यापासून सर्वसामान्य सैनिकांपर्यंत सर्व जण त्याच्या मृत्यूची प्रतीक्षा करीत होते. कारण दक्षिणेतल्या या २६-२७ वर्षांच्या प्रदीर्घ व खडतर युद्धाचा शेवट त्याच्या मृत्यूने होणार होता! बादशहा मात्र आपले हे युद्ध थांबवण्यास तयार नव्हता. शेवटपर्यंत काफरांशी लढणारा, धर्मासाठी जिहाद करणारा इस्लामचा खंदा वीर म्हणून त्याला आपली प्रतिमा ठेवावयाची होती. या जिद्दीने तो शेवटपर्यंत मराठ्यांशी संघर्ष करीत राहिला.

आपण हे युद्ध जिंकू शकणार नाही, याची खात्री बादशहास सन १७०३ सालापासून होत गेली. राजारामाच्या मृत्यूनंतरचे ताराबाईंच्या नेतृत्वाखालचे मराठी राज्य आपण सहज बुडवू शकू, असा त्याचा जो विश्वास होता, तो केवळ भ्रम ठरला. आयुष्याच्या अखेरीस गेल्या पंचवीस वर्षांतील घडामोडींचा हिशेब त्याच्या समोर उभा राहिला होता. या हिशेबात जमेच्या ऐवजी खर्चाचीच बाजू भक्कम झाली होती. याहीपेक्षा आपल्या मृत्यूनंतर होणाऱ्या आपल्या प्रिय पुत्राच्या– शहाजादा कामबक्षाच्या हत्याकांडाचे भेसूर चित्र त्याला अस्वस्थ करीत होते. शहाजादा आज्जम हा कामबक्षाला जगू देणार नाही हे त्याला उघड दिसत होते. त्याला इतर दोघा बंधूंनी ममतेने वागवावे, सर्व साम्राज्य तिघांनी वाटून घेऊन सर्वांनी गुण्यागोविंदाने राहावे, असे त्याला वाटत होते.

पण त्याच वेळी आपण आपल्या बापाशी व भावाशी कसे वागलो, याचेही चित्र त्याच्यासमोर उभे राहत होते. त्या दुष्ट कृत्याबद्दल त्याला आता पश्चात्ताप होत होता. पण वेळ निघून गेली होती. त्याला आता शिवाजी महाराजास आगऱ्यातच ठार का मारले नाही, याचाही पश्चात्ताप होत होता. तसे झाले असते तर मराठी सत्तेचा वृक्षच वाढू शकला नसता. पण तीही वेळ आता निघून गेली होती. अशा अत्यंत पश्चात्तापदग्ध व निराश अवस्थेत दिल्लीपती औरंगजेब बादशहाने दि. २० फेब्रुवारी १७०७ रोजी या नश्वर जगाचा निरोप घेतला

रामराणी भद्रकाली। रणरंगी क्रुद्ध झाली ।
प्रलयाची वेळ आली। मुघल हो सांभाळा ।।

अशा या जिद्दी बादशहाशी महाराष्ट्रातील मराठे लोकांनी सतत २५-२६ वर्षे लढा दिला. मराठ्यांचा शेवटचा लढा एका तरुण राणीच्या नेतृत्वाखाली झाला. पंचवीस वर्षांच्या मराठ्यांच्या राणीने राज्यसूत्रे आणि तलवार घेऊन औरंगजेबाचे लष्करी आव्हान स्वीकारले. दक्षिणेतील एका लहानशा राज्याची एक पंचवीस वर्षांची विधवा राणी मोगल पादशहाशी लष्करी संघर्ष करावयास उभी ठाकते आणि सतत सात वर्षे तो संघर्ष चालवून त्यास जेरीस आणते, ही आपल्या इतिहासातील एक असामान्य घटना सर्व हिंदी लोकांना अभिमानास्पद व स्फूर्तिप्रद वाटावयास हवी. ताराबाईंच्या या तेजस्वी कारकिर्दीचा अभ्यास करीत असता, अकबर बादशहाच्या फौजांशी त्वेषाने लढणाऱ्या व आपल्या किल्ल्याचा ढासळलेला तट रातोरात बांधून काढणाऱ्या अहमदनगरच्या चांदबिबीची; त्याच बादशहाच्या साम्राज्यवादी लष्करांशी लढत असता रणांगणावर आत्मसमर्पण करणारी गोंडवनातील राणी दुर्गावतीची आणि अन्यायी इंग्रच साम्राज्याविरुद्ध तलवार उपसून रणांगणावर मृत्यूला कवटाळणाऱ्या राणी लक्ष्मीबाईची आठवण झाल्याशिवाय राहत नाही. या सर्व वीर स्त्रिया जुलमी व साम्राज्यवादी आक्रमकांविरुद्ध आपल्या स्वातंत्र्याच्या रक्षणासाठी लढल्या. स्वातंत्र्याच्या होमकुंडात त्यांनी आपल्या प्राणाची आहुती दिली आणि त्या भारतीय इतिहासात अमर झाल्या. मराठ्यांच्या महाराणी ताराबाई या याच थोर परंपरेतील होत.

तथापि, त्यांच्या कर्तबगारीचे याहून थोडे आगळेपण आहे. ताराबाईंनी दिव्यावर पतंग उडी मारतो, त्याप्रमाणे आत्मयज्ञ केला नाही. औरंगजेबाशी एकच निर्णायक लढाई न देता, त्यांनी त्याच्या मृत्यूपर्यंत त्याच्याशी गनिमीकाव्याचे युद्ध चालविले आणि शेवटी त्यास अगतिक करून टाकले. ज्या महाराष्ट्रास गुलाम करण्यास औरंगजेब धावून आला होता, त्याच महाराष्ट्राच्या मातीने त्यास याच भूमीत गाडून टाकावे, हा आमच्या इतिहासतील महान विजय आहे. छत्रपती संभाजी, छत्रपती राजाराम, महाराणी ताराबाई आणि स्वातंत्र्यासाठी आत्मबलिदान केलेले असंख्य मराठे वीर या महान विजयाचे मानकरी आहेत.

मराठ्यांची अस्मिता व स्वातंत्र्यता ताराबाईंच्या रूपाने प्रकटली होती. तत्कालीन कवी देवदत्त याने ताराबाईंना 'भद्राकाली, भवानी' असे संबोधले असून तिने खुद्द दिल्लीशहाचे 'पाणी' राखले नाही, असे म्हटले आहे. ताराबाईंच्या पराक्रमाचे वर्णन करताना तो म्हणतो –

'दिल्ली झाली दीनवाणी
दिल्लीशाचे गेले पाणी
ताराबाई रामराणी
भद्रकाली कोपली ।।
ताराबाईंच्या बखतें

दिल्लीपतीची तखते
खचो लागली ते विभतें
कुराणें ही खंडली ।।
वजीरांस झोडि जे ते
मुगलांस तोडि जे ते
मशीदीस फोडि जे ते
म्लेंच्छ कुले दंडिली ।।
उमराव दस्त झाले
देव द्विजा बकसिले
दिगंती ती कीर्ति चाले
यशें जगे मांडिली ।।
ज्या नगरी सुखें नाचे हर
दिल्लीशावरि कहर
होता रामराणीची नजर
जहराची लहरी ।।
असी धिंग रामराणी
नाचतसे वैभवानी
मूर्तिमंत हे भवानी
जगी अवतरली ।।
मानहानी दिल्लींद्राची
सभा हासते इंद्राची
आजिकाल कवींद्राची
सर्व चिंता हारली ।।
निरंतर चाल केली
पातशाही तळा नेली
दिल्लीचीही लज्जा गेली
म्लेंच्छ गवण गळाला ।।
रामराणी भद्रकाली
रणरंगी क्रुद्ध झाली
प्रलयाची वेळ आली
मुघल हो सांभाळा ।।[५६]

देवदत्त म्हणतो त्याप्रमाणे खरोखरच दिल्लीच्या मोगल सिंहासनाची लाज

गेली होती. त्याची अप्रतिष्ठा झाली होती. मोगलांच्या दृष्टीने हा प्रलयकालच होता. या प्रलयकालात मोगल साम्राज्याची इभ्रत बुडत चालली होती आणि खुद्द मोगल साम्राज्याच्या भव्य इमारतीवर या प्रलयाच्या लाटा धडका मारू लागल्या होत्या.

('महाराणी ताराबाई' या ग्रंथातून संक्षिप्त)

संदर्भ

१. मराठ्याचे स्वातंत्र्ययुद्ध, पृ. ४८
२. ताराबाईकालीन कागदपत्रे, खं. १, पृ. १५
३. कित्ता, पृ. ४७७-४७८
४. कित्ता, पृ. १०६
५. मराठ्यांचे स्वातंत्र्ययुद्ध, पृ. ४९
६. ताराबाईकालीन कागदपत्रे, खं. १, पृ. ३७९
७. भाइसंमं, इतिवृत्त, शके १८३५, पृ. ३७८
८. History of Aurangzib, Vol. V., pp. 112
९. मोगल आणि मराठे, पृ. १४५-१४७
१०. ताराबाईकालीन कागदपत्रे, खंड १, पृ. ४८०
११. सनदापत्रे, पृ. १८४-१८५
१२. हिंदवी स्वराज्य आणि मोगल, पृ. २३०
१३. भारतवर्ष, शके १८१९, अंक ९, पृ. ८८
१४. Storia Do Mogor, Vol. III, p. 426
१५. Storia Do Mogor, Vol. III, p. 305
१६. शिवचरित्र साहित्य, खं. ६, पु. ८३
१७. कित्ता, खं. ८, पृ. ५४
१८. मोगल आणि मराठे, पृ. १४३, १६१
१९. Storia Do Mogor, Vol. III, p. 414
२०. कित्ता, पृ. ४२२-४२३
२१. मोगल आणि मराठे, पृ. १६३-१६४
२२. कित्ता, पृ. १६४-१६५
२३. कित्ता, पृ. १६५-१७०; शिवचरित्र प्रदीप, पृ. ६७-६८; पवार घराण्याचा इतिहास, पृ. २१-२४, Storia Do Mogor, Vol. III, p. 426; History of Aurangzib, Vol. V., pp. 312-315
२४. हिंदवी स्वराज्य आणि मोगल, पृ. २६५
२५. Storia Do Mogor, Vol. III, p. 306
२६. मराठे व औरंगजेब, पृ. १३२, मोगल आणि मराठे, पृ. १६७

२७. मराठे व औरंगजेब, पृ. ११५-११६
२८. मराठ्यांच्या इतिहासाची साधने, खं. ७, पृ. ३९-४०
२९. कित्ता, पृ. ४०-४२; मराठ्यांचे स्वातंत्र्ययुद्ध, पृ. ८०; मराठे व औरंगजेब पृ. ११७
३०. मराठ्यांचे स्वातंत्र्ययुद्ध, पृ. ८६-८७; मराठे व औरंगजेब, पृ. ११८-११९
३१. मोगल आणि मराठे, पृ. १७५
३२. कित्ता, पृ. १८२
३३. History of Aurangzib, Vol. V., pp. 315-318; Storia Do Mogor, Vol. III, p. 509; मोगल आणि मराठे, पृ. १७२-२७३
३४. Storia Do Mogor, Vol. III, p. 500-506
३५. मोगल आणि मराठे, पृ. १७३
३६. Storia Do Mogor, Vol. III, p. 503-506; मोगल आणि मराठे, पृ. १७३
३७. मोगल आणि मराठे, पृ. १५७
३८. कित्ता, पृ. १५७-१५८
३९. मराठ्यांचे स्वातंत्र्ययुद्ध, पृ. ८२
४०. मोगल आणि मराठे, पृ. १५८
४१. मराठ्यांचे स्वातंत्र्ययुद्ध, पृ. ८२-८३
४२. मोगल आणि मराठे, पृ. १५८-१५९
४३. शिवचरित्र साहित्य, खं. ६, पृ. २८-३०
४४. पेशवा दप्तर, खं. ३१, पृ. ७७-७८
४५. भाइसमं - त्रैमासिक, वर्ष ६, अंक १-४, पृ. ८७-८८; शिवचरित्र प्रदीप पृ. ६९
४६. मराठ्यांचे स्वातंत्र्ययुद्ध, पृ. ९६
४७. सनदापत्रे, पृ. १९२
४८. मराठ्यांचे स्वातंत्र्ययुद्ध, पृ. ९८
४९. मोगल आणि मराठे, पृ. १८२; मराठे व औरंगजेब, पृ. १३६-१३७; शिवचरित्र प्रदीप पृ. ६९
५०. Storia Do Mogor, Vol. IV, p. 274
५१. कित्ता, पृ. २४६
५२. कित्ता, पृ. २७४
५३. मराठ्यांचे स्वातंत्र्ययुद्ध, पृ. ८४-८५
५४. Storia Do Mogor, Vol. IV, p. 250
५५. मोगल आणि मराठे, पृ. १८४
५६. ताराबाईकालीन कागदपत्रे, खं. १, पृ. ६-११

◆

मराठ्यांच्या स्वातंत्र्ययुद्धाचा शोध आणि बोध

छत्रपती शिवाजी महाराजांची कारकीर्द सन १६८० साली संपत असली तरी शिवकाल हा सन १७०७ सालापर्यंत (औरंगजेबाच्या मृत्यूपर्यंत) समजला जातो. याचे कारण महाराजांच्या कारकिर्दीची छाप औरंगजेबाच्या मृत्यूपर्यंतच्या मराठ्यांच्या एकंदर इतिहासावर व हालचालींवर पडलेली आहे. शिवाय महाराजांचे कार्य हे काही त्यांच्या कारकिर्दीपुरतेच मर्यादित नव्हते. त्याचा प्रभाव नंतरच्या पाव शतकाच्या मराठ्यांच्या इतिहासावर पडलेला दिसतो. शिवछत्रपतींनी स्वराज्याबरोबरच मराठ्यांमध्ये स्वातंत्र्यप्रेम व स्वराज्याभिमान निर्माण केला. या स्वातंत्र्यप्रेमाची व स्वराज्याभिमानाची खरी कसोटी त्यांच्या मृत्यूनंतरच्याच काळात लागली. एका परीने ती महाराजांच्या कार्याचीही कसोटी होती. तेव्हा शिवशाहीचे खरे मूल्यमापन शिवछत्रपतीनंतर घडलेल्या स्वातंत्र्ययुद्धाचे परीक्षण केल्याशिवाय पूर्ण होऊ शकत नाही.

मराठ्यांच्या इतिहासामध्ये शिवछत्रपतींच्या मृत्यूपासून ते औरंगजेबाच्या मृत्यूपर्यंतच्या सव्वीस वर्षांच्या या कालखंडाला 'मराठ्यांच्या स्वातंत्र्ययुद्धाचा कालखंड' असे म्हटले जाते. शिवछत्रपतींच्या कारकिर्दीत स्वराज्यसंस्थापना, स्वराज्यवृद्धी व स्वराज्यरक्षण ही तीन कार्ये घडली, तर नंतरच्या स्वातंत्र्ययुद्धाच्या कालखंडात 'स्वराज्यरक्षण' हे एकच परंतु बिकट कार्य त्यांच्या वारसदारांना करावे लागले. शिवछत्रपतींच्या कारकिर्दीत अनेक संकटे हिंदवी स्वराज्यावर आली. तथापि, महाराजांनी आपल्या असामान्य कर्तृत्वाने त्यांच्यावर मात केली. त्यांच्यानंतर लगेच सुरू झालेल्या स्वातंत्र्ययुद्धाच्या कालखंडात मात्र त्यांच्यासारखा चतुरस्त्र नेता मराठ्यांना लाभला नाही.

आणि असे असूनही मराठ्यांना औरंगजेबासारख्या कट्टर शत्रूशी सतत सव्वीस वर्षे संघर्ष करावा लागला. स्वातंत्र्ययुद्धाच्या कालखंडात मराठ्यांवर कोसळलेली संकटे सामान्य नव्हती. अशा संकटांच्या माऱ्याने सर्वसामान्य समाज दुबळा होऊन नष्ट झाला असता. परंतु मोठ्या शौर्याने मराठी समाजाने या संकटांवर मात केली व आपले अस्तित्व टिकवून धरले. एवढेच नव्हे तर आपल्या पराक्रमाने या समाजाने

औरंगजेबासारख्या बलाढ्य शत्रूसही हतबल करून टाकले!

मराठ्यांच्या स्वातंत्र्ययुद्धाची सुरुवात

मोगल, विजापूरकर, पोर्तुगीज, इंग्रज व सिद्दी असे मराठ्यांचे अनेक शत्रू असले तरी त्यांच्यात मोगल हेच खरे सामर्थ्यशाली होते. शिवछत्रपतींच्या निधनाच्या काळी मराठ्यांची मोगलांशी संघर्ष चालूच होता. तथापि, या संघर्षास उत्तर हिंदुस्थानातील मोगलांच्या यादवीनेच तीव्र स्वरूप प्राप्त झाले. शहाजादा अकबराने औरंगजेबाविरुद्ध बंड पुकारून रजपुतांच्या साहाय्याने आपले स्वातंत्र्य जाहीर केले आणि नंतर घडून आलेल्या लष्करी संघर्षात पराभव पत्करून त्याने दक्षिणेतील मराठा राज्याचा मार्ग धरला! (सन १६८१).

मोगलांचे कट्टर शत्रू मराठे व आपला बंडखोर पुत्र एक झाले, तर आपल्या साम्राज्यास मोठा धोका निर्माण होईल, हे जाणून औरंगजेब स्वत: आपल्या पुत्रांसह व सरदारांसह प्रचंड फौजफाटा घेऊन दक्षिणेत धावला आणि मराठ्यांच्या प्रसिद्ध 'स्वातंत्र्ययुद्धास' सुरुवात झाली. उत्तर हिंदुस्थानात घडलेल्या या यादवीने दक्षिणेच्या राजकारणाचे रंग पार पालटून टाकले. शहाजादा अकबराने बंड पुकारलेच नसते, तर मोगल-मराठा संघर्ष नंतर झालाच नसता असे नाही. तथापि, तो इतक्या लवकर खुद्द औरंगजेबाच्या नेतृत्वाखाली सुरू झाला नसता. शहाजादा अकबर व संभाजी महाराज यांना शिक्षा करण्यासाठी मोगल सम्राटच दक्षिणेत उतरल्यावर संघर्षाचे स्वरूप तीव्र होणे अपरिहार्य होते.

मराठ्यांच्या तीन कारकिर्दी

सव्वीस वर्षांच्या स्वातंत्र्ययुद्धाच्या या कालखंडात मराठा राज्यात अशा तीन कारकिर्दी झाल्या: संभाजी कारकीर्द, राजाराम कारकीर्द व ताराबाई कारकीर्द. या प्रत्येक कारकिर्दीची स्वत:ची अशी वैशिष्ट्ये आहेत. प्रत्येक कारकिर्दीत अशा काही बऱ्यावाईट परंपरा निर्माण झाल्या की ज्यांचे परिणाम मराठ्यांच्या पुढील इतिहासावर दिसून आले.

शककर्ता शिवछत्रपतींच्या उज्ज्वल कारकिर्दीनंतर संभाजी महाराजांची दुर्दैवी कारकीर्द झाली. या कारकिर्दीचा अंत छत्रपतींच्या हत्येने झाला; या अर्थाने ती दुर्दैवी खरीच, परंतु बखरकारांनी व इतिहासकारांनी तिला न्याय न दिल्याने ती अधिक दुर्दैवी बनली! संभाजी महाराजांजवळ आपल्या पित्याचे सर्वच गुण नव्हते, हे उघड आहे. परंतु ते व्यसनी, क्रूर आणि राजबुडवे होते, हा बखरकारांनी पसरविलेला समजही चुकीचा होता. *खरे म्हणजे शिवछत्रपतींचा अपवाद वगळता छत्रपती-घराण्यात संभाजी महाराजांसारखा शूर व तेजस्वी पुरुष झालाच नाही, याची दखल*

फारशी घेतली गेली नाही.

त्यांच्या कारकिर्दीची सुरुवातच मुळी कटकारस्थानांच्या संकटांनी झाली. त्यांचा हक्क डावलून राजाराम महाराजांना गादीवर बसविण्याचे, विषप्रयोग करून त्यांना ठार मारण्याचे आणि अकबराच्या साहाय्याने त्यांना पदच्युत करण्याचे, असे तीन कट त्यांच्याविरुद्ध झाल्याने त्यांचा राज्यातील सरकारकुनांवरील विश्वासच उडाला होता. जिवावर उठलेल्या कटवाल्यांना त्यांनी केलेल्या कठोर शिक्षा तत्कालीन राजनीतीत बसणाऱ्याच होत्या, त्याविषयी आजच्या इतिहासकारांना विषाद वाटण्याचे कारण नाही. औरंगजेबाच्या मोहिमेच्या ऐन काळात मोगली आक्रमणाशी सतत ८/९ वर्षे संघर्ष करण्यात संभाजी महाराजांची खरी कर्तबगारी आहे आणि शत्रूकडून पकडले जाऊन हालहाल होत असताही तोंडातून शरणागतीचा एक शब्दही न उच्चारण्यात त्यांचा मोठेपणा आहे.

छत्रपतींची हत्या ही अत्यंत दु:खद घटना असली तरी तिचा स्वातंत्र्ययुद्धावर दूरगामी परिणाम झाला. या क्रूर घटनेने सर्व महाराष्ट्राची अस्मिता दुखावली गेली. मराठी समाज सुडाने पेटून उठला. अशा पेटलेल्या समाजास चिरडून टाकणे औरंगजेबासारख्या बलाढ्य सत्ताधीशालाही शक्य झाले नाही.

संभाजी महाराजांप्रमाणेच राजाराम महाराजांच्या कारकिर्दीची सुरुवात संकटांनी झाली. फरक इतकाच होता की, राजाराम महाराजांवरील संकटे अधिक तीव्र स्वरूपाची होती. सर्व स्वराज्यच नाशाच्या मार्गावर होते. किल्ले व ठाणी भराभर शत्रूच्या हाती पडत होती. सर्व वतनदारवर्ग मोगलांना शरण जात होता. राजधानीलाही वेढा बसला होता. अशा वेळी जीव वाचविण्यासाठी राजाराम महाराजांना कर्नाटकात पळून जावे लागले. इकडे महाराष्ट्रात रायगडाचा पाडाव होऊन येसूबाई व शाहूराजे मोगलांचे कैदी बनले. परंतु लवकरच मराठे याही आपत्तीमधून सावरले. नासिकपासून अर्काटपर्यंत त्यांनी संताजी-धनाजी यांच्या नेतृत्वाखाली फौजा नाचविल्या; गनिमी काव्याने शत्रूस हैराण केले; त्यास धास्ती लावली, गड-कोट-प्रदेश सोडविले, स्वराज्याचा मामला थाटत चालला.

राजाराम महाराज संभाजी महाराजांसारखे शूर व पराक्रमी नव्हते. आपल्या कारकिर्दीत त्यांनी एक-दोन वेळा तलवार हाती घेतली. परंतु ती गाजविली नाही. तथापि, आपल्या सौजन्यशील व मृदू स्वभावाने त्यांनी हाताखालच्या माणसांत आपल्याविषयी आदरभाव निर्माण केला; सेनानींकडून शौर्याची कामे करवून घेऊन छत्रपतींच्या पदाची पराक्रमाची पोकळी भरून काढली. त्यांची सर्वांत मोठी कामगिरी म्हणजे त्यांच्या कारकिर्दीत स्वराज्याचा नाश झाला असतानाही त्यांनी शत्रूंशी संघर्ष चालू ठेवला आणि स्वतंत्र मराठी राज्याची कल्पना मरू दिली नाही. राजारामकालात कोणत्या साली किती प्रदेश मराठ्यांच्या ताब्यात होता याला फारसे महत्त्व नसून

मराठी राज्याची कल्पना मराठ्यांना सोडून गेली नाही याला अधिक महत्त्व आहे.

राजाराम महाराजांच्या मृत्यूच्या वेळी औरंगजेबाने नव्या दमाने मराठ्यांच्या किल्ल्यांवरील मोहीम हाती घेतली होती. नव्या राजधानीस-साताऱ्याच्या किल्ल्यास-वेढा पडला होता. सर्वत्र धुमश्चक्री चालू होती. काबूलपासून बंगालपर्यंत आणि काश्मीरपासून कावेरीपर्यंत पसरलेल्या अफाट प्रदेशाच्या सम्राटाशी एक पंचवीस वर्षांची तरुण विधवा राणी संघर्ष करावयास उभी राहते, हेच ताराबाईकालाचे सर्वांत मोठे वैशिष्ट्य होय. राजाराम महाराजांच्या मृत्यूच्या वेळी मराठी राज्य संपले असे मोगलांना वाटले, परंतु ते न संपता मोगल-मराठी संघर्ष अधिकच प्रखर झाला, याचे श्रेय महाराणी ताराबाईंनाच आहे.

राज्याचा कारभार, लष्करी मोहिमांची आखणी व अंमलबजावणी, राज्यातील कारभाऱ्यांवर व सेनानींवर देखरेख व वचक या बाबतीत ताराबाईंनी आपले कर्तृत्व दाखविले व राज्याची धुरा यशस्वीरीत्या सांभाळली. तत्कालीन मोगल इतिहासकार खाफीखान याने ताराबाईंचा उचित गौरव केला आहे. तो म्हणतो की मराठ्यांच्या या राणीजवळ सैन्याच्या नेतृत्वाचे व मोहिमांच्या संयोजनाचे गुण असून त्यांच्या जोरावर तिने दक्षिणेत मोठी धामधूम उडवून दिली होती.[१]

मोगल-मराठा : उभय पक्षांचे नेतृत्व

स्वातंत्र्ययुद्धाच्या कालखंडात मोगली नेतृत्वात बदल झाला नाही. उलटपक्षी मराठ्यांच्या नेतृत्वात तीन वेळा बदल झाला. प्रथम संभाजी महाराज, नंतर राजाराम महाराज आणि त्यांच्या मृत्यूनंतर महाराणी ताराबाई अशा तीन नेतृत्वांखाली मराठे लढले. लष्करी संघर्षातील चिवटपणा, जिद्द, शौर्यादी गुण उभय बाजूंच्या नेतृत्वांनी दाखविले. ज्या जिद्दीने औरंगजेब लढला त्याच जिद्दीने मराठ्यांचे तीन राज्यप्रमुख लढले. मोगली नेतृत्वाकडेही पराक्रम होताच; तो नसता तर मोगल सव्वीस वर्षे लढू शकले नसते.

औरंगजेब वयोवृद्ध व कसलेला सेनानी होता तर मराठ्यांचे तीनही राज्यप्रमुख ऐन तारुण्यातील होते; तसेच सत्तेवर आले तेव्हा ते रणांगणावर काही मोठी बहादुरी गाजविलेले नव्हते. संभाजी महाराजांना सत्तेवर येण्यापूर्वी समरप्रसंगांचे काही अनुभव तरी होते; पण राजाराम महाराज व ताराबाई यांच्याजवळ तेवढाही अनुभव नव्हता. तथापि, अशा प्रकारे अनुभवांची फारशी शिदोरी जवळ नसताही मराठी नेतृत्वाने रणक्षेत्रावर व मुत्सद्देगिरीत आपला प्रभाव दाखविला, हे लक्षात घेतले पाहिजे. संभाजी महाराजांनी आपल्या कारकिर्दीत मोगल, पोर्तुगीज, सिद्दी व इंग्रज यांच्याशी संघर्ष केला तर आदिलशाही व कुतुबशाही यांना शक्य झाले तेवढे साहाय्य केले आणि स्वराज्याचे रक्षण करण्याचे शर्थीने प्रयत्न केले. या प्रयत्नांत त्यांनी मराठ्यांची

लष्करी व राजनैतिक बाजू चांगली सांभाळली.

पुढे सन १६८९ साली जवळजवळ सर्व स्वराज्यच नष्ट झाले असतानाही मराठ्यांनी त्याचे पुनरुज्जीवन केले. याचे श्रेय राजाराम महाराजांच्या नेतृत्वाकडे निश्चित जाते. त्याच वर्षी मोगलांच्या हातावर तुरी देऊन महाराज कर्नाटकात जातात व पुढे आठ वर्षे जिंजी लढवतात, यात मोगलांचा त्यांनी लष्करी व राजनैतिक पराभवच केलेला आहे. एवढेच नव्हे तर खुद्द बादशहाचा पुत्र कामबक्ष व सरसेनापती जुल्फिकारखान यांच्याशी राजकारण साधून मोगली गोटात भेद करण्यात राजाराम महाराजांनी आपली मुत्सद्देगिरी दाखविली हे मान्य केले पाहिजे. राजारामकालात मराठ्यांनी जिंजी येथे राजधानी केल्यामुळे महाराष्ट्र, कर्नाटक व तामिळनाडू असे मोगल-मराठा लष्करी संघर्षाचे अफाट क्षेत्र बनले. साहजिकच या विस्तीर्ण प्रदेशात धामधूम माजविण्यास मराठ्यांना चांगला वाव मिळाला व त्यांना आवर घालण्याचे लष्करी सामर्थ्य मोगलांजवळ राहिले नाही. अशा प्रकारे जिंजी येथे राजधानी थाटून मराठी नेतृत्वाने मोगली नेतृत्वाला शह दिला होता.

पुढे महाराणी ताराबाईंनी आपल्या कारकिर्दीत आक्रमक पवित्रा घेतला. स्वराज्यातील मोगली हालचालींना पायबंद घालण्यासाठी वऱ्हाड, खानदेश, गुजरात व माळवा या मोगली प्रदेशांत मराठी सेनानींना धाडसी आक्रमणे करावयास लावली. माळवा म्हणजे मोगल साम्राज्याचे हृदय. मराठ्यांनी साम्राज्याच्या हृदयासच हात घातल्याचे ताराबाईकाळात औरंगजेबाला आपल्या डोळ्यांदेखत पाहावे लागले.

औरंगजेबाने मराठी सत्तेचा कायमचा बंदोबस्त करून विजापूर-गोवळकोंडा ही राज्ये जिंकावयास हवी होती; किंवा ही राज्ये जिंकल्यावर जिंकलेल्या प्रदेशाची नीट व्यवस्था लावूनच मराठी राज्याच्या समाचारासाठी वळले पाहिजे होते. परंतु औरंगजेब धरसोड वृत्तीने वागला. तीन वर्षे मराठ्यांचे राज्य घेण्याचा प्रयत्न करून तो विजापूर गोवळकोंड्याकडे वळला. पुढे ती राज्ये घेतल्यावर तेथील राज्यकारभार-यंत्रणेची बांधणी न करताच तो मराठ्यांच्या प्रदेशात आला. त्यामुळे सर्व दक्षिण मराठ्यांना मोकळी सापडली. दक्षिणेतील दोन शाह्यांच्या अस्ताने निर्माण झालेली राजकीय व लष्करी पोकळी मोगलांना भरून काढता आली नाही, हे एक त्यांच्या अपयशाचे महत्त्वाचे कारण म्हटले पाहिजे.

मराठी राजांची– संभाजी महाराजांची– हालहाल करून क्रूरपणे केलेली हत्या ही मोगली नेतृत्वाची आणखी एक मोठी राजनैतिक चूक होय. प्रतिस्पर्ध्याला अगदी क्षुद्र लेखण्याच्या औरंगजेबाच्या वृत्तीमुळेच त्याला मराठी सत्तेचे बळ कशात आहे, हे समजू शकले नाही. मराठी सत्तेला आपण नष्ट करू शकू असे त्याला वाटत होते, आणि म्हणूनच त्याने मराठ्यांचे किल्ले घेण्यासाठी अविश्रांत परिश्रम केले.

मोगल-मराठा संघर्षाचे लष्करी स्वरूप

मोगल-मराठा संघर्ष हा बव्हंशाने लष्करी स्वरूपाचा होता. मोगली लष्कराची संख्या प्रचंड होती. कारण साम्राज्याच्या सर्व सुभ्यांतून त्यांना लष्करीभरती करता येत होती. मराठी लष्कराची संख्याही कमी होती असे नाही. सन १६९० च्या एका पत्रात 'राजश्री छत्रपती स्वामी स्वारी करून कर्नाटक प्रांती गेलेयावरी, तिकडे जमाव लष्कर चाळीस हजार व हशम एक लाख पंचवीस हजार जमाव जाहला आहे'[२] असा एक उल्लेख येतो. सन १६९२ च्या डिसेंबरात मद्रास किनारपट्टीवरील फ्रेंच गर्व्हनर मार्टिन आपल्या डायरीत नमूद करतो; 'The Maratha standing army consists of 1,50,000 horsemen.'[३]

संताजी घोरपडे व धनाजी जाधव यांच्याजवळ हमेशा 'पंधरा-वीस हजारांच्या जंगी फौजा' असल्याची नोंद खाफीखान करतो.[४] याचा अर्थ मोगलांचे लष्करी बळ प्रचंड असले तरी मराठ्यांनीही मोठमोठ्या फौजा उभारल्या होत्या हे निश्चित. नाहीतर महाराष्ट्रापासून जिंजी-तंजावरपर्यंतच्या विस्तीर्ण भूमीवर त्यांना आपली सैन्ये पसरविता आली नसती. मोगलांचा दुसरा इतिहासकार भीमसेन सक्सेना तर म्हणतो की, "या सुमारास (सन १७०२) नर्मदेच्या दक्षिणेस, दख्खन, खानदेश, वऱ्हाड, कोकण या प्रांतातील परगण्यांतून आणि खेड्यांतून सारांश सर्वत्रच मराठे हे टोळ आणि मुंग्या याप्रमाणे पसरले होते."[५]

मराठी लष्कराचे पहिले वैशिष्ट्य म्हणजे लढणाऱ्या सैनिकांचा साधेपणा. शिवछत्रपतींच्या कारकिर्दीमधील साधेपणाचा वारसा स्वातंत्र्ययुद्धातील मराठ्यांनी पुढे चालविला होता. मोगली लष्करातील डामडोल, मोठमोठे तंबू, प्रचंड तोफखाना, हत्ती व उंट यांची दळे, जनानखाने, बाजारपेठा इत्यादी सरंजाम मराठी लष्करात नसे. मराठे 'खाण्यापिण्याचा दरकार बाळगीत नाहीत; पाऊस, ऊन, थंडी व अंधारी काही न पाहता घोड्यावरच हरभरे व भाकरी चटणी कांदे खाऊन धावतात'[६] असे जे मल्हार रामराव याने मराठ्यांचे वर्णन केले आहे ते सार्थच आहे. मार्टिन आपल्या रोजनिशीत म्हणतो, 'The Marathas are good in making surprises, in which they succeed, being men capable of bearing fatigue, contended with little and carrying no retinue of baggage.'[७]

जलद हालचाली हे मराठी लष्कराचे दुसरे वैशिष्ट्य. औरंगजेब विशाळगडाच्या मोहिमेवरून परतत असता विशाळगड ते पन्हाळगड हे २५-३० मैलांचे अंतर कापण्यासाठी मोगली फौजेला अडतीस दिवस लागले![८] कुचेच्या वेळी रोज फार तर एक कोसाची मजल होत होती; याउलट संताजी-धनाजी हे मराठी सेनानी एका दिवसात ४०-५० मैलांची मजल सहज मारत व शत्रूवर अचानक घसरून त्यास

पेचात आणीत. स्वातंत्र्ययुद्धाच्या कालखंडात मराठ्यांची अधिकांश मदार घोड्यांवर असून ते फारसे सामानसुमान बरोबर घेत नसत. त्यामुळे त्यांना जलद हालचाली करणे शक्य होई.

मराठी लष्कराचे आणखी एक वैशिष्ट्य म्हणजे त्यांचा गनिमी कावा. शत्रूला आपल्या संख्याबलाची व हालचालींची माहिती होऊ न देता, मोठमोठ्या मजला करून शत्रूस अचानकपणे पेचात आणून त्यांचा धुव्वा उडविल्याची अनेक उदाहरणे या काळात घडलेली आहेत. संताजी व धनाजी हे तर गनिमी काव्याचे कसलेले सेनानी होते.

मल्हार रामरावाने या युद्धपद्धतीचे फार सुंदर वर्णन केले आहे. तो म्हणतो– "मोगलांचे घोडे पाण्यावर आले असता पाणी न पीत. त्यास मोगली लोकांनी म्हणावे जे पाण्यामध्ये धनाजी व संताजी दिसतो की काय? रात्री-दिवसा कोणीकडून येतील, काय करतील असे केले. मोगलाई फौजेत आठही प्रहर भय बाळगीत. पादशहासि बहुत आश्चर्य जाहले की मराठी फौज ही बळावत आहे. अकस्मात यावे, बक मच्छ उचलून नेतो तसा घाला घालावा, शिपाईगिरीची शर्त करावी, प्रसंग पडल्यास माघारे पळून जावे... एक्या मुलकात फौज आली म्हणोन त्यांजवर (फौजेची) रवानगी करावी व तो दुसरेकडे जाऊन ठाणी घेतात, मुलूख मारितात. हे आदमी नव्हत. भूतखाना आहे."[१]

मोगलांकडे धिप्पाड शिपाई होते, मुबलक खजिना होता, प्रचंड तोफखाना होता, शौर्यही होते. तरीही ते मराठ्यांच्या गनिमी काव्यापुढे हतबल झाले. आपल्या दरबारी इतिहासात अनेक ठिकाणी गनीम (मराठे) पराभूत झाल्याचे व पळून गेल्याचे मोगलांनी मोठ्या गौरवाने नमूद केले आहे; तथापि या संघर्षातील अंतिम विजय गनिमी कावा करणाऱ्या गनिमांनाच मिळाला अशी इतिहासाची साक्ष आहे.

पराक्रमी पुरुषांचा उदय

सतत सव्वीस वर्षे चाललेल्या या लष्करी संघर्षाने महाराष्ट्रात पराक्रमी पुरुषांची एक पिढीच निर्माण केली. रामचंद्रपंत, प्रल्हाद निराजी, निळकंठ मोरेश्वर, शंकराजी नारायण, खंडो बल्लाळ आणि संताजी-धनाजी या मंडळींच्या नेतृत्वाखाली अनेक कर्तबगार सेनानी तयार झाले. बर्हिजी घोरपडे, राणोजी घोरपडे, विठोजी चव्हाण, नेमाजी शिंदे, परशुराम त्रिंबक, मानाजी मोरे, हंबीरराव मोहिते (दुसरा), हणमंतराव निंबाळकर, खंडेराव दाभाडे, परसोजी भोसले, कान्होजी आंग्रे, भिवजी गुजर, पंताजी शिवदेव, विश्वासराव पवार, संताजी भोसले, रंभाजी निंबाळकर, दादो मल्हार, बाळाजी विश्वनाथ, दमाजी थोरात, चंद्रसेन जाधव असे कित्येक नामांकित वीर याच स्वातंत्र्ययुद्धातून तावूनसुलाखून पुढे आले.

हिंदुस्थानातील कोणत्याही लढाऊ हिंदू जातीला अभिमान वाटावा असा पराक्रम या मराठा वीरांनी करून दाखविला. कडेकोट बंदोबस्तात छावणी करून राहिलेल्या औरंगजेबावर हल्ला करून त्याच्या राहुटीचे कळस कापून आणण्यापासून ते बादशहाच्या अनेक नामांकित सरदारांना ठार मारण्यापर्यंत अथवा कैद करण्यापर्यंत मराठी सेनानींनी अनेक साहसी कृत्ये केली. मोगली साम्राज्यसत्तेविषयीची भीती मराठ्यांच्या मनातून साफ निघून गेली. शेवटी शेवटी तर बादशाही छावणीभोवती मराठे घिरट्या घालू लागले. बादशाही छावणीचेही संरक्षण करणे मोगलांना अवघड जाऊ लागले.

स्वातंत्र्ययुद्ध संपले तरी पराक्रमी पुरुषांची ही पिढी एकदम लुप्तप्राय झाली नाही. या पिढीतील अनेक जणांनी पुढे शाहू महाराजांच्या कारकिर्दीत मराठी सत्तेचा विकास घडवून आणला. पेशवा बाळाजी विश्वनाथ व त्याचा पुत्र बाजीराव यांस या पिढीतील अनेक जणांचे सहकार्य मिळाल्यानेच मराठी सत्ता नर्मदा पार होऊन उत्तरेत पोहोचली. या भावी विजयाची मुळे स्वातंत्र्ययुद्धातच होती.

मराठा 'लोकां'चे युद्ध

मोगल-मराठा संघर्षाचा एक महत्त्वाचा विशेष म्हणजे मराठ्यांच्या बाजूकडून हे 'लोकयुद्ध' होते, तर मोगलांच्या बाजूने हे 'बादशाही युद्ध' होते. मराठ्यांना भोसले घराण्याचा अभिमान जरूर होता, परंतु ते केवळ भोसले घराण्यासाठी लढत नव्हते. मराठे हे स्वराज्याच्या व स्वधर्माच्या संरक्षणासाठीही लढत होते. राजारामकालात छत्रपती परप्रांती राहिल्यावर इकडे महाराष्ट्रात आम मराठी जनतेने शत्रूशी लढा चालू ठेवला. या लढ्यात महाराष्ट्रातील मराठी समाजाच्या सर्व स्तरांतील लोक सामील झाल्याचे एक तत्कालीन कवी विठ्ठलदास सांगतो–

'पाटील सेटे कुणबी जुलाई
चांभार कुंभार परीट न्हावी
सोनार कोलि उदिमी फुलारी
या वेगळे लोक किती बिगारी ॥

ढाला कटार तरवार आसंख्य भाले
घोडे बरे जलदै बैसोनिया नीघाले
सेना समूहा रचला नीचरे समुद्रा
देष प्रजा करूनी उद्धस तांब्र बघा ॥

आनी चार सेना विविधा प्रकारे
सेनापती दोघ समान वीरे

संपूर्ण घेति गड देष कोटा
वीध्वंसीले बहुत लोक अनेक पेटा ॥'[१०]

गावच्या पाटलापासून ते फुलाऱ्यापर्यंत सर्वांनी हे युद्ध 'आपले' मानले आणि मिळेल त्या साधनांनी शत्रूस तोंड दिले. मराठ्यांच्या अंतिम विजयाचे रहस्य यातच आहे. याउलट, मोगली लष्करातील काजीकडे खुद्द बादशहाला तक्रार करावी लागत होती की, "रमजानचा महिना सोलापूर येथे प्रार्थना करण्यात घालवावा असे मला वाटत होते, पण काय करू? माझे अधिकारी मन:पूर्वक काम करीत नाहीत. मी त्यांना पुन्हा पुन्हा सांगतो, पण त्याचा काहीच परिणाम होत नाही."[११] (फेब्रुवारी १७००).

परिणाम होणार कसा? हे युद्ध बादशहाचेच आहे असा अधिकाऱ्यांचाच नव्हे तर मोगली लष्करातील सामान्य शिपायाचाही ग्रह होता. याविषयी विवेचन करीत असता इतिहासकार सेतुमाधवराव पगडी म्हणतात, "औरंगजेबावर एका राजाशी अगर राज्यघराण्याशी लढण्याच्या ऐवजी मराठी जनतेशी लढण्याची पाळी आली. एकीकडे आक्रमक वृत्तीचा विस्तारवादी, हट्टी, आपल्या धार्मिक धोरणामुळे अप्रिय झालेला औरंगजेब आणि दुसरीकडे मराठी जनता असे या स्वातंत्र्ययुद्धाचे स्वरूप होते. औरंगजेबाच्या मागे त्याच्या प्रचंड अशा साम्राज्याची सगळी साधनसंपत्ती, मनुष्यबळ इत्यादी उभी होती. पण हे युद्ध बादशहाचेच आहे अशीच भूमिका मोगल बादशाहीतील प्रजेची होती."[१२]

शिवछत्रपतींची प्रेरणा

मराठ्यांचे युद्ध हे 'लोकयुद्ध' होते म्हणूनच तर त्यांना त्यात यश प्राप्त झाले खरे, तथापि त्या लोकयुद्धाच्या मागे शिवछत्रपतींनी मराठ्यांना दिलेली प्रेरणा होती, हे लक्षात घेतले पाहिजे. महाराजांनी आपल्या हयातीत स्थापन केलेले राज्य सन १६८९ साली मोगलांनी जिंकून घेतले आणि तरीही मराठी सत्ता मोडली नाही. फिनिक्स पक्ष्याप्रमाणे स्वराज्याच्या राखेमधून मराठी सत्ता पुन्हा उठून उभी राहिली.

शिवछत्रपतींनी यवनी अंमल नष्ट करून स्वराज्याची स्थापना केली. ही गोष्ट महान तर खरीच; परंतु त्याहीपेक्षा परक्या सत्तेची सेवा करण्यात दंग असलेल्या मराठी समाजाला त्यांनी स्वातंत्र्याची शिकवण दिली, ही गोष्ट त्यातून अधिक महान होय आणि म्हणूनच मोगल आणि मराठे यांच्या युद्धहेतूत फरक होता. साम्राज्यविस्तार व धर्मप्रसार हे मोगली युद्धहेतू होते, तर स्वराज्यरक्षण व स्वधर्मरक्षण हे मराठी युद्धहेतू होते. मोगलांचा हेतू स्वातंत्र्यतत्त्वाची पायमल्ली करणारा होता; तर मराठी हेतू त्या तत्त्वास उचलून धरणारा होता; मोगली हेतू तलवारीच्या जोरावर दुसऱ्याच्या धर्मास गाडून टाकणारा होता, तर मराठी हेतू तलवारीच्या साहाय्याने स्वधर्माचे संरक्षण करण्याचा होता.

आतापर्यंत या स्वातंत्र्ययुद्धात मराठ्यांची फक्त जमेचीच बाजू आपण पाहिली. मराठ्यांच्या गुणांचेच परीक्षण केले. आता या कालात मराठ्यांचे काही दोषही दिसून आले; त्यांच्या हातून काही चुका झाल्या, त्या विषयाकडे आपण वळणार आहोत.

स्वामिद्रोह, बंडखोरी व स्वार्थ

शिवछत्रपतींच्या कारकिर्दीत प्रखर स्वामिनिष्ठा हा राज्याच्या अधिकाऱ्यांचा स्थायिभाव होता. महाराजांसाठी जिवास जीव देणारे सेवक होते. तसे सेवक नंतरच्या काळात झालेच नाहीत असे नाही, परंतु राज्याच्या काही उच्चपदस्थ सेवकांनी खुद्द छत्रपतींच्या जिवावरच उठावे, ही संभाजीकालातील घटना निश्चितच मराठ्यांना लांच्छनास्पद होती. संभाजीराजांना पदच्युत करण्याची व ठार मारण्याची कारस्थाने आण्णाजी दत्तो, बाळाची आवाजी, हिरोजी फर्जंद यांच्यासारख्या शिवछत्रपतींच्या तालमीत वाढलेल्या लोकांनी करावीत, हे मराठेशाहीचे खरोखरीच दुर्दैव होय. राजारामकालात राज्याच्या शूर सेनापतीने, संताजीनेच छत्रपतीविरुद्ध बंडखोरी केली; छत्रपतींशी दोन हात करून त्यांस कैद करून नंतर सोडून दिले.[१३]

पुढे संताजी-धनाजी यांच्या यादवी लढाया झाल्या आणि त्यातच संताजीचा खून झाला! रामचंद्रपत आणि संताजी यांचेही फारसे पटत नव्हते.[१४] ताराबाईकालात रामचंद्रपंत आणि परशुराम त्र्यंबक यांचा संघर्ष घडून आला.[१५] हिंदुराव घोरपड्यानेही ताराबाईंच्या विरुद्ध बंडखोरी केली.[१६] हे झाले मोठमोठ्या अधिकाऱ्यांच्या वर्तणुकीचे दाखले. याशिवाय लहानमोठे वतनदार, किल्लेदार व इतर अधिकारी यांच्या फंदफितुरीची अनेक उदाहरणे देता येतील. बेकीच्या घटना व फंदफितुरीची प्रकरणे प्रत्येक राज्यात कोणत्याही काळात घडत असतात हे जरी खरे असले तरी स्वातंत्र्ययुद्धाच्या काळात मराठे आपला स्वार्थ व हेवेदावे विसरले नव्हते, ही गोष्ट उपरिनिर्दिष्ट घटनांवरून सिद्ध होते. मोगलांशी लढत असता थोडी उसंत मिळताच हे मराठे आपापसांत यादवी करताना दिसतात, हे ऐतिहासिक सत्य लपविण्यात काही अर्थ नाही.

तसेच या संघर्षाच्या काळात वैयक्तिक स्वार्थही मराठ्यांना सुटलेला होता असेही दिसून येत नाही. 'यवोदर प्रमाण भूमि तेही इनाम देऊ नये'[१७] असे आज्ञापत्रात राजनीती सांगणारा रामचंद्रपंत अमात्य इनाम आणि वतन यांच्या सनदा छत्रपतीकडून घेण्यात थोडाही मागे नाही;[१८] मग इतर मराठ्यांच्या विषयी फारसा विचार करण्याचे कारण नाही.

छत्रपतिपदाच्या अधिकाराचा संकोच

शिवछत्रपतींच्या काळात खुद्द युवराजानेच बंडखोरी केली होती हे खरे, तथापि

त्यामुळे शिवछत्रपतिपदाच्या अधिकाराचा संकोच घडून आला नाही. युवराजाचा पिता म्हणून महाराजांना धक्का देणारी ही घटना असली तरी यामुळे राज्याच्या मूलभूत घटनेवर फारसे परिणाम झाले नाहीत. छत्रपतींची सत्ता सार्वभौम व निरंकुशच राहिली. राज्यकारभाराच्या सोयीसाठी त्यांनी आपली सत्ता अष्टप्रधानांत विभागली असली तरी सर्वार्थाने तेच सर्वसत्ताधारी होते. संभाजी महाराजांच्या कारकिर्दीत त्यांच्या प्रधानांनी कारस्थाने केली तरी छत्रपतिपदाच्या अधिकाराचा ऱ्हास झाला नाही. संभाजी महाराज त्या पदाची प्रतिष्ठा व दबाव सांभाळून होते.

परंतु छत्रपतिपदाच्या सत्तेचा राजारामकालात मोठ्या प्रमाणावर संकोच झाला. सन १६८९ साली निर्माण झालेल्या गंभीर परिस्थितीमुळे राजाराम महाराजांना कर्नाटकात जावे लागून तेथे आठ वर्षे वास्तव्य करावे लागले. इकडे छत्रपतिपदाचे सर्वाधिकार रामचंद्रपंत व शंकराजी नारायण यांच्याकडे सुपूर्द करावे लागले; सरदारांना लहानमोठे सरंजाम द्यावे लागले; सरंजामी प्रदेशात केंद्रसत्ता नाममात्र राहू लागली; छत्रपतिपदालाच लष्करी साहाय्यासाठी सरदारांची आर्जवे करावी लागू लागली. अशा बदललेल्या परिस्थितीत छत्रपतिपदाच्या अधिकाराचा संकोच न झाल्यास नवल होते.

अशा संकोचाला राजाराम महाराज पूर्णपणे जबाबदार होते असेही नाही. राज्यावर कोसळलेल्या गंभीर राजकीय व लष्करी संकटांमुळेच राजाराम महाराजांना ही तडजोड वृत्ती स्वीकारावी लागली. पण याचा परिणाम असा झाला की छत्रपतींची सत्ता अधिकाधिक हाताखालच्या सरदारांवर अवलंबून राहू लागली. पुढे शाहू महाराजांची सुटका झाल्यावर सुरू झालेल्या यादवीत शाहू महाराज आणि ताराबाई हे दोघेही राज्यातील सरदारांना आपल्या बाजूकडे ओढण्यासाठी प्रयत्न करीत आहेत, असे चित्र आपणास दिसते. छत्रपतिपदाच्या अधिकाराचा ऱ्हास तसाच चालू राहून शेवटी शाहू महाराजांच्या मृत्यूनंतर रामराजाच्या कारकिर्दीत साताराच्या छत्रपतींचे पद पूर्णपणे सत्ताहीन बनले. त्या मानाने करवीरकर छत्रपतींनी आपल्या छोट्याशा राज्यात आपली सत्ता सांभाळून धरली होती असे म्हणावे लागेल.

वतनदारी व सरंजामशाही यांचे पुनरुज्जीवन

स्वातंत्र्ययुद्धाचा सर्वांत महत्त्वाचा दुष्परिणाम म्हणजे वतनदारी व सरंजामशाही यांचे पुनरुज्जीवन होय. वतनदारी व सरंजामशाही यांच्यामुळे राज्याच्या सत्तेचे विकेंद्रीकरण होते याची पूर्ण जाणीव शिवछत्रपतींना होती म्हणून त्यांनी आपल्या कारकिर्दीत त्यांचा प्रभाव नष्ट केला. परंतु त्यांचे पुनरुज्जीवन राजारामकालात केले गेले. राज्याने अमानत केलेली वतने सरसकट परत करण्याची व नूतन वतने देण्याची पद्धती राजारामकालात स्वीकारण्यात आली.

संभाजी राजांच्या हत्येनंतर निर्माण झालेली अनन्यसाधारण परिस्थिती व

मराठ्यांची वतनासक्ती ही या पद्धतीच्या पुनरुज्जीवनास प्रामुख्याने कारणीभूत होती. किल्ले व ठाणी शत्रूच्या हाती गेली; महसूल बाब थांबली; सर्वत्र अराजक माजले; अशा परिस्थितीत परगण्यात प्रतिष्ठा असलेल्या मातब्बर वतनदारांना आपल्या बाजूकडे ओढण्यासाठी त्यांची वतने व इनामे परत देणे राजकीय व लष्करी दृष्टिकोनातून आवश्यक ठरले. जी जाब शिवछत्रपतींनी कटाक्षाने टाळली तिचाच आश्रय राजाराम महाराजांना करावा लागला!

येथे एक गोष्ट लक्षात घेतली पाहिजे, ती म्हणजे राजाराम महाराजांनी या वतनदारांना वतने परत दिली नसती तर औरंगजेबांची वतनांची फर्माने तयार होतीच. मोगली बाजूस मिळणाऱ्या वतनदारांना तो वतने मोठ्या तत्परतेने बहाल करीत होता. अशा वेळी राजाराम महाराजांना औरंगजेबाच्या शहास शह देणे प्राप्त होते. वतनदारी पद्धतीप्रमाणेच सरंजामशाही पद्धतीचेही पुनरुज्जीवन करण्यात आले. शत्रूशी लढण्यास मोठमोठ्या फौजा उभ्या करणे तर गरजेचे होते आणि अशा फौजा उभ्या करण्यासाठी पैसा व प्रदेश हाती नव्हता.

अशा वेळी जो प्रदेश आपल्या ताब्यात नाही अशा प्रदेशांचा सरंजाम सेनानींना देऊन त्यांच्याकडूनच फौजा उभारण्याचे व शत्रूस पराभूत करण्याचे तंत्र राजाराम महाराज व महाराणी ताराबाई यांनी पडत्या काळात स्वीकारले हे ठीक होते; तथापि नंतर ह्या पद्धतीस आवर घालण्याचे सामर्थ्य कोणातच उरले नाही. त्यामुळे शिवछत्रपतींनी घालून दिलेली राज्यकारभाराची व लष्कराची शिस्त राहिली नाही. मराठी राज्याची मूलभूत घटनाच बदलून गेली. केंद्रसत्ता दुबळी बनू लागली व पुढे तर पेशवाईत केंद्रसत्ता केवळ नाममात्रच राहिली. सारांश, मराठी सत्तेच्या भावी नाशाची बीजे याच काळात अशा प्रकारे रुजली गेली. मराठी सत्तेचा वृक्ष पुढे हिंदुस्थानात सर्वत्र फोफावला हे खरे; परंतु तो फोफावत असतानाच सरंजामशाहीच्या रोगाचे विष त्यांच्या फांद्याफांद्यांतून अधिकाधिक पसरू लागले होते. शेवटी मराठी सत्तेच्या नाशास हे विषच कारणीभूत ठरले.

मराठ्यांच्या स्वातंत्र्ययुद्धाचा बोध

स्वातंत्र्य हा मानवी समाजाचा मूलभूत हक्क आहे आणि म्हणूनच आपले स्वतंत्र अस्तित्व टिकवण्यासाठी जगाच्या इतिहासात अनेक समाजांनी साम्राज्यवादी सत्ताधीशांशी लढे दिल्याची अनेक उदाहरणे दिसून येतात. स्वातंत्र्य ही जशी मानवी समाजाची मूलभूत प्रवृत्ती आहे, तशीच दुसऱ्याचे स्वातंत्र्य नष्ट करून आपले वर्चस्व प्रस्थापित करण्याची साम्राज्यवादी प्रवृत्तीही इतिहासकालापासून आजतागायत जगाच्या पाठीवर दृग्गोचर होत असते. प्राचीन व मध्ययुगीन कालांत साम्राज्यवादाचे स्वरूप राजकीय व धार्मिक होते, तर अर्वाचीन युगात साम्राज्यवादाचे स्वरूप व

उद्दिष्टे बदलली, तरी त्यातील दुसऱ्यावर वर्चस्व स्थापण्याची व पिळवणूक करण्याची मूलभूत प्रवृत्ती कायम राहिली आहे. परंतु दुसऱ्या समाजाचे स्वातंत्र्य हिरावून घेऊन आपले वर्चस्व प्रस्थापित करू इच्छिणाऱ्या सत्ताधीशांना अंतिम माघारच घ्यावी लागते, याचीही जगाच्या इतिहासात अनेक उदाहरणे आहेत.

स्पेन देश जिंकण्यासाठी नेपोलियन बादशहाने कमी का प्रयत्न केले? नेपोलियनच्या नजरेत स्पॅनिश लोक म्हणजे भिकार, दरिद्री व पळपुटे होते. स्पॅनिश देश आपण चुटकीसारखा जिंकू असा त्याचा भ्रम होता. स्पेनवर आक्रमण करताना त्याने उद्‌गार काढले होते– 'स्पेन जिंकण्यासाठी ८० हजार सैनिक लागणार असतील तर मी त्या भानगडीत कधीच पडणार नाही! हा देश जिंकून घेण्यास फक्त १२ हजार सैनिक पुरेत!' केवढा हा उद्दामपणा! केवढी ही लष्करी बळाची नशा!

औरंगजेब बादशहा जेव्हा दक्षिणेत मराठी राज्यावर चालून आला तेव्हा त्यालाही आपल्या बळाची अशीच नशा होती! मराठी राज्य आपण हा हा म्हणता चिरडून टाकू, अशी त्याची उद्दाम महत्त्वाकांक्षा होती! त्याच्या लेखी दक्षिणेतील हे मराठे म्हणजे 'डोंगरातील चुव्वे' होते! पण या डोंगरातील चुव्व्यांचे राज्य त्याला पाव शतकाच्या कठोर लष्करी मोहिमेनंतरही जिंकून घेता आले नाही! नेपोलियनला स्पेन देश जिंकण्यासाठी १२ हजारच नव्हे तर पाच लक्ष सैनिक खर्ची घालावे लागले व इतके करूनही त्या 'स्पॅनिश अल्सर'ने त्याची महत्त्वाकांक्षा सफल होऊ दिली नाही. इकडे दक्षिणेत औरंगजेब बादशहा दरवर्षी हजारो सैनिक खर्ची घालत होता, पण इतके करूनही या 'मराठा अल्सर'ने औरंगजेबाचा घात केलाच!

खुद्द औरंगजेबालाही हे आयुष्याच्या अखेरीस कळून चुकले होते की आपण मराठी राज्य बुडवू शकत नाही. मराठ्याना जिंकू शकत नाही. पण तो लढत राहिला. कारण लढत राहण्याशिवाय त्याच्यासमोर दुसरा सन्माननीय पर्याय नव्हता. युद्ध मध्येच थांबवून दिल्लीस परत जाता तर त्याची प्रचंड नामुष्की होणार होती. २५-२६ वर्षे मराठ्यांशी लढला अन् त्यांना पराभूत न करताचा अपेशी होऊन परतला, अशी त्याला हिंदुस्थानच्या इतिहासात आपल्या कर्तबगारीची नोंद होऊ द्यायची नव्हती. तैमूरच्या या वंशजास हे फारच नामुष्कीचे होते. म्हणून तो लढतच राहिला. अगदी अखेरच्या श्वासापर्यंत! शेवटचा श्वासही त्याने शत्रूच्या भूमीतच घेतला.

औरंगजेबाची ही जिद्द, चिकाटी व ध्येयसिद्धीसाठी अखेरच्या क्षणापर्यंत परिश्रम करण्याची तयारी हे त्याच्या व्यक्तिमत्त्वाची उंची वाढविणारे गुण होते. तो शूर व निर्भय तर होताच, पण दक्षिणेसारख्या हजारो मैलांच्या विस्तीर्ण टापूत लष्करी मोहिमांचे संयोजन वर्षानुवर्षे करण्याचे तंत्र त्याने आत्मसात केले होते, हे कबूल करावे लागेल. लाखो सैनिक व शेकडो सेनानी असलेल्या लष्कराची ही प्रचंड मोहीम त्याने पाव शतक दक्षिणेत चालवली, ही हिंदुस्थानच्या इतिहासातील

अपूर्व गोष्ट होती.

मराठे अशा बलाढ्य शत्रूशी लढले, शत्रूच्याच जिद्दीने व चिकाटीने लढले, ही गोष्ट मराठ्यांनाही कीर्तिस्पद ठरली. आसेतुहिमाचल साम्राज्याचा धनी त्यांनी पराभूत केला होता. त्याचा हा पराजय इतिहासाच्या नियमास धरूनच होता. मराठ्यांचा त्याच्यावरील विजयही इतिहास-नियमास अनुसरूनच होता. कारण औरंगजेब लढला तो दुसऱ्याचे स्वातंत्र्य हिरावून घेण्यासाठी, आणि मराठे लढले ते आपल्या स्वातंत्र्याच्या रक्षणासाठी! हाच मराठ्यांच्या स्वातंत्र्ययुद्धाचा खरा बोध आहे.

(पूर्वप्रसिद्धी : भारतीय इतिहास आणि संस्कृति, पुस्तक ४२, १९७४-सुधारित)

संदर्भ

१. मराठ्यांचे स्वातंत्र्ययुद्ध, पृ. ४९
२. मराठ्यांच्या इतिहासाची साधने, खं. १५, पृ. ३७७
३. Military History of India, p. 156
४. मराठ्यांचे स्वातंत्र्ययुद्ध, पृ. २५
५. मोगल आणि मराठे, पृ. १५७
६. चिटणीसविरचित छत्रपती राजाराम महाराज यांची बखर, पृ. ३५
७. Military History of Indian, p. 156
८. मराठ्यांचे स्वातंत्र्ययुद्ध, पृ. ७५
९. चिटणीसविरचित छत्रपती राजाराम महाराज यांची बखर, पृ. ३५
१०. ताराबाईकालीन कागदपत्रे, खं. १, पृ. ५
११. हिंदवी स्वराज्य आणि मोगल, पृ. २०३-२०४
१२. कित्ता, पृ. २९४
१३. मराठे व औरंगजेब, पृ. ७१
१४. पंत अमात्य बावडा दप्तर, खं. १, पृ. ५३-५५
१५. ताराबाईकालीन कागदपत्रे, खं. १, पृ. ४८०
१६. मोगल आणि मराठे, पृ. १८७
१७. आज्ञापत्र, पृ. ३०
१८. पंत अमात्य बावडा, दप्तर खंड १, पृ. ३७-९४

◆

संदर्भ-ग्रंथसूची
मराठी व फारसी ग्रंथ

१. **इचलकरंजी संस्थानचा इतिहास –** वासुदेवशास्त्री खरे, पुणे, १९१३.

२. **इतिहासमंजिरी –** द. वि. आपटे, पुणे, १९१३.

३. **इतिहास – संग्रह : ऐतिहासिक टिपणे, भा. २** संपा. द. ब. पारसनीस.

४. **ऐतिहासिक प्रस्तावना -** वि. का. राजवाडे, पुणे, १९२८.

५. **ऐतिहासिक फारसी साहित्य -** भारत इतिहास संशोधन मंडळ, पुणे.

६. **ऐतिहासिक साधने -** संपा. शा. वि. आवळसकर, मुंबई, १९६३

७. **ऐतिहासिक संकीर्ण साहित्य -** भारत इतिहास संशोधन मंडळ.

८. **औरंगजेबाच्या दरबारचे अखबार (ऐतिहासिक फारसी साहित्य, खं-६)** संपा. ग. ह. खरे व गो. त्र्यं. कुलकर्णी, पुणे, १९७३.

९. **करवीर रियासतीची कागदपत्रे, खं. १** संपा. स. मा. गर्गे, पुणे, १९७०.

१०. **करवीर रियासतीची कागदपत्रे, खं. २** संपा. स. मा. गर्गे, पुणे, १९७२.

११. **करवीर सरदारांच्या कैफियती.** संपा. खं. आ. गायकवाड, कोल्हापूर, १९७१.

१२. **कापशीकर सेनापती घोरपडे घराण्याचा इतिहास -** स. मा. गर्गे आणि शं. ह. वर्टीकर, पुणे, १९७४.

१३. **कोल्हापूर प्रांताचा अर्वाचीन इतिहास-** बाळाजी प्रभाकर मोडक, कोल्हापूर.

१४. **गाववाडा (तृतीयावृत्ती) –** त्रिं. ना. आत्रे, मुंबई, १९५९.

१५. **चिटणीस घराण्याची संक्षिप्त माहिती–** बा. स. कुलकर्णी, मुंबई, १९१५.

१६. **छत्रपती शिवाजी महाराज यांची पत्रे –** संपा. प्र. न. देशपांडे, धुळे, १९८३.

१७. **छत्रपती संभाजी महाराज –** बा. सी, बेंद्रे, पुणे, १९६०.

१८. **छत्रपती संभाजी स्मारक ग्रंथ –** संपा. जयसिंगराव पवार, कोल्हापूर, १९९०.

१९. **जिजाबाईकालीन कागदपत्रे, खं. १ –** संपा. आप्पासाहेब पवार, शिवाजी

विद्यापीठ, कोल्हापूर, १९७८.

२०. **ताराबाईकालीन कागदपत्रे, खं. १ –**
संपा. आप्पासाहेब पवार, शिवाजी विद्यापीठ, कोल्हापूर, १९६९.

२१. **ताराबाईकालीन कागदपत्रे, खं. २-**
संपा. आप्पासाहेब पवार, शिवाजी विद्यापीठ, कोल्हापूर, १९७०.

२२. **ताराबाईकालीन कागदपत्रे, खं. ३ -**
संपा. आप्पासाहेब पवार, शिवाजी विद्यापीठ, कोल्हापूर, १९७२.

२३. **धर्मनिरपेक्षता आणि राष्ट्रीय एकात्मता -**
जी. एस. सूर्यवंशी, कोल्हापूर, १९८९.

२४. **पवार घराण्याचा इतिहास (दुसरी आवृत्ती) -**
मा. वि. गुजर, पुणे, १९५९.

२५. **पेशवा दप्तर -**
संपा. गो. स. सरदेसाई, मुंबई.

२६. **बावडा दप्तर, खंड १ व २ -**
संपा. के. गो. सबनीस, कोल्हापूर, १९३७.

२७. **भारत इतिहास संशोधन मंडळ - त्रैमासिक** - भारत इतिहास संशोधन मंडळ, पुणे

२८. **भारतवर्ष -**
संपा. द. ब. पारसनीस व ह. ना. आपटे.

२९. **मल्हार रामराव चिटणीसविरचित छत्रपती संभाजी महाराज यांची बखर -**
संपा. – र. वि. हेरवाडकर, पुणे, १९७२.

३०. **मल्हार रामराव चिटणीसविरचित शककर्ते शिवाजी महाराज यांचे सप्तप्रकरणात्मकचरित्र -**
संपा.- र. वि. हेरवाडकर, पुणे, १९६७.

३१. **मराठी कुळांचा इतिहास, भाग १ -**
गो. दा. दळवी, मुंबई, १९१२.

३२. **मराठ्यांचे स्वातंत्र्यसमर, (पूर्वार्ध) - छत्रपती संभाजी -**
श. श्री. पुराणिक, पुणे, १९८१.

३३. **मराठ्यांच्या साम्राज्याचा उदय आणि अस्त -**
जयसिंगराव पवार, कोल्हापूर, १९७२.

३४. **मराठ्यांच्या इतिहासाची साधने -**
संपा. - वि. का. राजवाडे.

३५. **मराठ्यांचे स्वातंत्र्ययुद्ध -**
(खाफिखानाचा साधनग्रंथ), संपा. सेतुमाधवराव पगडी, पुणे, १९६२.

३६. **मराठी रियासत : खंड १. : शहाजीराजे भोसले, शककर्ता शिवाजी (नवीन संपादित आवृत्ती) -**
गो. स. सरदेसाई, मुंबई, १९८८.

३७. **मराठी रियासत : खंड २ : उग्रप्रकृती संभाजी, स्थिरबुद्धी राजाराम (नवी संपादित आवृत्ती)** -
गो. स. सरदेसाई, मुंबई, १९८९.

३८. **मराठी रियासत : खंड ३ : पुण्यश्लोक शाहू - (नवी संपादित आवृत्ती)** -
गो. स. सरदेसाई, मुंबई, १९८९.

३९. **मराठी रियासत : खंड ४ : पेशवा बाळाजीराव, स्थिरबुद्धी राजाराम (नवी संपादित आवृत्ती),**
गो. स. सरदेसाई, मुंबई, १९९०.

४०. **मराठे व औरंगजेब - (साकी मुस्तैदखान मासिरे आलमगिरीचा मराठी अनुवाद)**
संपा. सेतुमाधवराव पगडी, मुंबई, १९६३.

४१. **मस्तानी -**
द. रा. गोडसे, मुंबई, १९८९.

४२. **महाराणी ताराबाई -**
जयसिंगराव पवार, कोल्हापूर, १९७५.

४३. **मालोजी राजे व शहाजी महाराज -**
वा. सी. बेंद्रे, पुणे, १९६७.

४४. **मोगल आणि मराठे - (भीमसेन सक्सेनाकृत तारीखे दिलकुशाचा मराठी अनुवाद)—**
संपा. सेतुमाधवराव पगडी, पुणे, १९६३.

४५. **मोगल दरबाराची बातमीपत्रे : (सन १६८५-१७००) -**
संपा. सेतुमाधवराव पगडी, पुणे, १९७८.

४६. **मोगल - मराठा संघर्ष (फारसी साधने)**
संपा. सेतुमाधवराव पगडी, पुणे, १९६४.

४७. **राममाधवविलासचंपू (जयराम पिंड्येकृत)**
संपा. वि. का. राजवाडे, दुसरी आवृत्ती, पुणे, १९८९.

४८. **रामचंद्रपंत अमात्यकृत आज्ञापत्र -**
संपा. - रा. चिं. ढेरे व प्र. जोशी, पुणे, १९६१.

४९. **रामदास आणि रामदासी -**
संपा. - राजवाडे संशोधन मंडळ, धुळे.

५०. **रायगडची जीवनकथा -**
शां. वि. आवळसकर, मुंबई, १९६२.

५१. **रायगडदर्शन, (दुसरी आवृत्ती) -**
रविंद्रनाथ रामदास, मुंबई, १९५९.

५२. **वतनपत्रे, निवाडपत्रे वगैरे -**
संपा. पु. वा. मावजी आणि द. ब. पारसनीस, पुणे, १९०९.

५३. **विजापूरची आदिलशाही, (बुसातिन-उस-सलातीन) -**
संपा. वा. सी. बेंद्रे, मुंबई, १९६८.

५४. **शककर्ते शिवराय, खं. १ आणि २, (दुसरी आवृत्ती) -**
विजय देशमुख, नागपूर, १९८४.

५५. **शिवचरित्र - साहित्य -**
भारत इतिहास संशोधक मंडळ, पुणे.

५६. **शिवपुत्र संभाजी -**
कमल गोखले, पुणे, १९७१.

५७. **शिवाजी - निबंधावली, भा. १ -**
शिवचरित्र कार्यालय, पुणे, १९३०.

५८. **श्री छत्रपती राजाराम महाराज आणि नेतृत्वहीन हिंदवी स्वराज्याचा मोगलांशी झगडा —**
बा. सी. बेंद्रे, मुंबई, १९७५.

५९. **शिवकालीन पत्रसार — संग्रह खं. १ व २ —**
संपा. न. चिं. केळकर व द. वि. आपटे, पुणे, १९३०

६०. **शिवकालीन महाराष्ट्र —**
अ. रा. कुलकर्णी, कोल्हापूर, १९७८.

६१. **शिवचरित्र प्रदीप —**
संपा. द. वि. आपटे व स. म. दिवेकर, पुणे, शके १८४७.

६२. **श्री. शिवछत्रपती — (संकल्पित शिवचरित्राची प्रस्तावना, आराखडा व साधने)**
— त्र्यं. शं. शेजवलकर, मुंबई, १९६४.

६३. **श्री शिवछत्रपतींची ९१ कलमी बखर-**
संपा. वि. स. वाकसकर, पुणे, १९६२.

६४. **श्री संप्रदायाची कागदपत्रे —**
संपा. - सं. श्री देव, धुळे, १९१५.

६५. **हिंदवी स्वराज्य आणि मोगल —**
सेतुमाधवराव पगडी, पुणे, १९६६.

६६. **सनदापत्रांतील माहिती -**
संपा. पु. वि. मावजी व द. ब. पारसनीस, पुणे, १९१३.

६७. **सभासदविरचित छत्रपती श्री शिवाजीराजे यांची बखर -**
संपा. शं. ना. जोशी, पुणे, १९६०.

६८. **सातारचे प्रतिसरकार-**

प्रसंग आणि व्यक्ती -
आबासाहेब शिंदे, कोल्हापूर, १९८७.

६९. सेनापती संताजी घोरपडे -
जयसिंगराव पवार, कोल्हापूर, १९८७.

७०. संमेलन वृत्त -
भारत इतिहास संशोधन मंडळ, पुणे - संस्कृत ग्रंथ

७१. केशवपंडितकृत राजाराम-चरितम् -
संपा. वा. सी. बेंद्रे, पुणे, १९३१.

७२. परमानंदकाव्यम् -
संपा. गो. स. सरदेसाई, बडोदा, १९५२.

English books

73. **English Records on Shivaji, Vol. I & II -**
Ed. Shiva Charitra Karyalaya, Poona, 1931.

74. **Fort St. David Consultations- (Records of Fort St. Geroge)-**
Ed. C. S. Baliga, Madras.

75. **History of Aurangzib, Vol. V -**
Jadunath Sarkar, Calcutta, 1952.

76. **Indian Historical Records Commission -**
Proceedings of Meetings, Vol. IV.

77. **Indian Travels of Thevenot and Careri,**
Ed. Surendranath Sen, New Delhi, 1949.

78. **Letters of Fort St. George - (Records of Fort St. George) -**
Ed. H. Dodwell, Madras.

79. **Muntakhabul Lubab Muhammad Shahi - (By Khafi Khan) -**
Ed. H. M. Elliot & John Dowson, Delhi, 1964.

80. **Martin's Memories, Vol. III- (House of Shivaji) -**
Jadunath Sarkar, Calcutta, 1955.

81. **Masire Alamigiri-**
Ed. Jadunath Sarkar, Calcutta, 1947.

82. **Military History of India -**
Ed. Jadunath Sarkar, Calcutta, 1960.

83. **New History of the Marathas, Vol. II -**
G. S. Sardesai, Bombay, 1958.

84. **Records of Shivaji Period, Vol. I**
Ed. V. G. Khobarekar, Bombay, 1974.

85. **Shivaji and His Times -**
Jadunath Sarkar, 6th Ed., Calcutta, 1961.

86. **Storia Do Mongor or Mogul India, 1653-1708 -**
Ed. William Irvine, London, 1907.

87. **The Moughal Maratha Relations :Twenty five fateful Years- (1682- 1707)**
G. T. Kulkarni, Pune, 1983.

88. **Tara Bai and Her Times -**
Brij Kishore, Bombay, 1963.

व्यक्ती-नामसूची

◆